लैला

प्रशंसापर अभिप्राय

''हुशारीनं केलेलं, अंगावर शहारे आणणारं, अंतर्बाह्य हादरवून टाकणारं लेखन.''
– कामिला शम्सी

''पितृप्रधान संस्कृतीच्या जोखडाच्या बाबतीत *द हँडमेड्स टेलनं* जे काम केलं
तेच काम *लैला* हे पुस्तक समकालीन भारतीय राष्ट्रीयत्वाच्या क्रूरतेच्या संदर्भात
करतं. ते झपाटून टाकणारं, मनाची पकड घेणारं, प्रासंगिक, अस्वस्थता निर्माण
करणारं आणि आगामी वर्षांत कशा प्रकारची बुद्धिमत्ता काम करेल, याविषयी
आपण जी चर्चा करत असतो ती जाहीरपणे मांडतं.''

– नील मुखर्जी

''अकबर यांची शैली काव्यात्मक आहे; पण ढोंगी नाही. कथा पुढे सरकत
असताना कुठेही पात्रांचा बळी देऊन लेखकाकडे लक्ष वेधणारं, आत्मजाणिवेचं
शब्दांवडंबर मांडलं जात नाही. वर्ग, जात आणि वंश यांच्यामधील आजच्या
भारताच्या तळाशी असलेल्या आंतरक्रियांच्या ताणतणावांचं अकबर अगदी
सखोल चित्रण करतात.''

– जेसन ओव्हरडॉर्फ, *इंडिया टुडे*

''*लैला*मध्ये अकबर आपल्याला संकुचितपणाचे जगण्यावर होत असलेले अगदी
नेमके आकलनात्मक दुष्परिणाम दाखवतात आणि शहरातील सगळ्या वाईट
गोष्टी असलेल्या काल्पनिक जागा प्रसारमाध्यमांमधून पुन्हा परत येत असल्याच्या
काळात ही आश्चर्य वाटण्याजोगी गोष्ट नाही.''

– रिनी बर्मन, द इंडियन एक्स्प्रेस

''पण अखेरीस *लैला* हे सुंदर गद्य लेखन किंवा हरवलेल्या मुलीविषयीचं
लेखन नाही, तर ती आपला पाठलाग करत असलेली एक ऐहिक श्रेणीबद्ध

रचना आहे. तिच्यात खरोखरच एक पाऊल पुढं टाकणंही कठीण बनलं आहे. आपल्या काळाच्या दृष्टीनं विचार करता, *लैला* ही कादंबरी वाचलीच पाहिजे, अशी आहे.''

– जॉन चीरन, *द टाइम्स ऑफ इंडिया*

''अकबर यांची कादंबरी अगदी योग्य वेळी तर आलेली आहेच, पण तिच्यात त्याहूनही अधिक काही आहे. तिच्यात सामाजिक टीकात्मकता आहे आणि शिवाय अगदी हळुवारपणे व प्रवाहीपणे मनाची पकड घेणारं कथनही केलं गेलं आहे.''

– केशव गुहा, *द हिंदू*

''ज्या वेळी पुस्तकातील गोष्टी तुमच्या स्वप्नात येऊ लागतात, त्या वेळी ते पुस्तक प्रभावी असतं.''

– नंदिनी कृष्णन, *द वायर*

''वर्गव्यवस्था आणि राजकीय संधिसाधूपणा यांच्या गडद कृष्णछटांसह *लैला* अनेक अन्याय्य आणि वाईट गोष्टी असलेलं एक काल्पनिक जग जिवंत करतं.''

– *द संडे गार्डियन*

''सध्या आपण जगत असलेलं वास्तव जग आणि अकबर रेखाटत असलेलं भयावह जग यांच्यातील साम्य धक्कादायक आहे.''

– *द टेलिग्राफ*

''राजकीय आणि सामाजिक समालोचनाबरोबरच प्रयाग अकबर यांचं पहिलंच पुस्तक आई आणि मुलगी यांच्यातील नातेसंबंधाविषयीच्या अत्यंत भावनाप्रधान प्रवासामुळे वेगळं ठरतं.''

– अनन्या बोर्गोहेन, *द पायोनिअर*

''जर निकटच्या भविष्यकाळातील बातम्यांचे ठळक मथळे *लैला*मधील लेखनात आलेल्या गोष्टींसारखे असतील, तर देवच आपलं रक्षण करो.''

– आदित्य मणी झा, *द हिंदू बिझनेस लाइन*

"या पुस्तकातील निर्बंध, मर्यादा आणि त्यांची पकड एवढी घट्ट आहे की, ते लेखन अतिशय प्रभावी ठरलंय... लगेच बाहेर पडा आणि *लैला* पुस्तक घ्या... ते वाचलंच पाहिजे असं आहे."

– मधू त्रेहान, *न्यूजलाँड्री*

"या कादंबरीतील निष्ठुर अंधारात प्रकाशाच्या अगदी थोड्याच तिरिपी आहेत; परंतु तरीही या झीज घडवणाऱ्या हानिकारक, संकुचित जगात, आपल्या हरवलेल्या मुलीसाठी झपाटल्यासारखा शोध घेणाऱ्या आईमुळे आशेची जागा आहे, असं वाटतं."

– भाव्या डोरे, ओपन

"*लैला* ही प्रयाग अकबर यांची बहुचर्चित प्रभावी कादंबरी फक्त नेहमीच्या संशयितांविषयीच महत्त्वाचे प्रश्न विचारत नाही, तर देशाच्या खास हक्क मिळालेल्या उदारमतवाद्यांविषयीही ती प्रश्न उपस्थित करते. त्यासाठी ती विरळ, तुटक, काहीशी टोकदार, तीक्ष्ण गद्यभाषा वापरते."

– अवंतिका मेहता, *हिंदुस्तान टाइम्स*

"सगळ्या वाईट आणि अन्याय्य गोष्टी असलेल्या काल्पनिक जगातील कल्पक नावं किंवा औपचारिक नियम यांच्यामुळे कसलाही अडथळा न येता किंवा लक्ष विचलित न होता *लैला*च्या गाभ्यात मानवी स्थितीचं प्रतिबिंब पडल्याचं दिसतं. या कादंबरीत करण्यात आलेल्या सर्व छिन्नविच्छिन्न भाकितांच्या पलीकडे जाऊन *लैला* ही पतीपासून आणि मुलीपासून ताटातूट झाल्यानं एका महिलेला अनुभवाव्या लागलेल्या हृदयभंगाची कहाणी आहे. त्याचबरोबर त्याहून महत्त्वाचं म्हणजे एके काळी तिला सुरक्षिततेच्या आभासात बांधून ठेवणाऱ्या प्रत्येक गोष्टीसाठी होत असलेल्या तिच्या तळमळीचीही ही कहाणी आहे."

– सोमक घोषाल, *हफिंग्टन पोस्ट*

"सगळ्या वाईट आणि अन्याय्य गोष्टी असलेल्या काल्पनिक जगातील या कादंबरीच्या गाभ्यात काल्पनिक भवितव्याचा शोध कमी आणि सध्याच्या वास्तवाची निरीक्षणं अधिक आहेत आणि त्यामुळेच प्रयाग अकबर यांची *लैला*

ही गाजलेली कादंबरी मनाचा ठाव घेणारी आणि थरारक, तसंच वाचनीय ठरली आहे.''

– भानुज कप्पल, द नॅशनल

''*लैला* कुठेही गूढ किंवा अपरिचित वाटत नाही, हे या कादंबरीचं कदाचित सर्वांत मोठं बलस्थान असावं. […] एक पुस्तक म्हणून *लैला* अक्षरशः पेकाटात लाथ हाणल्यासारखी मनात कळ उमटवते. सतत पूर्वानुभवाचा पुनःप्रत्यय आणून देत राहते.''

– माणिक शर्मा, फर्स्टपोस्ट

लैला

प्रयाग अकबर

अनुवाद : मीना शेटे-संभू

मंजुल पब्लिशिंग हाउस

MANJUL
मंजुल पब्लिशिंग हाउस
पुणे संपादकीय कार्यालय
फ्लॅट नं. 1, पहिला मजला, समर्थ अपार्टमेंट्स,
1031 टिळक रोड, पुणे – 411 002
व्यावसायिक आणि संपादकीय कार्यालय
दुसरा मजला, उषा प्रीत कॉम्प्लेक्स, 42 मालवीय नगर, भोपाळ – 462 003
विक्री आणि विपणन कार्यालय
7/32, अंसारी रोड, दर्यागंज, नवी दिल्ली – 110 002
www.manjulindia.com
वितरण केंद्रे
अहमदाबाद, बेंगलुरू, भोपाळ, कोलकाता, चेन्नई,
हैदराबाद, मुंबई, नवी दिल्ली, पुणे

प्रयाग अकबर लिखित *लैला*
या मूळ इंग्लिश पुस्तकाचा मराठी अनुवाद

Leila by Prayaag Akbar – Marathi Edition

मूळ इंग्लिश आवृत्ती सायमन अ‍ॅन्ड शुस्टर इंडिया तर्फे
2017 साली भारतात प्रकाशित

प्रस्तुत मराठी आवृत्ती 2019 साली प्रथम प्रकाशित

ISBN : 978-93-89143-79-9

मराठी अनुवाद : मीना शेटे-संभू

मुद्रण व बाइंडिंग : मणिपाल टेक्नॉलॉजीज लिमिटेड, मणिपाल

अम्मा आणि अब्बा यांना.

ती भिंत

माझ्या पतीला असं वाटतंय की, आम्ही तिला शोधून काढू शकणार नाही. त्याचा आवाज जोरजोरात किंचाळून घोगरा बनलाय "तुला कधी समजणार शालिनी? आता सोळा वर्षं होत आली आहेत."

"तुला असं वाटतं का की मला माहीत नाही?"

रिझ माझ्याकडे पाहतो. आपली मान तो जोरजोरात हलवतो; पण काहीच बोलत नाही. मंद होत चाललेल्या प्रकाशात वयाबरोबर पांढरट होत चाललेले त्याचे दाढीचे खुंट मिठाच्या कणांसारखे चमकतात; पण खरं तर त्याला काहीही समजत नाही. ते मला जवळजवळ समजतंय.

एका रुंद पदपथावरून चालत चालत आम्ही गवतानं भरलेल्या एका लहानशा आयताकृती भागाजवळ पोहोचतो. आपल्या पिशवीतून तो दोन मेणबत्त्या जवळजवळ खेचूनच बाहेर काढतो. 'प्युरिटी वन' आमच्या समोरच तिन्हीसांजेच्या दोन्ही टोकांपर्यंत पसरलेली आहे. तिची दोन्ही टोकं गरगरणाऱ्या राखेत बुडालेली आहेत. ती खडबडीत, रवाळ, करड्या विटांची आहे. साठ फूट उंच. राजकीय क्वार्टरला तिनं वेढून टाकलंय. दुतर्फा असलेल्या वृक्षांनी आच्छादलेला आणि दोहो बाजूंना वसाहतकालीन बंगले, मंत्रालयं, जुने तुर्की पद्धतीचे बगिचे असलेला तो रुंद रस्ता तिनं बंद करून टाकलाय.

आम्ही आता जिथे उभे आहोत तिथून ती भिंत मंदपणे लुकलुकताना दिसते. रुंद, इंद्रधनुष्यी रंगांच्या छटा तिच्यावर पसरल्या आहेत. मध्येच आपला मार्ग बदलून त्यातल्या हिरव्या आणि चमकदार जांभळ्या रंगाच्या छटा कबुतराच्या गळ्यावर नृत्य करत आहेत (कबुतरांचा या जागेत सुळसुळाट आहे). प्युरिटी वनकडे एक प्रकारची गूढ, अगम्य शक्ती असल्याचं मानलं

जातं. लोक इथे प्रार्थना आणि क्षमायाचना करायला येतात. आता माझी स्वतःचीच परिस्थिती घ्या. रिझ असला तरीही इथे मी एकटीच उभी असणार आहे... मंद संधिप्रकाशात अगदी उठून दिसणाऱ्या कोरीवकाम केलेल्या आकृतीसारखी. आमच्या आजूबाजूची प्रत्येक गोष्टही तशीच दिसतेय.

या भिंतीला लागूनच एक छोटीशी खोली आहे. आम्ही आता जिथे उभे आहोत, तिथून ती फारशी दूर नाही. छपरावर एका काळ्या पिरॅमिडच्या पांढऱ्या टोकावर पांढरा ध्वज फडफडतोय. या खोलीत आजपर्यंत शेकडो लोक एकमेकांना धक्काबुक्की करत जाऊन आले आहेत. अगदी श्वास रोखून आपण पाहतो त्या वेळी भक्तांच्या वरच्या बाजूपर्यंत पसरलेल्या आणि एकाखाली एक अशा प्रकारे असलेल्या दोन दरवाजांजवळ आपल्याला फक्त एक निळ्या प्रकाशाचा कोणत्याही दोन संमुख बाजू समांतर नसलेला चौकोन दिसतो. त्या खोलीत खालच्या बाजूला एक पिंजरा आहे. प्रत्येक जणच अचानक उसळल्यासारखा त्या दिशेनं खेचला जातो. जमिनीवर सूर मारून खाली कोसळताना क्षीण, अर्धस्फुट किंकाळ्या आणि चीत्कार ऐकू येतात. बारीक तारांच्या गजांच्या मागे भिंतीचं पवित्र केंद्र आहे. विटांच्या खालच्या ओळीच्या मध्यभागी गेरूसारख्या पिवळसर, लाल रंगात ते रंगवलेलं आहे. ते त्या विटेची पूजा करतात. त्या विटेला ते प्युरिटी वनची पहिली वीट म्हणतात.

रिझ जमिनीत बीळ पाडण्यासाठी गुडघ्यावर बसला. त्याच्या पाठीला अगदी वाईट कुबड आलीय. एके काळी स्क्वॅश कोर्टवर खेळण्यात रोज तास न् तास घालवल्यामुळे त्याच्या दोन्ही खांद्यांच्या हाडाखाली गोटीसारख्या स्नायूंचा एक वक्राकार चर होता; पण आता जेव्हा तो जमिनीवर झुकला होता, तेव्हा तर एखादं कासव माघार घेताना आपल्या कवचात शिरल्यावर जसं दिसतं तसा तो दिसत होता.

मीही स्वतःशीच कुरकुरत त्याच्या शेजारी खाली बसले. 'या वेगळ्या प्रकारच्या मेणबत्त्या आहेत,' त्यांपैकी एका मेणबत्तीवर माझा तळवा घासत मी म्हणाले. ती जास्त जाड होती आणि पांढऱ्या मेणाभोवती अगदी नीटपणे नागमोडी डिझाईन गुंडाळण्यात आली होती.

“माझ्या कामाच्या ठिकाणाजवळ त्या मला सापडल्या. त्या जास्त महागड्या आहेत; पण ते मरू दे. आज तिचा वाढदिवस आहे,” त्यानं अगदी थकून गेल्यासारखं स्मित केलं. “त्यांचा वास घे. मला वाटतं, तिला हा वास आवडेल.”

आम्ही दर वर्षीच लैलाच्या वाढदिवसादिवशी त्या भिंतीजवळ येतो.

कराटे शिक्षकानं त्या रिकाम्या चराजवळ अगदी रमतगमत, हलत-डुलत चाललेल्या पांढऱ्या कपड्यांतील मुलांची पलटण आणली. भिंतीला सहज स्पर्श करता येईल, एवढ्या अंतरावर आल्यावर ते थांबले आणि त्यांनी तिथे वाकून नमस्कार केला. पांढऱ्या चकाकत्या टिकल्यांचा बुरखा घेतलेली महिला शांतपणे तिच्या मुलींना काहीतरी सांगत होती. त्यांच्यापैकी एका मुलीनं डोक्याला जांभळ्या रंगाचा रुमाल बांधला होता. त्याच्यावर नक्षीदार हेम टाकलेली होती. दुसरी लहान मुलगी बहुधा तिच्याहून बरीच लहान असावी. तिनं टी शर्ट आणि झालरीचा स्कर्ट घातला होता. त्यांनी कागदांच्या चिठोऱ्यांवर लिहिलेल्या प्रार्थना त्या विटांच्या फटीत सरकवल्या.

रिझच्या बॅगेतून आम्ही एक प्लॅस्टिकचं फावडं बाहेर काढलं. खणून खणून त्याचा पिवळसर रंग फिकट पांढरट झाला होता. समुद्रकिनाऱ्यावर लैलाचा वाढदिवस आम्ही साजरा केला होता; त्याआधी लैलासाठी आम्ही आणलेल्या संचातून ते फावडंही आलं होतं. बादलीवर एक स्टिकर होतं. त्यावर इंद्रधनुष्यावरून खाली उतरणाऱ्या अस्वलाचं चित्र होतं. तिनं ते उचललं होतं. आम्ही दर वर्षी ते फावडं आणत असू; पण आता ते खूपच बोथट, खूपच ठिसूळ बनलं होतं आणि त्याच्या साहाय्यानं त्या हिरवळीच्या तुकड्यावरची ती कोरडी घट्ट माती खणणं शक्य नव्हतं. ते बहुतांश काम आम्ही बोटांनीच केलं. लवकरच आम्ही दोन इंच खोलीचे दोन खड्डे खणले आणि त्यांच्यात आमच्याकडच्या मेणबत्त्या ठेवल्या. त्यानंतर मेणबत्त्यांभोवतीचे खड्डे मातीनं भरून घेतले. आम्ही तिथे वीस मिनिटं बसलो. वाऱ्यानं मेणबत्त्यांच्या ज्योती हेलकावे खात राहिल्या तसे आमच्याभोवती जळलेल्या मेणबत्त्यांचे काळसर, वाकलेले वातींचे भाग, धुराची वलयं वाढत्या प्रमाणात विखरून पसरली. निघण्याची वेळ झाली होती आणि त्याच वेळी भक्‌भक्‌ करत मेणबत्त्याही विझू लागल्या.

तिथे सगळीकडे एक प्रकारची दुर्गंधी भरून राहिली होती, त्यामुळे पोटात अगदी ढवळत होतं. कोणीही काहीही करण्याच्या परिस्थितीत असल्यासारखं दिसत नव्हतं. काही वेळा कचऱ्यात काही विकण्याजोग्या वस्तू सापडतात का, ते शोधणारे कचरा वेचणारे लोक तेवढेच दिसत होते.

एक मोठी उत्साही आरोळी हवेत उमटली. वरच्या बाजूला असलेल्या गर्द झाडीतून दोन तरुणांची डोकी दिसत होती. ते भिंतीवर चढण्याचा प्रयत्न करत होते. त्यांनी फक्त पांढऱ्या नायलॉनच्या बास्केटबॉल शॉर्ट घातल्या होत्या. त्यांच्या छातीवर त्यांनी तलम कापडाचे बटवे बांधले होते. वरच्या दिशेनं ते रोमांच उभ्या करणाऱ्या अफाट गतीनं झेपा घेत चालले होते. त्यांच्या पाठी, पोटऱ्या आणि हात यांच्या स्नायूंना ते हिसके देत होते, त्यांचे स्नायू तटतटत होते. शरीरं दुप्पट पुढे झुकत होती आणि पुन्हा सरळ होत होती. पाण्यात सूर मारल्यानंतर हवेतच पायांजवळ हात आणून शरीर कमरेत वाकवून बुडी घेताना ते पूर्ववत सरळ करणाऱ्यांसारख्या त्यांच्या शरीराच्या हालचाली चपळपणे होत होत्या. त्यांच्यापैकी एक पुरुष कृष्णवर्णी होता आणि दुसऱ्याच्या पाठीवर मध्यभागी केसांचा पुंजका होता. हातांच्या बोटांच्या टोकांनी आणि उघड्या पायाच्या बोटांनी त्या विषम विटांच्या फटींमध्ये आणि चरांमध्ये ते पकड मिळवत होते. सतत उंच हेलकावत राहिले होते. गर्दी त्यांच्याकडे नितांत आदरानं पाहत, हुंकारत होती, त्यांच्याविषयी कुजबुजत होती.

"केवढे बळकट आहेत ते, अशा पद्धतीनं आपल्या शरीरसामर्थ्याचं प्रदर्शन करायचं म्हणजे काय खायचं काम नाही!" मी म्हणाले.

"हे शक्य कोटीतलं काम वाटत नाही," रिझनं उत्तर दिलं. "हे अगदी निखालसपणे प्रशंसनीय आहे. ते हे कसं काय करतायेत?"

"शक्य नसायला काय झालंय? पाठीत खुपसलेल्या धातूच्या आकड्यांच्या साहाय्यानं प्रचंड रथ ओढणाऱ्या माणसांसारखंच हे आहे."

"किंवा शियांसारखं. ते भावनाविवशतेनं स्वतःलाच चाबकाचे फटके मारून घेतात."

तो कृष्णवर्णीय माणूस दबा धरून बसल्यासारखा गुडघ्यात वाकला आणि त्यानं वरच्या बाजूला पुढे आलेल्या विटेवर झडप घातली; पण त्याला तिच्यावर

पकड मिळवता आली नाही. तो हवेतून खाली येत असताना भिंतीवर आपली बोटं आपटत राहिला. एखादा साप तो असलेल्या पृष्ठभागावरून तडाखे देत, घसरत पुढे जावा तसं ते दिसत होतं. चौथ्या प्रयत्नांत त्याची बोटं भिंतीला चिकटली. त्याच्या खांद्यांना हिसका बसला आणि त्याच्या शरीराला पीळ पडला; परंतु एक हलकी आरोळी मारून तो भिंतीला लटकला. आम्ही दोघांनीही एकाच वेळी निःश्वास सोडला. एका हातानं भिंतीला पकडून तो एखाद्या लंबकासारखा हेलकावत आणि अवाक् होऊन पाहणाऱ्या आमच्याकडे काहीसा खिदळत, हसत पाहत राहिला होता. त्याच्या दुसऱ्या हाताला फट सापडेपर्यंत तो तशाच स्थितीत राहिला. नंतर त्याला फट सापडली. आता त्यानं आपले पाय खाली सोडले आणि एक झटका देऊन ते आपल्या डोक्याच्या वर घेतले, त्यामुळे आता तो उलटा लटकत होता. खाली डोकं वर पाय अशा स्थितीत. त्याच्या दंडाचे स्नायू तटतटले होते. अस्ताव्यस्त पसरलेले केस अगदी सरळ चमकत खाली पसरले होते. ग्रॅनाईटच्या खडकावर पडणाऱ्या पावसासारखे. आता त्यांना प्रोत्साहनासाठी दिल्या जाणाऱ्या आरोळ्यांमध्ये, चीत्कारांमध्ये दिलासा होता.

मला पडणाऱ्या लैलाच्या स्वप्नांमध्ये ती नेहमीच प्रकाशाबाहेर दूरवर असते; परंतु मला माहिती आहे की, तिच्या चेहऱ्यावर आपुलकी आणि खुलेपणा आहे. मला तरीही तिचे डोळे दिसतात. ते माझ्या आईच्या डोळ्यांसारखे हलक्या, फिक्या रंगाचे आहेत. तिच्या डोळ्यांची बुब्बुळं ही सोनेरी-तपकिरी रंगाची सरोवरं आहेत. त्यांच्यात सूर्यास्ताच्या वेळी मॅलकाईट् या हिरवट खनिजाच्या रंगाच्या, हिरव्या आणि फिक्या काळ्या रंगांच्या किरणांचे काप दीप्तिमान होतात. जगाला भेटण्यासाठी ती आसुसलेली आहे. माझी छोटी मुलगी आता मोठी झाली आहे. ती माझ्याहून उंच आहे, त्यामुळे मला खूप खूप आनंद वाटतो. काही वेळा ती शाळेच्या गणवेशात असते, पायाच्या बोटांवर आणि टाचेवर सारखाच भार देत चालत असते. पाठ काहीशी वाकलेली असते. खांदे अभिमानी, ताठ असतात आणि तिचं नाक सरळ धारदार आहे. आमच्या कुटुंबातील सगळ्या स्त्रियांच्या नाकाहून अतिशय धारदार नाक.

आज ती एकोणीस वर्षांची झाली. तिच्या इच्छा, असुरक्षितता, राग यांपैकी कशाचीही मला माहिती नसली तरीही मला माझी भूमिका पार पाडावीच

लागणार आहे. आता मला तिच्याविषयी खूपच कमी माहिती आहे. कदाचित, तिला याचं हसू येईल. ती लहान असताना माझा चेहरा मी थेट तिच्या नाकासमोर नेत असे आणि *ख्वाईशश* असा एक गमतीशीर आवाज काढत असे. मग ती अत्यानंदानं चीत्कारत, खिदळत असे. तिच्या त्या खिदळण्यात सखोल लय आणि तालसुरातील लकेर असे. आता तिच्या हास्यातून या सगळ्याचा गाभा समोर येईल म्हणून तिच्या वाढदिवशी मी इथे तिची क्षमा मागायला येते. आम्हाला या भिंतींविषयी आदर वाटत नाही. कारण, त्यांनीच तिला आमच्यापासून हिरावून नेलं. सोळा वर्षं झाली. तिला कधी तरी मी कुठे आहे, असं वाटत असेल का? मी तिला हाकलून दिलंय असं वाटत असेल का? मी पुस्तकं वाचली होती, त्यानुसार एवढ्या लहान वयातलं तिला काही आठवणारही नाही. तिच्या वाढदिवशी तिला नेण्यात आलं, त्या वेळी ती फक्त तीन वर्षांची होती, त्यामुळे तिला आठवत नाही. ती आठवू शकणार नाही. ज्या वेळी माझ्या मनात त्याविषयीचा विचार येतो, त्या वेळी आतून मी जळू लागते. माझी आग आग होते. आम्ही रस्त्यावर समोरासमोर आलो, तरीही ती मला ओळखणार नाही.

तिच्या दृष्टीनं मी म्हणजे एक पोकळी, एक रिक्तता आहे, मी एक वेदना आहे. तिला ती समजू शकणार नाही; पण ती पोकळी भरून काढण्यासाठी ती तळमळत असेल, हपापलेली असेल. नाही. मी आणखी काहीतरी गमावलंय, सोडून दिलंय. निदान एक मिणमिणता प्रकाश, मंद आशा तरी मी सोडून दिली आहे. तिच्या चेहऱ्याची अंधुक रूपरेषा. सुगंधाची वेलबुट्टी, तिच्या गालांवरचं बोटांच्या टोकांचं वजन. तिचा पहिला पाळणा असलेल्या माझ्या हातांचा उबदारपणा. माणसाला सुरुवातीच्या काळात कसं आकलन होतं, याविषयीचं एक जर्नल मला ग्रंथालयात आढळलं. त्यातल्या एका लेखात असं म्हटलं होतं की, पहिल्या आठवणी या दोन आणि आणखी थोड्या मागच्या महिन्यांच्या असतात. गोष्टी एकमेकांतून कशा प्रवाहित होतात, एकमेकांशी कशा जोडलेल्या असतात ते आपल्याला आठवत नाही; परंतु आपली मनं अफाट धुक्यात, वेगळ्या, अलग बेटांमध्ये समर्पकपणे काम करत असतात. हिवाळ्यातील एका सकाळी ती माझ्याबरोबर मॉलमध्ये आली होती ते तिला कदाचित आठवत असेल. त्या वेळी तिच्या डोक्यावर पांढऱ्या फ्रेमचा गॉगल होता. आत ग्राहकांचं स्वागत करणारा सांता फिरत होता.

लैलाला त्याचं एवढं अप्रूप वाटलं होतं की, तिचे खांदे थरथरू लागले. तिनं माझा हात घट्ट पकडला. ती तरीही थरथरत होती. आम्ही सुरक्षा यंत्रणेच्या तपासणी विभागातून बाहेर पडेपर्यंत ती हळुवारपणे माझा हात हिसका देऊन ओढत राहिली होती.

मला फक्त त्याची अपात्रता, अयोग्यता, अजागळपणा दिसला होता. तो हडकुळ्या पायांचा, काळ्या त्वचेचा होता आणि दुपारच्या उन्हात त्याला घाम आला होता. त्या एकावर एक असलेल्या दोन दारांवर कापसांचे निराधार गोळे वाशाला चिकटवण्यात आले होते. खिडकीतून चिखलाचे ओघळ खाली यावेत, त्याप्रमाणे त्याच्या कपाळावरून पीच रंगाचं फाउंडेशन ओघळत होतं; पण लैला एकदम हरखूनच गेली. ती त्याच्याकडे धावत सुटली. त्याच्या अंगावरच्या जीर्ण, अगदीच स्वस्तातल्या रजईचं, त्याच्याजवळून येणाऱ्या जहाल भपकाऱ्याचं तिला भानच नव्हतं. ती हसत होती आणि त्याच्या केसाळ हातांनी त्यानं तिचा गालगुच्चा घेतला. माझ्या तोंडातून एकही शब्द फुटला नव्हता.

''तुला सांताकडून प्रेझेंट हवं आहे का?'' अखेरीस मी तिला विचारलं. पुढच्या बाजूच्या खिडकीसमोरच गिफ्ट पॅक बॉक्स ठेवण्यात आले होते. अर्थातच ते रिकामे होते, हे स्पष्टच होतं.

लैलाचा त्यामुळे गोंधळ उडाला. सांतानं काय केलं होतं ते तिला बहुधा समजलं नसावं. त्या पोशाखातील तशी दाढी असलेली एखाद्या पुस्तकातील प्रतिमा तिच्या समोर आली होती आणि त्यामुळे ती एकदम रोमांचित झाली होती. अपेक्षा हे वयाचं ओझं आहे, त्यामुळे कोणत्याही गोष्टीचं मोजमाप करण्याची नजर येते. ती माझ्याकडे वळली आणि तिनं एका गालात स्मित केलं. जणू काही अचानकच तिला आपल्या उत्साहाचं, रोमांचितपणाचं भान आलं होतं. मी ज्या वेळी तिच्या चेहऱ्यावरचे भाव पाहिले, त्या वेळी ती किती थरारून गेली होती, तिच्या चेहऱ्यावर केवढी हळुवार चमक आली होती ते मला जाणवलं. ती रोमहर्षकता माझ्याही आत जणू काही झिरपत आणि वाढत चालली होती. अर्थातच ही जागा ठीक होती. तिथे एक प्रकारचा आकर्षकपणा, मोहिनी, भुरळ होती; पण तिथे कोणतीही

खेचून घेणारी चिकट गोष्ट नव्हती. माझ्या बाळाला झालेला अत्यानंद केंद्रस्थानी होता आणि मीही तिच्याइतकीच निरागस, निष्पाप होते. माझ्या मनाला अजिबात त्रस्तता शिवली नव्हती.

हे सगळं असंच झालं होतं; पण मी स्वतःला का मूर्ख बनवत आहे? लैलाला मुळातच काही आठवत असेल, तर आणखीही काहीतरी खूपच वेगळंही आठवेल.

==

आमच्या सगळ्या वस्तू आम्ही गोळा केल्या. आता मेणबत्त्या एवढ्या जळल्या होत्या की, त्यांच्या वाती जवळजवळ जमिनीला स्पर्श करत होत्या. रिझची ज्योत वाऱ्यामुळे काही क्षण तशीच हेलकावत राहिली आणि नंतर तीही पूर्ण विझली. आम्ही तिला गमावल्यापासून तिच्या प्रत्येक वाढदिवशी मी इथे येत होते. या छोट्याशा हिरवळीच्या कुरणात बत्तीस मेणबत्त्यांचे खालचे भाग पुरलेल्या अवस्थेत असतील. मला लैला दिसेल, त्या वेळी मी प्रत्येक मेणबत्तीचा खुंट खालचा भाग खणून काढून टाकेन.

तो काळा माणूस अधिकच संघर्ष करत होता. ही काही शर्यत नव्हती. वर जाणारा मार्ग खूपच निसरडा, फसवा होता. हवा अतिशय जोरात सुटली होती, त्यामुळेच अधिक प्रतिरोध होत होता. ते पुरुष वेगवेगळ्या कनिष्ठ जातींमधून आलेले होते. सण–उत्सव वगळता तुम्हाला उच्च जातींचे लोक असे रस्त्यावर आल्याचं दिसणार नाही. आमच्या आवतीभोवती सगळीकडे कचरा पडलेला होता. तो पदपथापर्यंत पसरला होता. सगळीकडे कागद, इतर वस्तू, प्लॅस्टिकच्या पिशव्या पसरलेल्या होत्या. त्यांच्यावर धूळ, मातीचा घट्ट थर बसला होता. सावल्यांमध्ये कचऱ्याचे ढिगारे साचले होते आणि भटक्या जनावरांची लांबट तोंडं त्यांत खूप खोलवर गेली होती. हवा एवढी दाट झाली होती की, प्रत्येक श्वासाबरोबर मला साचलेल्या गाळाची, अवसादाची जाणीव होत होती आणि माझ्या छातीत काहीतरी काळसर, चिकट पदार्थ साठत चालल्याची जाणीव होत होती.

आणखी एक चीत्कार... दुसऱ्या माणसानं आधीच्या हातांच्या ठशांच्याही पलीकडे जाण्यात यश मिळवलं. आता तो भिंतीच्या वरच्या टोकापासून फक्त वीस फूट खाली होता. त्याच्या गुडघ्याजवळ अखेरचा मोठा वेडावाकडा लाल रंगाचा डाग चकाकत होता. त्यानं आपली बोटं काळजीपूर्वक फाकली होती. त्याचा चौकोनी तळवा त्यानं ठामपणे टेकवला होता. आणखी काही फूट वर गेल्यावर त्यानं आणखी दोन हालचाली केल्या. त्याच्या पायाच्या बोटांनी आणि एका हातानं त्या माणसानं त्याच्या छातीभोवतीच्या तलम कापडाच्या छोट्या पिशवीचं तोंड सैल होईपर्यंत दोऱ्याला हिसडा दिला. त्याचा उजवा हात पिशवीच्या तोंडात जाण्याएवढं पिशवीचं तोंड उघडेपर्यंत तो हिसडा देत राहिला. पिशवीतील लाल रंगात हात बुडवून त्यानं बाहेर काढला. आता त्याचा तळवा लाल रंगानं चमकत होता. त्याबरोबर त्याला प्रोत्साहन देणाऱ्या आरोळ्यांनी परिसर दणाणून गेला. त्यानं आपला हात नाट्यमयरीत्या त्या भिंतीवर दाबला त्यानंतर एखाद्या इस्त्रीप्रमाणे सर्व बाजूंनी दाब देत त्यानं हात आणखी दाबला. आतापर्यंत तो ज्या पातळीवर पोहोचला होता ती, त्या भिंतीवर चढण्याचा प्रयत्न करणाऱ्या इतर कोणाच्याही तुलनेतील सर्वोच्च पातळी होती. गर्दीनं त्याला जोरजोरात प्रोत्साहन देण्यास सुरुवात केल्यानंतर तो भिंतीवरून खाली उतरू लागला.

काळा माणूस त्याच्यापासून दहा फूट खाली होता. तो तिथेच चिकटून बसला होता. तो अगदी तळमळीनं विटांमधील फटी शोधत होता. त्याच्या सभोवताली लाल हातांचे छाप पसरले होते. बहुतेक जण एवढ्याच उंचीवर पोहोचू शकत होते. आता गर्दीची मनःस्थिती बदलू लागली होती. काही लोकांनी संतापानं आणि तिरस्कारानं आरोळ्या ठोकण्यास सुरुवात केली. त्यानंतर त्यांचं रूपांतर लयबद्ध घोषात झालं. अखेरीस त्यानं अचानक मुसंडी मारली. घसरल्यामुळे जखमी झालेल्या खांद्यामुळे त्याला ते जमणार नाही, असं वाटत असल्याचं त्याला माहिती होतं. त्यानं आपल्या डाव्या हाताची पकड घट्ट केली; परंतु काहीही पकडलं नाही. भिंतीवरून पलीकडे उडी मारण्याची त्याची तयारी असल्यासारखं वाटत होतं. त्याला तोंडावर पडायचं नव्हतं, तर भिंतीपासून दूर बाहेरच्या बाजूला उडी मारायची होती. आता गर्दी परिणामांसाठी सज्ज झाली होती. तो थेट गर्दीत पडला. त्याला प्रतिक्रिया म्हणून गर्दीतले सगळे लोक एकमतानं एखाद्या तळ्यात तरंग उमटावेत तसे एकेक पाऊल मागे सरकले

आणि मग तिथे अगदी उद्वेगजनक पडल्याचा आवाज ऐकू आला. लाकडाच्या ओंडक्याला अचानक आग लागावी तसा फर्राकफट्फट् असा आवाज आला. गर्दीनं त्याचं पडणं रोखणं अपेक्षित होतं; पण तसंच घडलं होतं का ते स्पष्ट झालं नव्हतं. आम्ही लगेच मागे वळलो आणि तिथून दूर गेलो.

==

त्यांनी आमच्या मुलीला ज्या रात्री नेलं होतं, त्याच रात्री रिझ मरण पावला होता, तरीही तो इथे माझ्या शेजारी, माझ्या बरोबरच होता. मी त्या भिंतीकडून त्या भल्या मोठ्या परिसरात गेले. तिथे यलोस्टोन अशा नावानं ओळखली जाणारी माझी जुनी शाळा होती. त्या वेळीही रिझ माझ्याबरोबरच होता. दर वर्षी असंच घडत होतं. लैलाच्या वाढदिवशी तो परत येत असे. त्या ठिकाणी इतर कोणत्याही ठिकाणाच्या तुलनेत तो अधिक बुद्धिमान बनत असे. माझा हा लाडका पती माझ्याबरोबरच प्रौढ झाला होता. त्याचं डोकं आणि खांदे वाकले होते. तो कमरेतूनही वाकला होता. चेहऱ्यावर दाढीचे खुंट होते आणि डोक्यावर मध्यभागी मंद नाण्यासारखं दिसणारं टक्कल होतं. तो मरण पावला होता, त्या वेळी फक्त अठ्ठावीस वर्षांचा होता. मग तो एवढा म्हातारा का दिसतोय? बहुतेक माझ्या गरजेनुसार मला हवा तसा तो दिसतो. कदाचित, हे काही वेगळंही असू शकेल.

आजची रात्र शुभ आहे. आज चंद्र, ग्रह, तारा आणि त्यांच्या भ्रमणकक्षा एकमेकींना छेदतात तो बिंदू असे सगळे एकाच रेषेत येणार आहेत. हा योग दुर्मीळ असतो. शेतातसुद्धा याचं प्रदर्शन दिसू शकेल. पार्किंग लॉटमधून आणि कोरड्या पडलेल्या ओहळातून आम्ही झपाझप चालत निघालो. आमच्या रस्त्यावर दुतर्फा भरपूर राजकीय भित्तिचित्रं दिसत होती. ती ओलांडून आम्ही मुख्य रस्त्याकडे वळलो. इतर कोणीही इथून चालत जात नव्हतं. तिथे सगळीकडे कुबट, खवट वास भरून राहिला होता. सगळीकडे मांजरांच्या आकाराच्या गलेलठ्ठ उंदरांचा सुळसुळाट झाला होता. ते कचऱ्याच्या ढिगात शिरून त्या कचऱ्याची उलथापालथ करत होते आणि तुमच्या पावलांवरून अतिशय चपळाईनं पळून जात होते. बहुतेक लोक लांबच्या रस्त्यानं जात होते. आम्ही चाललो होतो, त्या

रस्त्यावर सर्वत्र प्रचंड प्रमाणात काटक्या, पालापाचोळा, उसाची चिपाडं असा मोठा कचऱ्याचा वाढता ढिगारा आहे. गेली वर्षानुवर्षं साचलेल्या या कचऱ्यामुळे जवळजवळ निम्मा रस्ता भरून गेला आहे. कुजलेल्या साली, द्रवरूप पातळ पदार्थांचे घट्ट ओघळ, कशाचे आहेत हे ओळखूही न येणारे पांढऱ्या आणि पिवळ्या रंगाचे चट्टे, मोठमोठे डाग, मध्येच फाटलेल्या आणि गच्च भरलेल्या, फुगलेल्या आणि आतील कचरा बाहेर वाहून चाललेल्या प्लॅस्टिकच्या पिशव्या असा कचरा सगळीकडे पसरला होता. भिजलेल्या, काळ्या पडलेल्या दुपट्ट्याएवढ्या लांबीच्या चिंध्याही तिथे पडल्या होत्या. कुजणाऱ्या मांसावर उपजीविका करणाऱ्या आणि रस्ते साफ करणाऱ्या जातीच्या लोकांनी बंदिस्त गटारांतून त्या शोधून काढल्या होत्या. गटाराच्या आत उतरण्यासाठी असलेल्या मॅनहोलमधून हे लोक छोट्या चड्ड्या घालून खाली सांडपाण्यात डुबक्या मारतात. आम्ही जवळजवळ दुडक्या चालीनं निघालो होतो आणि आजूबाजूला अतिशय दुर्गंधी सुटली होती. रस्त्याच्या कोपऱ्यावर आम्ही वळलो, तेव्हा आम्ही जवळजवळ जॉगिंग केल्यासारखे चालत निघालो होतो. तेवढ्यात एक कर्कश, गडगडाटासारखा आवाज झाला. भिंतीच्या वरच्या अर्धभागात बांधण्यात आलेलं भलं मोठं प्रवेशद्वार हळूहळू बंद झालं. आमच्या डोक्याच्या वरच्या बाजूला असलेल्या उड्डाणपुलाच्या जाळ्यांना ते जोडलं गेलं होतं. त्या अंधारात अगदी मिरवणुकीनं निघाल्यासारख्या आमच्या बाजूनं जाणाऱ्या कार्स त्यांचे ओलसर, पिवळसर डोळे मिचकावत होत्या.

रिझनं आपली मान उंचावून, मागे वळून बघितलं. अजूनही त्याची गात्रं काहीशी शिथिलच होती. ''आता तर सगळीकडेच असे उड्डाणपूल झालेत,'' तो म्हणाला. ''अख्ख्या शहरभर ते पसरलेत.'' त्यानं थोड्या अंतरावर असलेल्या तिठ्याकडे बोट दाखवलं. तिथे तीन उड्डाणपूल कॉंक्रीटच्या तीन लांबलचक पृष्ठभागांच्या स्वरूपात एकत्रित येऊन एकमेकांना मिळत होते. प्रचंड उंचीच्या राखाडी रंगाच्या खांबांवर ते पेलले गेले होते. ते खांब रुंद आणि गोलाकार होते. कॉंक्रीटच्या जमिनीत त्यांना खोलवर पुरून घट्ट बसवण्यात आलं होतं. ''ते एकमेकांशी जोडले गेलेत,'' रिझ म्हणाला.

''बरोबरच आहे. नाही तर ते सगळीकडे आपल्या आजूबाजूला कसे काय आढळतील? दीपनीताला किंवा नकुलला किंवा तुझ्या कोणत्याही

मित्राला हे पाहावंच लागलं असतं तर काय झालं असतं, याची तू कल्पना करू शकतोस का?''

"इथे खाली सगळं खूपच गलिच्छ आहे!"

"मला वाटलं होतं की, हे सगळं संपून गेलं होतं."

"इथे त्यांना या पदपथावरच अशी अंघोळ करावी लागत आहे की काय? म्हणजे त्यांच्याजवळ लाजच उरली नसावी..."

रिझच्या चेहऱ्यावरचं स्मित त्या अंधारात चमकत होतं.

मी कधीही उड्डाणपुलावर गेले नव्हते. त्यावरून गाडी चालवणं खूपच वेगळं असतं, असं मी ऐकलं होतं. तिथे श्वास घेणं सोपं आहे. इथे खाली तुमच्या डोळ्यांना हवा झोंबते, तशी ती तिथे झोंबत नाही. इथे ती सतत तुमच्या पापण्यांमधून हळूच चोरटेपणानं आत पाझरत राहते. संध्याकाळपर्यंत प्रत्येकाच्या डोळ्याच्या बुब्बुळाची आग होत असते. आम्ही कोपऱ्यावर वळलो. या अखेरच्या पट्ट्यात कोणतीही महाकाय भिंत आमच्या अंगावर धावून आली नव्हती आणि आकाशात निळा अग्नी उसळ्या मारत असावा तशी चमक होती. लयबद्ध ठेक्यावर दणदणीत आवाजातील मंत्रोच्चारण सुरू होतं. तो रस्ता संपत होता तिथे पूर्वी एक खूप मोठं क्रिकेटचं मैदान होतं. अजूनही तुम्हाला तिथे पिवळ्या दगडावरच्या नक्षीकामासह आणि बोधचिन्हासह अर्धवट जळालेला स्कोअरबोर्ड दिसला असता. या शाळेतच रिझची आणि माझी भेट झाली होती. लैलानंही याच शाळेत जावं, असं आम्हाला वाटत होतं.

क्रिकेटच्या त्या जुन्या मैदानावर हजारो लोक उभे होते. लोक नाचत होते, प्रार्थना करत होते आणि मंत्रोच्चारण करत होते. लहानशा अग्निकुंडाभोवती ढोल वाजत होते. तिथे विचित्र गलका माजला होता. महासागराच्या उसळणाऱ्या पाण्यासारखा आणि त्याच्यावर घोंगावत फिरणाऱ्या वाऱ्यासारखा! प्रत्येक भागात आपापल्या समाजाचे झेंडे हातात घेऊन मोटरसायकलवरून फिरणारे तरुण सतत खाली आणि वर जात-येत होते. त्यांच्या सतत फेऱ्या सुरू होत्या, तरीही अद्याप केंद्रस्थानाजवळचा एक वर्तुळाकार भाग जवळजवळ रिकामाच होता. भिंतींवर पांढऱ्या रंगाची मखमल पसरलेली होती. तिथे पांढरे गालिचे होते. त्या रिकाम्या जागेत उड्डाणपुलांवरून आलेल्या मोठ्या कार थांबल्या

आणि प्रत्येक कार थांबता क्षणीच तिच्यातून त्यांचे ड्रायव्हर झेपावत बाहेर पडले. मागच्या सीटवरून एखादं कुटुंब हळूहळू बाहेर पडत होतं आणि आदर व्यक्त करण्यासाठी त्या भागातून चालत व्यासपीठापर्यंत जात होतं. एकदा त्यांनी त्या देवमाणसासमोर त्यांना जे वाहायचं होतं ते वाहिलं आणि त्याच्या पावलांना स्पर्श केला की, ते पुन्हा परत फिरत होते. त्यांच्या कारमध्ये बसत होते आणि तसेच कारमधून परत जात होते.

त्या देवमाणसानं पायघोळ कफनी घातली होती. तिच्यावर त्यानं सोनेरी एम्ब्रॉयडरी केलेलं जाकीट घातलं होतं. त्यानं लांबलचक दाढी ठेवली होती. तो व्यासपीठाच्या मध्यभागी उभा होता आणि त्याच्या दोन्ही बाजूंना हातात तबकं घेऊन साड्या नेसलेल्या महिला उभ्या होत्या. तो मायक्रोफोनवरून काही तरी सांकेतिक भाषेत बोलत होता आणि त्याबरोबर त्या आपले खांदे उडवत ठेका धरत होत्या. आता संगीत बदललं आणि त्यांनी नृत्य करण्यास सुरुवात केली. कमरेतून एका बाजूकडून दुसरीकडे वाकून त्याच्या बाजूला आणि त्याच्या विरुद्ध बाजूला झुकून त्या नाचत होत्या.

"त्यांना हवी असलेली संस्कृती ही अशी आहे का?" रिझने अचानक विचारलं. तो संतप्त झाला होता. मी त्या शोधातून माझं अंग काढून घेतलं होतं, तसं त्यानं त्यातून त्याचं मन काढून घेतलं नव्हतं.

व्यासपीठावरच्या प्रकाशाच्या दिशेनं झेपावणारे पतंग आणि गोचड्या आमच्या तोंडावरून फडफडत चालल्या होत्या. त्या गोंधळल्या होत्या आणि अखेरीस आपल्याला चंद्र सापडेल, अशी त्यांची खात्री होती. इलेक्ट्रॉनिक ढोलकांमधून एखाद्या व्यक्तीचं (विशेषतः स्त्रीचं) कौतुक करण्यासाठी वाजवल्या जातात तशा शीळा वाजत होत्या. बाहेरच्या बाजूला असलेल्या वक्त्यांसाठी करण्यात आलेल्या प्रशस्त व्यवस्थेमधून अनुनासिक गायनाचे स्वर बाहेर पडत होते. वरिष्ठस्तरीय वक्ते व्यासपीठांवरच्या चमकदार नीळसर प्रकाशात न्हाऊन निघाले होते. प्रेक्षक नाचत होते. ते भुवया आणि कंबर हेलकावत होते. ते एकमेकांना बिलगत होते आणि जवळजवळ एकमेकांवर जणू झडप घालत होते.

व्यासपीठावर दोन नर्तकांनी खूप मोठ्या विणलेल्या टोपल्या आणल्या. त्यांनी त्या व्यासपीठाच्या पुढच्या भागात ठेवल्या आणि तिथून मागे जाऊन

ते सुरक्षित अंतरावर उभे राहिले. प्रेक्षकांनी त्या टोपल्यांमध्ये धातूच्या वस्तू टाकण्यास सुरुवात केली. तांब्याची ब्रेसलेट, चांदीच्या अंगठ्या, इअररिंग्ज, नेकलेस, मंतरलेले गंडे, ताईत, बकल अशा गोष्टी ते त्यात टाकू लागले. त्या टोपल्या मंद धातूनं काठोकाठ भरून गेल्यावर देवमाणूस चालत पुढे आला आणि त्यानं आपले हात उंचावले. प्रत्येक जण स्तब्ध झाल्यासारखा थांबला. ते पाहणाऱ्यांवर दडपून टाकणारी शांतता पसरली. जणू काही हवेत एखादा टेबलक्लॉथ अकस्मात चटकन टाकला जातो आणि तो हळूहळू खाली घसरतो त्याप्रमाणे ती शांतता त्यांना हळूहळू वेढून टाकत होती. काळ्या टी शर्टातल्या चार पुरुषांनी त्या टोपल्या व्यासपीठाच्या मध्यभागी नेऊन ठेवल्या. देवमाणूस आता त्याचे हात उलटसुलट वर्तुळाकारात फिरवू लागला. त्याला तसाच ठेका दिला गेला. जसा ठेक्याचा वेग वाढला तसा तोही आपले हात अधिक गतीनं फिरवू लागला. ठेका आणखी जोरजोरात वाजू लागल्यानंतर जाडजूड हात गरागरा फिरत असताना अंधूक दिसू लागले. हवा अधिक गर्द झाली, अचानक अधिक दाट बनली. त्यानंतर लाइट गेले. आता फक्त दंडगोलाकार ब्लॅकलाइटमधून बाहेर पडणारा जांभळट चमकता प्रकाश त्या देवमाणसाच्या सोनेरी जाकिटावर पडत होता आणि याच वेळी प्रेक्षक उद्दीपित झाले. गर्दीतून मेघगर्जनेसारखा एक उन्मादक आवाज उमटला. मुस्लीम सुफी पंथीयांमधील दरवेशांच्या नृत्यातील उन्मादकतेप्रमाणे तो उन्माद होता. आता तो देवमाणूस थांबला. पूर्णपणे स्तब्ध झाला. त्यानंतर त्यानं उच्च स्वरात एक दीर्घ आरोळी ठोकली. आता पुन्हा लाइट आले. आता दोन्ही टोपल्या सोन्यानं भरल्या होत्या.

तिथे कानठळ्या बसवणारा टाळ्यांचा कडकडाट झाला. त्या चार पुरुषांनी त्या टोपल्या व्यासपीठावरून आत नेल्या त्या वेळी रिझ माझ्या कानांत ओरडला, ''मला फक्त एवढंच आठवतंय की, ही जागा पूर्वी किती सुंदर होती. मी रोज दुपारच्या जेवणाच्या वेळी इथे येत होतो. मला अजूनही शालेय गणवेशातील तू दिसतेस. तो सुंदर असलेला गणवेशावरचा बेल्ट मला दिसतो.''

बहुतेक दर वर्षी आम्ही तेच ते संभाषण करत होतो. ''आपण इथे येतो, त्या वेळी मला काय वाटतं ते मी तुला सांगितलंय का? लैलाला शाळेत घालण्यासाठी मी इथे आले होते तो दिवस मला आठवतो. त्या प्रवेशद्वाराच्या समोर आम्ही रांगेत उभे होतो. तो पांढरा शर्ट घातलेला आणि एका पायापुढे

दुसरा पाय तिरका ठेवून उभा राहिलेला माणूस आहे ना, बहुतेक तिथेच ते असावं. त्या दिवशी सकाळी एवढं उकडत होतं की, शाळेच्या खिडक्याही चांदीचे पत्रे बसवल्यासारख्या चकाकत होत्या.''

"त्या वर्षीचा उन्हाळा बराच लांबला होता नाही का?''

"होय,'' मी म्हणाले.

त्या दिवशी मी अगदी नर्व्हस झाले होते. माझं लक्ष त्या नर्व्हसपणावरून दूर करण्यासाठी मग मी माझ्या रांगेत माझ्याप्रमाणेच त्या कडाक्याच्या उन्हात चमकत असल्याप्रमाणे दिसणाऱ्या आणखी किती महिला उभ्या आहेत ते मोजू लागले. त्यांचे फोन आणि बोटं, इअररिंग्ज आणि खूप मोठे गॉगल मी पाहत होते, तेव्हा अजूनही सकाळच होती. दुपार व्हायला अजून अवकाश होता; पण तरीही खूपच ऊन पडलं होतं. पार्किंग लॉटमध्ये धुळीचे कण गरगरत फिरत होते. पक्षी केव्हाच दूरवर निघून गेले होते. झाडं पर्णहीन होती. नको त्या ठिकाणाहून घाम बाहेर पडत असल्यामुळे रांगेत उभा असलेला प्रत्येक जणच अस्वस्थपणे चुळबुळ करत होता. आम्हाला बाहेर उभं राहण्याची सवय नव्हती. "सगळ्या आया आणि वडील एकापाठोपाठ एक रांगेतून आत गेले,'' मी रिझला म्हणाले. "मी पुढे पोहोचले त्या वेळी मी केवढी घाबरले होते. प्रवेशद्वारामागच्या वार्ताफलकावर लावलेल्या यादीत मी वरपासून खालपर्यंत नजर फिरवली. त्यानंतर मला तिचं नाव दिसलं. दोन वर्षं दहा महिने. तिच्या नावासमोरच तुझंही नाव होतं.''

"मला आठवतोय तो फोन,'' रिझ म्हणाला. "तू तर रडतच होतीस,'' दूरवरच्या मंत्रालयाच्या इमारतींकडे त्यानं रोखून पाहिलं, त्याबरोबर त्यानं आपल्या शर्टाची कॉलर बोटांनी पकडली आणि आवळून धरलेल्या दातांमध्ये घट्ट पकडली आणि तो ती चावू लागला. अचानकच मला थकवा आला होता. मी नेहमीच त्याच्या तोंडातून कापड ओढत असे; पण आता मला तशी इच्छाही झाली नाही. "आपण तिला प्रत्येक गोष्ट देणारच होतो,'' तो म्हणाला.

होय. आम्ही देणारच होतो; परंतु लैलाला या शाळेत जाण्याची संधीच मिळाली नाही. तिला तो प्लेटचा निळा स्कर्ट, तो सुंदर बेल्ट बांधण्याची संधी मिळाली नाही. तिच्या कुरळ्या केसांवर रिबन बांधण्याची, तिच्या

जन्माच्या आधीपासून तिच्या आईनं तिच्यासाठी जपून ठेवलेल्या कॅरन डी एश रंगीत पेन्सिल दाखवून मिरवण्याची संधीही तिला लाभली नाही. लैलाला इथे शिकायला मिळालं नाही; पण आम्ही मात्र वर्षातून एकदा इथे पुन:पुन्हा येत राहतो, त्यामुळे ‘कदाचित असं घडलं असतं’ या नक्षीदार वेलबुट्टीच्या आणखी एक धाग्याची कल्पना करण्यास आम्हाला मदत होते.

==

डासांना हाकलून, हाकलून मी अगदी दमून गेले होते. मी काहीतरी सांगण्यासाठी वळले; पण आता माझ्याबरोबर रिझ नव्हता. आता तो त्याला हवं तेव्हा येत होता आणि तसाच हवं तेव्हा निघूनही जात होता. लैलाला शोधणं ही आमची शोधमोहीम होती. ही एकच अखेरची गोष्ट आम्ही एकत्रितपणानं करणार होतो म्हणूनच तिच्या वाढदिवशी नेहमीच मी दोन मेणबत्त्या विकत घेत होते आणि तिथे पुरत होते. आम्हा दोघांकडून प्रत्येकी एकेक. आम्ही तिला शोधून काढू त्या वेळी रिझला शांतता लाभेल.

“नऊ वाजले. आता बॅडमिंटनची वेळ संपेल,” मी मोठ्यानं ओरडले. माझ्या पिशवीत ते प्लॅस्टिकचं फावडं मी आणखी घट्ट खुपसून ठेवलं आणि बस स्टॉपच्या दिशेनं चालू लागले.

टॉवर्स

मी त्रेचाळीस वर्षांची आहे. टॉवर्स नावाच्या एका डबघाईला आलेल्या रहिवासी संकुलात राहणारी विधवा. हे संकुल आग्नेय सीमेजवळ बांधण्यात आलं होतं. त्याचा पुढचा भाग शहराच्या जुन्या प्रवेशद्वारात होता. ते दात नसलेल्या बोळक्या तोंडासारखं दिसत होतं. ईस्ट स्लम या झोपटपट्टीचा टोकाचा पट्टा, भरावासाठी आणलेलं टाकाऊ साहित्य पडलेला परिसर, पनीर पॅकिंग प्रकल्प, टुलिपच्या शेतीतील गुबगुबीत चंदेरी पांढऱ्या रंगाचे तंबू या सगळ्या भागातून ते पुढे जात होतं. सोळा वर्षांपूर्वी मी इथे पहिल्यांदा राहायला आले, त्या वेळी टॉवर्स हे संकुल एका हळदीसारख्या पिवळ्याशार जमिनीच्या मोकळ्या भागात होतं. ओळीनं असलेल्या कारखान्यांच्या, फॅक्टऱ्यांच्या शेडमध्ये आणि दूरवरच्या वीज प्रकल्पाच्या लाल व पांढऱ्या विटांच्या बांधकामात टॉवर्स हाच काय तो एकमेव दिलासा होता.

मला अधिक अंधूक आणि थोडं-फारच आठवत असलं तरीही ते मला इकडे घेऊन आले, त्या वेळी मी अठ्ठावीस वर्षांची होते. माझा गोंधळ उडाला होता. बहुधा तो गोळ्यांचा म्हणजे डॉ. अय्यर यांनी दिलेल्या गोळ्यांचा परिणाम असावा. काही लोकांना त्या गोळ्या घेतल्यानंतर छातीत धडधडण्याचा, रात्री घाम येण्याचा त्रास होत होता. काहींना अचानक श्वास घेण्यास त्रास होत होता; पण मला त्या गोळ्यांमुळे आराम वाटला. अगदी आतासुद्धा रोज रात्री मी ती एक गोळी घेतेच.

सुरुवातीला मी इथे आले, तेव्हाच्या रात्री मला भरपूर उकाड्याच्या आणि निर्वात वाटल्या होत्या, त्यामुळे तिथे राहताना मला प्रत्येक वेळी श्वास घेणं अवघड वाटत होतं. जणू काही एखादा महाकाय पुरुष त्याच्या छातीवर

माझा चेहरा दाबत असावा, असं मला वाटत होतं. पडद्यांच्या फटीतून रिक्त निळ्या प्रकाशाचे स्तंभ दिसत होते. त्या खोलीतील प्रत्येक गोष्टीला निळ्या रंगाची कडा होती. एखाद्या वेड्याप्रमाणे माझ्या नवीन घराचा कोपरा न् कोपरा मी तपासून पाहिला. वन रूम किचन आणि त्याला जोडून असलेलं बाथरूम. चिकणमातीची भांडी आणि दरवाजाचं हँडलही मी तपासलं. एका भिंतीवरच्या रंगाचे पोपडे निघाले होते आणि तिथे हळूहळू गळती होत होती. स्टोव्हचं कसंबसं स्वच्छ करण्यात आलेलं ॲल्युमिनियमही मी तपासून बघितलं. गॅस सिलिंडरसाठी तयार करण्यात आलेल्या जागेतील कपाट किंचित वेडंवाकडं झालं होतं. त्याचा दरवाजा व्यवस्थित बंद केलेला नव्हता. दर काही मिनिटांनी तो त्याच्या चौकटीला घासला जात होता आणि त्याचा मोठा आवाज होत होता, त्यामुळे माझ्या हृदयाची धडधड वाढत होती. पाच वर्षांपूर्वी माझं आणि रिझचं लग्न झालं होतं. सुमारे एक वर्षाचा काळ वगळता सगळी मिळून एकूण अकरा वर्षं आम्ही एकत्र होतो. प्रेम किती बदलतं! सुरुवातीला आम्ही एवढे समरसून जगलो आणि आम्हाला दोघांनाही एकमेकांची एवढी गरज वाटत होती की काय सांगू! जसजसा काळ उलटत गेला तसतसे पुढे पुढे लैंगिक संबंध कसेबसे घाईघाईनं उरकले जाऊ लागले. आमचं लक्ष आमच्या मुलीकडे वळलं होतं. रिझचं आणि माझं भांडण झालं, त्या वेळी रिझशिवाय लैला आणि मी एकत्र राहू शकू, असा विचारही मी केला होता; परंतु त्या वेळी मी रागावले असले तरीही रोज रात्री मला त्याच्याकडून मिळणारा आरामदायकपणा, दिलासा काय होता ते मला माहिती होतं. त्याच्या श्वासोच्छ्वासाची लय, त्याच्या शरीरातून येणारा तो विशिष्ट गंध, एखाद्या स्वप्नाचा खूप त्रास झाला की तो ज्या प्रकारे माझ्याकडे येत असे ती पद्धत... हे सगळं मला हवं होतं. अचानकच अनेक वर्षांत पहिल्यांदाच मी पुन्हा एकदा अगदी एकाकी होते. माझा पलंग खूपच उंच, एकाकी आणि अगदी एकांतात असल्यासारखा होता. जणू काही मी एखादा भयंकर गुन्हा केला होता, कुठल्या तरी मोठ्या नियमाचं उल्लंघन केलं होतं आणि त्यामुळे माझ्या सासरच्या माणसांनी मला पुन्हा एकदा माझ्या पालकांच्या घरी एकटीनं, प्रेमविहीन रात्री घालवण्यासाठी पाठवून दिलं होतं. त्या वेळी तेवढंसंच थोडं काय ते माझ्या लक्षात आलं होतं. मी पहिल्यांदाच इथे आले होते, त्या वेळी मी किती तरुण होते!

बहुतेक रात्री मी झोपू शकले नव्हते. तास न् तास अस्वस्थपणे घालवल्यानंतर घामाघूम झालेल्या अवस्थेतून बाहेर पडल्यावर पर्समधल्या कागदांमधून माझ्या हाताला मी पर्समध्ये ठेवत असलेली लहानशी जामची बाटली लागली. मी तिचं जाडजूड रबरी सील तोडलं आणि एक ग्लास पाण्याबरोबर तिच्यात ठेवलेली एक निळी आणि पांढरी गोळी घेतली. फक्त त्यानंतरच पंख्याखाली झोपेची प्रतीक्षा करण्यासाठी मी पलंगावर परतू शकले.

पण त्या गोळ्या काम करतात. त्या छोट्याशा गोळीनं दिवसभराच्या जागेपणीच्या आठवणी, आपण घासूनपुसून, संरक्षित करून ठेवलेल्या आणि पुनःपुन्हा आठवत बसतो त्या प्रतिमा या सगळ्या गोष्टींपासून मनाला दुसरीकडे नेलं असतं. लैलाचं भलं मोठं, कुटील स्मित... लहान मुलाला सुरक्षितपणे कपड्यात गुंडाळून ठेवतात, त्याप्रमाणे पलंगावर रिझ मला पाठीमागून जवळ घेत असे, ती आठवण... माझ्या खांद्यांमधील कापल्यासारख्या होणाऱ्या वेदना क्षीण होत चालल्या आहेत. आठवणी उसळतात आणि आकुंचित होत जातात. आता सगळीकडे मंद, उबदार झिणझिण्या आहेत. मी कुठल्या तरी नरम, कसल्या तरी गुळगुळीत गोष्टीकडे टक लावून पाहत आहे. वाऱ्यावर उडणारी पांढरी सॅटिनची चादर आहे आणि मी तिच्याकडे ओढली जात आहे. मी स्वतः आणि त्या सॅटिनसारख्या मऊ, मुलायम आठवणीच्या चुण्या यात मला कसलंच अंतर असल्यासारखं वाटत नाही. आम्ही एक आहोत, एकसारख्याच आहोत.

ती गोळी तीन तासांचा वेळ देते. उन्हात चमकणाऱ्या गुळगुळीत, सरळ रस्त्यावर फिरण्यासाठी, ताकद गोळा करण्यासाठी, झोप येण्यासाठी ती गोळी तीन तास देते. साडेतीनपर्यंत ओळखीचं स्वप्न पडतं... माझ्या पलंगावर मी गाढ झोपलेली असते. माझ्या स्वतःच्या, त्या हरवलेल्या पलंगावर. झोपेत श्वास रोखला जाण्याच्या रिझच्या आजारावर उपचार म्हणून ठेवलेल्या कुंडीतील लव्हेंडरचा वास मला जाणवतो. तेवढ्यात माझ्या अंगाखालचं वजन वाढल्यासारखं मला वाटतं. ज्या प्रकारे चादर ओढली गेलेली असते त्यावरून माझ्या लक्षात येतं की, लैला मध्ये आलेली आहे. ती कशामुळे तरी नक्कीच घाबरलेली होती, हे तिनं ज्या पद्धतीनं चादर अंगाभोवती ओढून घेऊन गुंडाळली होती, त्यावरून माझ्या लक्षात येतं... तिनं माझ्या कुशीत

शिरावं म्हणून मी माझे बाहू पसरते, आता तिचा नाजूकसा हात माझ्या स्तनावर पडला असता. माझ्या बरगड्यांवर तिच्या खांद्याचा दाब पडला असता. मी तिला जवळ घेण्याचा प्रयत्न करते. मी पुन्हा एकदा प्रयत्न करते. माझा पाय मी आजूबाजूला फिरवून अंदाज घेते; पण तिथे फक्त रिकामा थंडगारपणा असतो... आठवण हा एक दक्षतेचा इशारा असतो. माझ्या डोक्याभोवती तो भोंगा वाजत राहतो. गेली. ती गेली. आता आणखी झोप येणं शक्यच नव्हतं. खोली प्रकाशानं उजळू निघाली होती, त्यामुळे मी छताकडे बघून विश्रांती मिळावी, अशी गयावया करते. पडद्यांच्या फटींमधून दिसणारं आकाश अगदी स्वच्छ निरभ्र, निळंभोर आहे. रिकाम्या ढगाचा पसरलेला पट्टा. सदान्कदा लैला माझ्यावर तरंगत असे. तिच्या छोट्याशा नाकाचं ते धारदार हाड, तपकिरी हिरवट डोळे, त्यांना स्पर्श करणंही दूरची गोष्ट होती. तिचा चुणचुणीतपणा, विश्वास टाकणारं स्मित. ती माझे खांदे घट्ट पकडून ठेवतेय. माझा श्वास गुदमरतोय. मला उडी मारलीच पाहिजे. या शापित पलंगावरून मी उडून दूरवर गेलं पाहिजे.

==

लैलाकडे माझी नक्कल करण्याचा मार्ग होता.

पहिल्यांदा मी तिला माझी नक्कल करताना पाहिलं होतं, त्या वेळी माझ्या मनात तिच्याविषयीचं प्रेम उफाळून आलं होतं. मालकी हक्काची जाणीव होतीच; पण त्यात त्याहूनही अधिक काही तरी होतं. *ती जेवढी माझी होती, तितकीच मीही तिची होते.* माझ्या चेहऱ्यावरून अश्रू ओघळू लागले. तिनं वळून मला पाहिलं, त्या वेळी ती इतकी काळजीत पडलेली दिसत होती की, मी हसत हसतच धावत तिच्याकडे गेले आणि आम्ही एकमेकींना मिठी मारली. माझ्या मानेभोवती पडलेली तिच्या हातांची मिठी मला अजूनही जाणवतेय.

तो हिवाळा होता. कारण, हवा दाट बनली होती. करडा प्रकाश पसरला होता. प्रत्येक खोलीत हवा शुद्ध करणारे शुद्धीकरण पंप सुरू होते. तिला नेण्यात आलं होतं, त्याच्या काही महिन्यांच्या आधीची गोष्ट आहे. लैला माझ्या बेडरूममध्ये गेली आणि तिनं माझ्या ड्रेसिंग टेबलच्या आरशाला मी चिकटवून

ठेवलेली माझी बिंदी ओढून काढली. तिच्या दोन्ही भुवयांच्या खाली ती खूपच मोठी दिसत होती. माझ्या कपाटातून तिनं दुपट्टा घेतला आणि लो हीलच्या सपाट चपला काढून घेतल्या. तिच्या स्लीव्हलेस स्वेटरच्या एका खांद्यावर तिनं साडीच्या पदरासारखा दुपट्टा घेतला होता. माझ्या चपलांमध्ये तिची गुबगुबीत पावलं आणि पांढऱ्या टुलीपच्या फुलांसारखी दिसणारी तिच्या पायांची बोटं जेमतेम चपलेच्या अर्ध्या लांबीपर्यंतच पोहोचली होती; पण ती आत्मविश्वासानं चालत होती. लिव्हिंग रूममध्ये ती हळूहळू, अस्थिर पावलांनी, मंद गतीनं येरझाऱ्या घालत होती. तिच्या बाहुल्यांना तिनं कोचावर बसवलं होतं आणि खोलीच्या त्या टोकापर्यंत पोहोचल्यावर त्यांच्यासमोर आपलं बोट नाचवत ती त्यांना ओरडली.

त्या वेळीही माझ्या मनात तसाच उबदार, आपलेपणाचा आनंद भरून आलाच होता; पण मला एक काळजी ग्रासत होती : मी अशा प्रकारे तिला ओरडले होते का? कधी?

==

प्युरिटी कॅम्पमध्ये मला त्या गोळ्या देण्यात आल्या होत्या. मी तिथे पहिल्यांदा गेले होते, त्या वेळी मला तिथे तुकड्यांत विभाजित केलं गेल्यासारखं वाटलं होतं. काठापासून तुटून एकाकीपणानं पाऊल टाकल्यासारखं, एकाकी चांदईंच्या (छपराच्या पाख्याखालील भिंतींचा त्रिकोणी भाग) शेड असलेल्या त्या खुल्या, प्रशस्त मैदानाच्या जाळ्यात पकडलं गेल्यासारखं वाटलं होतं; पण मी वेडी नव्हते. माझं त्याविषयीचं मत स्पष्ट होतं. मी बरळल्यासारखा आरडाओरडा केला नव्हता किंवा तिथे नग्नावस्थेत पळतही सुटले नव्हते. मी रागानं माझा आवाज चढवला नव्हता. गोळ्यांनी मदत केली होती. त्याच्याशी जुळवून घेण्याचे इतरही काही मार्ग होते. दैनंदिनीविषयी चिंतातुर असलेल्या अनेकांनी किरकोळ विचित्र सवयी लावून घेतल्या होत्या. बिअरमधून दुपारच्या हवेत बाहेर पडण्यासाठी संघर्ष करणारी मधमाशी पहिल्यांदा बिअरमगच्या कडेनं कशीबशी अस्वस्थपणे फडफडत गोल गोल फेऱ्या मारत राहते. आपला फेऱ्या मारण्याचा गोलाकार ती हळूहळू अधिकाधिक वाढवत जाते. त्या शिबिरातील आम्ही सगळेही जवळजवळ तसेच होतो. आम्ही अतिशय वाईट

पद्धतीनं निकरानं लहान लहान गोष्टी करत होतो, त्यामुळे सर्वसामान्य, नॉर्मल गोष्ट काय आहे ते आम्ही आठवू शकलो असतो.

आमच्याबरोबर तिथे असलेल्या एकीनं आम्हा सर्वांपासून अंतर राखून राहणंच पसंत केलं होतं. जेवणाआधी किंवा झोपायला जाण्यापूर्वीही ती चकार शब्द बोलली नव्हती. मुली तिला लेडी पोलीस म्हणत होत्या. ते नाव तिला लगेच चिकटलं होतं. तिचा चेहरा तरुण दिसत असला तरीही तिचे केस छान पांढरे होते आणि ते खालच्या दिशेनं पसरलेले होते. तिचं नाक धारदार होतं आणि जबड्याची त्वचा अजूनही ओघळलेली नव्हती. त्वचेवर सुरकुत्या नव्हत्या. ती कुर्ता-पायजमा घालत होती आणि तिचं शरीर मऊ; पण एखाद्या ॲथलिटप्रमाणे अगदी तंदुरुस्त दिसत होतं. लेडी पोलीस कधी चालत नसे, तर ती त्या ठिकाणी लांब लांब ढांगा टाकत फिरत असे. रोज सकाळी आणि संध्याकाळी जवळजवळ एकाच ठरलेल्या वेळी ती झोपण्याच्या सामाईक खोलीतून झपाट्यानं बाहेर पडत असे. खेळाची मैदानं पार करून शिबिराच्या पूर्व कडेला असलेल्या छोट्याशा वृक्षवाटिकांकडे ती जात असे. तिच्या ऐटबाज चालीत नेहमीच काहीतरी प्रगत गोष्ट, तत्परता, सहेतुकता असे. ती दुसऱ्या व्यक्तीशी क्वचितच बोलत असे, खरं तर तिथे करण्यासारखं काहीही नव्हतं; परंतु तरीही हातात एखादं महत्त्वाचं काम असावं अशा प्रकारे ती कुठेतरी जात होती, यात शंकाच नव्हती. दिवसेंदिवस मला याचा अधिकाधिक राग येत होता. एके दिवशी संध्याकाळी मी तिचा पाठलाग करायचा असं ठरवलं.

संधिप्रकाशानं आकाशाला मुका मार दिल्याप्रमाणे आकाशात जांभळे आणि गर्द निळे रंग पसरले होते. वाऱ्यामुळे बोराच्या झाडाच्या फांद्या हलल्या आणि उसळलेल्या पिवळ्या धुळीचे कण माझ्या डोळ्यांत गेले. पहिल्यांदा तिचा पाठलाग करणं सोपं होतं. कारण, त्या गार हवा पडलेल्या संध्याकाळी अनेक स्त्रिया तिथे फिरत होत्या; पण लवकरच तिथे फक्त आम्ही दोघीच होतो आणि मला तिच्यापासून किमान पन्नास किंवा साठ यार्ड मागेच राहावं लागत होतं. मी त्या वृक्षवाटिकांमध्ये शिरेपर्यंत ती दिसेनाशी झाली होती.

मी तिथे लंबवर्तुळाकारात खूप फिरले. आता झुडपाच्या आणि झाडाच्या राखाडी रंगाच्या आकृत्या दिसत होत्या. त्यांमधून तिचे बॉबकट केलेले पांढरे

केस दिसतात का त्याचा मी खूप शोध घेतला. अखेरीस मला ती दिसली. मातीत ती एकटीच बसली होती. तिनं एकावर एक पाय टाकले होते. ती ताठ बसली होती आणि माझ्याकडे तिची पाठ होती. मला तिथे थोडा वेळ थांबावंच लागणार होतं. मी तशीच मागे झाले आणि तिथल्या रोपाच्या ठिपकेदार बुंध्यामागे दबा धरून बसले.

ती सोबतीची वाट पाहत होती. तिच्यासमोर एक ताट, चाकू आणि काटा चमचा होता. चार जणांना बसता यावं अशा प्रकारची रचना करण्यात आली होती. डायनिंग रूममधून भुरटी चोरी करून भांडी पळवण्यात आली होती. मला राग यायला हवा होता. कारण, आमच्याकडे सगळ्याच गोष्टींचा तुटवडा होता; परंतु इथे त्याच्याशी काहीच देणंघेणं नव्हतं. लेडी पोलीस शांतपणे जमिनीवर बसली होती. ती मान डोलवत होती, स्मित करत होती. तिच्या भोवतीच्या ताटांकडे मान वळवून पाहत होती. काही क्षण दबक्या आवाजात काहीतरी बोलत होती. एखाद्या मुलानं चहा पार्टीचा खेळ खेळावा, त्याप्रमाणे ती आपल्या ओठांजवळ पेला नेत होती.

मी तिथे किती वेळ उभी होते हे मी तुम्हाला सांगू शकत नाही. मी काहीतरी चुकीचं करत होते, अशा समजुतीनं मी तिचा पाठलाग करायला सुरुवात केली होती. आता माझ्या मनातील अपराधीपणा कितीतरी पटीनं वाढला होता. मी कोणत्या तरी खास गोष्टीवर झडप घातली होती, माझ्या हाती काहीतरी खास लागलं होतं हे मला माहिती होतं. मी मागे वळले आणि त्या वाळलेल्या पाल्यापाचोळ्यातून मेटाकुटीनं धावत सुटले. बहुतेक संध्याकाळी लेडी पोलीस त्या वृक्षवाटिकेकडे जात असताना मी पाहिलं होतं. मी दोनदा तिच्याबरोबर बोललेसुद्धा; पण नंतर कधीही मी तिच्या पाठोपाठ गेले नाही.

==

रिझचा मृतदेह बहुधा शहराच्या पूर्वेकडच्या टोकाला असलेल्या वाळवंटी भागातील गटारात त्यांनी टाकला असेल आणि तिथेच जळत्या अवस्थेत फेकूनही दिला असेल. ग्रीष्म ऋतूच्या उन्मादाच्या विरोधात बोलणाऱ्या शेकडो पुरुषांना तिथे सोडून देण्यात आलं होतं. लैलाला घेऊन जाऊ नये

म्हणून रिझनं निकरानं विरोध केला होता. त्यानं लढा दिला होता. मी? मी प्रतिकार न करणारी, शरणागत, भित्री म्हणूनच अखेरीस मरणार आहे. मी संभ्रमात होते. कारण, मी घाबरले होते. एकटीच होते. कारण, आता माझ्यासमोरचा तोच एकमेव मार्ग होता. माझ्याकडे अनेक कारणं आणि समर्थनं आहेत. ज्या वेळी त्यांनी मला इकडे आणलं, त्या वेळी त्यांनी मला महसूल मंत्रालयात नोकरी दिली होती. झोपडपट्टीत राहणारे लोक ओल्या फडक्यानं साफसफाई करत आणि टाकून दिलेल्या वस्तू गोळा करत. आम्हाला शिपायाचं काम करावं लागत होतं. कागदपत्रांची देवाण-घेवाण, डेस्क पुसणं, तिथे असलेल्या उपकरणांचं काम व्यवस्थित सुरू ठेवणं अशी कामं आम्हाला करावी लागत होती. आम्ही वरिष्ठ अधिकाऱ्यांना चहा नेऊन देत होतो. एकावर एक तीन डबे असलेले ट्रिपल डेकर जेवणाचे डबे उघडून देणं, जेवण वाढणं, ताटं, पेले आणि इतर भांडी घासणं अशी सगळी कामं आम्ही करत होतो. मी झोपत नव्हते. एका पातळशा ॲल्युमिनियमच्या ट्रेमध्ये दुधाळ चहाचे डझनभर कप घेऊन कार्यालयांमधून मी पाय ओढत ओढत जात होते. कधी कपाटातून साखर काढत होते किंवा दूध विकत आणत होते किंवा लोणच्याच्या बरण्यांवर आलेले केशरी तेलकट ओशट डांगाचे पट्टे घासून-पुसून स्वच्छ करत होते. कामाचे तास दीर्घ होते. जाण्या-येण्यासाठी करावा लागणारा प्रवास त्रासदायक होता. मी जिथे गेले होते तिथे मी सतत दमून, थकून जात होते.

==

बहुतांश रात्री माझ्या बिछान्यावर मी तळमळत घालवत होते. ते वन रूम अपार्टमेंट म्हणजे माझ्या मेंदूभोवतीचा आणखी एक कक्ष होता. ते एक मोठं आवरण होतं आणि त्या आवरणावर आदळून माझा प्रत्येक विचार माझ्याकडे परत येत होता म्हणून मी फिरायला जात होते. माझ्या इमारतीतून मी हळूच बाहेर पडत होते आणि आम्हाला शटल बस ज्या चिखलानं भरलेल्या मार्गावरून कार्यालयात नेत असत त्या मार्गावरून चालत जात असे. वाटेत घरांबाहेर पेटवलेला जाळ वाढत जात असे. त्याचा गुलाबी रंग जिथे रात्रीला जमीन आणि आकाशात विभाजित करत असे तिथपर्यंत मी चालत जात असे. ज्या वेळी सूर्य उगवत असे त्या वेळी मला अचानकच थकल्याची जाणीव

होत असे. माझ्या पोटऱ्या आणि पावलं दुखू लागत आणि मग मी मागे फिरत असे. रात्रीच्या या फिरण्यांमुळे माझ्या नव्या घराला अधिक चांगल्या प्रकारे समजून घेण्यास मला मदत झाली. दिवसा आम्ही सगळ्यांनी कापणीनंतर मागे राहिलेले पिकाचे खुंट असलेला सपाट प्रदेश पाहिला होता; परंतु रात्री मला तिथले सूक्ष्म चढ-उतार अगदी स्पष्टपणे जाणवू लागले. मी टाकत असलेल्या प्रत्येक पावलाबरोबर मला त्या प्रदेशाच्या प्राचीन, सूक्ष्म स्वाभाविक रचनेची जाणीव होऊ शकत होती. अशीच एकदा मी रात्रीची फिरत होते. मी तिथे आले होते, त्या पहिल्या वर्षीचा हिवाळा आता सुरू होणार होता, तेवढ्यात मला तो लहान मुलगा दिसला.

ती डिसेंबरची थंडगार रात्र होती. आकाशात चंद्र दिसत नव्हता. माझ्या सभोवतालची प्रत्येक गोष्ट अगदी स्तब्ध होती. कीटकांच्या सोंडेसारखे भाग असलेल्या काही अंतरावरच्या चंदेरी वृक्षांतील उभ्या खडबडीत सुळक्यांसारखी दिसणारी मुंग्यांची वारुळं अगदी निःस्तब्ध होती. माझ्या अंगावर फक्त पातळसं जाकीट होतं, त्यामुळे मी छातीशी हातांची घट्ट घडी घालून चालत होते. बगलेत धरलेले माझे हात उबदार बनत होते आणि मी झपाझप पावलं टाकत निघाले होते. मातीचा हा रस्ता चढावर होता. दुतर्फा असलेल्या शेतांहून जवळजवळ तो दोन फूट उंचावर होता. एके काळी हा गहू पिकवणारा देश होता; परंतु पाण्याच्या दुर्भिक्ष्यामुळे शेतं ओस पडली. आम्हाला इथे पाठवण्यात आलं, त्या वेळी तिथे काहीही पिकत नव्हतं. फक्त करड्या तपकिरी रंगाची झुडपं तेवढीच वाढत होती. रस्त्याच्या कडेला असलेल्या विटांच्या ढिगाऱ्यांच्या पाठीमागून संकरित जातीच्या कुत्र्यांचा कळप झेपावत बाहेर पडला. मला ओळखल्यानंतर त्यांनी भुंकणं थांबवलं. रुबाबदार पाय, पार्श्वभाग असलेला आणि शेपटीचं टोक पांढरं असलेला त्यांचा म्होरक्या माझे हात चाटण्यासाठी पुढे आला. मला त्यांच्या सोबतीचा आनंद झाला. काही वेळा या रस्त्यांवरून साप सरपटत जाताना दिसत असत. त्यांच्या खवल्यांमुळे डांबरावर भरपूर प्रमाणात सोडियमचे फिके डाग दिसत होते. एका वेळी एक याप्रमाणे ती कुत्री एका पाठोपाठ त्यांच्या हद्दीत परत गेली. शेवटचा कुत्राही हळूहळू कुईंकुईं करत आत शिरला. त्याच वेळी रस्त्याच्या खालच्या बाजूला मला कसला तरी एक मोठा सातत्यपूर्ण आवाज ऐकू येऊ लागला. थप. थप. थप. आपल्या प्रत्येकाच्याच मनात कुठेतरी आपण सुरक्षित असावं, अशी अपेक्षा असतेच.

सुरक्षिततेची जाणीव ही आपल्या मनात घर करून असलेली भ्रामक कल्पना असते. फक्त ती माझ्यापुरतीच मर्यादित नव्हती. प्रत्येक व्यक्तीनं तिचं स्वतःचं पावित्र्य, अखंडत्व यांची उभारणी केलीच पाहिजे. त्यांना आढळलेल्या वस्तूंपासून त्यांनी त्याला आकार दिला पाहिजे. अगदी नेमकेपणानं सांगायचं तर मी तिचं संरक्षण करू शकले नाही म्हणून माझ्या मुलीला नेण्यात आलं. माझ्या जीन्सच्या खिशात मी हात घातला. माझ्या हाताला मी बरोबर आणलेल्या आणि खटक्यानं उघडणाऱ्या चाकूची लाकडी मूठ लागली. मी आरशासमोर उभी राहून हल्लेखोराच्या मांडीच्या आतील भागात तो चाकू कसा खुपसावा, याचा सराव केला होता. तिथे चाकूचं पातं सहजगत्या आत शिरलं असतं. माझी तर्जनी मी त्या धातूच्या झटक्यानं उघडणाऱ्या बटणांवर घासली आणि माझ्या मनात आत्मविश्वास उफाळून आला. हा चाकू हातात असताना अगदी दोन माणसांनाही मी व्यवस्थित हाताळू शकले असते. असा घरंगळत येणारा रिक्तपणाही अशा वेळी मदत करतो. काही किलोमीटरच्या अंतरावर कारचा आवाज ऐकू येत होता. वॅगनच्या इंजिनाचा कुरकुरल्यासारखा, घसटत गेल्यासारखा आवाज माझ्या कानावर पडला. त्याबरोबर मी चालणं थांबवलं आणि माझ्या समोरच्या रस्त्यावर जसा त्या कारच्या हेडलाइटचा प्रकाश उसळ्या घेत पडू लागला तशी मी त्या रस्त्यावरून बाजूला सरकले. रस्ता सोडून शेजारच्या नरम, भुसभुशीत जमिनीत मी खाली घसरत गेले आणि काही फुटांवर जाऊन थांबले.

आता तिथे हेडलाइट नव्हते. फक्त माझ्या मागच्या बाजूला असलेल्या अंधाऱ्या पोकळीतून थप-थप-थपचा आवाज तेवढाच ऐकू येत होता. ते जे काही होतं ते प्रचंड गतीनं खूप जोरात येत होतं. कुठून तरी ट्रेनचे कर्कश आवाज करणारे डबे येत असल्याचं दिसत होतं. मी थांबले आणि नंतर पुन्हा चालायला सुरुवात केली. माझ्या मूर्खपणाचं मलाच हसू आलं. मग मी कोरड्या मातीच्या काठावर पालथी पडून राहिले. जोरदार घोंगावणाऱ्या आणि पिकांमधून वाहणाऱ्या, उन्हात विनाशकारी वणवे पेटवणाऱ्या वाऱ्यांना थोपवण्यासाठी तिथे काही वर्षांपूर्वी लागवड करण्यात आलेले जलद गतीनं वाढणारे वृक्ष दीर्घकाळच्या उन्हाळ्यात जळून, वाळून गेले होते. रस्त्याच्या दुतर्फा ते भल्या मोठ्या केरसुणीसारखे मातीत रुतून बसले होते. माझ्या

ब्लाऊजला मातीचा थंडगार स्पर्श झाला... माझे गुडघे आणि पायाची बोटं काठावर रुतली. पूर्वेकडून बोचरा वारा आला. हजारो साप सरपटत यावेत, त्याप्रमाणे कोरड्या गवतातून, खालच्या भागातून वाऱ्याचा प्रवाह माझ्यापर्यंत येत होता. थप-थप-थप. त्यानंतर हुंदके देत असलेल्या लहान मुलाचा आवाज माझ्या कानांवर पडला. सभोवतालच्या सगळ्या धुरकट श्वासांमध्ये त्याच आवाजाचा काय तो एक प्रकारचा दबका, कुरबुरता दिलासा होता. त्या मुलाचं वय बारा वर्षांहून अधिक नव्हतं. त्यानं कुर्ता आणि त्यावर स्वेटर घातला होता. चांदण्यांच्या प्रकाशात कुर्त्यावरच्या चंदेरी आणि निळ्या रेषा दिसत होत्या. त्याच्या डोक्यावर पागोटं होतं. त्याच्या कपाळावर खाली गाठ लोंबत होती. तो वेगानं उड्या मारत गेला, त्या वेळी मी थबकून तशीच पाहत राहिले. तो पुन्हा अंधारात दिसेनासा होण्याआधीच मी ओरडले, ''बाळा, थांब!'' बुटाचे मऊ तळवे तिथे पसरलेल्या रेतीवर घासले गेल्याचा आवाज आला. पुन्हा एकदा शांतता पसरली होती. आपल्या मागच्या बाजूला असलेल्या अंधाराचा त्यानं अभ्यास केला होता, अदमास घेतला होता.

''मला तू दिसतोयस,'' मी म्हणाले. काचेच्या तुकड्यांसारखा वारा माझ्या गालाला झोंबून गेला.

   ''कोण आहे तिकडे?'' तो ओरडला. त्याच्या तोंडातून वाफेचा झोत बाहेर पडत होता. ''समोर ये. तू कुठे आहेस?''

   ''पळू नकोस,'' मी मातीच्या ढिगाऱ्यावरून रस्त्यावर आले. ''काळजी करू नकोस, घाबरू नकोस,'' मी म्हणाले.

मी त्याच्या दिशेनं चालू लागल्याचं पाहिल्यावर तो मागे सरकला. तो उंच होता. त्याच्या डोळ्यांत किंचितसा तिरळेपणा दिसत होता. त्याच्या गालांवरून, जबड्यावरून मानेच्या अर्ध्या भागापर्यंत त्याचे कुरळे केस पसरले होते. त्यानं माझ्याकडे लक्षपूर्वक पाहिलं. ''तू इथे बाहेर काय करतेयस?'' त्यानं मला विचारलं.

   ''तेच मीही तुला विचारतेय. तू इथे जवळपास राहतोस का?''

   ''मला पळून जायचं होतं,'' त्यानं मनगटानं आपला चेहरा पुसला. त्यानंतर नाकपुडीवर दोन बोटं ठेवून त्यानं त्या घाणीत जोरात नाक शिंकरलं.

२७

त्याच्या हातातील कडं मनगटावरून खाली घरंगळलं. ''मम्मी-पापांनी मला हे करायला लावलं. ते लोक आज रात्री आमच्या घरी आले होते.''

''आपल्याला या रस्त्यावरून दूर गेलं पाहिजे, बाळा. ते कोणत्याही क्षणी इथे येतील. तुझं नाव काय आहे?''

''रूप.''

''इकडे बघ, रूप. तू माझ्याबरोबर येतोस?''

त्यानं मान डोलावली. त्याचा हात धरून आम्ही त्या लपण्याच्या जागेपर्यंत पोहोचलो. तिथे मातीच्या काठाला टेकून बसून आम्ही काही काळ विश्रांती घेतली. काळ्याभोर आकाशात करडे ढग एकमेकांचा पाठलाग करत धावत होते. रातकिड्यांचा कीर्ऽऽ कीर्ऽऽ आवाज घुमत होता. त्या मुलाला दम लागला होता, तो हळूहळू पुन्हा व्यवस्थित नियमित श्वासोच्छ्वास करू लागला आणि भानावर आला. मी त्याचे हात माझ्या हातांत घट्ट धरून ठेवले होते.

''तुला न्यायला कोण आलं होतं रूप?''

''रिपीटर्स. ते माझ्या घरी आले होते.''

''का?''

''माझा शेजारी... तो माझ्या पापांबरोबर भांडतो.''

''कशावरून?''

''ते नेहमीच भांडतात. रोजच.''

''पण रिपीटर्सना कोणी बोलावलं?''

''माझ्या शेजाऱ्यानं,'' त्या मुलानं शांतपणे सांगितलं. आपल्या शर्टाच्या बाहीनं त्यानं त्याचा चेहरा पुसला. ''त्याला माहिती आहे की, माझी आई दुसऱ्या संप्रदायाची आहे. त्यानं माझे आई-वडील खोटं बोलल्याचं त्यांना सांगितलं.''

एक जाडजूड तपकिरी रंगाची पाल तिथून मंद गतीनं सरसरत पुढे गेली. त्या भयाण शेतांत मिळणाऱ्या भरपूर अन्नामुळे ती चांगलीच फुगली होती. आमच्यामुळे ती थांबली, तिनं आजूबाजूला पाहिलं. जीभ बाहेर काढून फडफडवली. पालीच्या त्या मण्यासारख्या चमकणाऱ्या डोळ्यांमुळे मला एकदम शिबिरातील कोणाच्या तरी चेहऱ्याची आठवण झाली. कोणाची ते

मला नीटसं आठवत नव्हतं किंवा त्या रात्री आलेल्या रिपीटर्सची ती आठवण असेल. त्या दुःखावर पोसली गेलेली ती पाल होती... तो मुलगा आता पुन्हा रडू लागला. त्याच्या जोरजोरात रडण्याचा आवाज वातावरणात पसरला. आता त्यांनी त्याचा आवाज ऐकण्याआधीच काहीतरी करणं भाग होतं. मी त्याचा खांदा पकडला आणि त्याला पालीजवळ नेलं. त्याचं रडणं थांबलं. त्याच्या चेहऱ्यावर संभ्रम पसरला. आम्ही आता त्या पालीच्या एवढे जवळ होतो की, आमचा श्वासोच्छ्वासही तिच्या पाठीपर्यंत पोहोचत असावा; पण ती ढिम्मं हलली नाही. तिनं आम्हाला मुळीच पाहिलं नव्हतं, असं दिसत होतं. तो मुलगा तिच्या अंगावरच्या खवल्यांकडे टक लावून पाहत होता. शरीराच्या बगलेकडून, मांसल भागाकडून निघणाऱ्या ड्रॅगनच्या छोट्या पंखांसारखे ते दिसत होते. माझ्या डोक्यात एकदम त्या हडकुळ्या चेहऱ्याची, जबड्याची, नाकाची आणि वेगानं हालचाल करणाऱ्या अतृप्त डोळ्यांची आठवण जागी झाली. विजेच्या वेगानं माझा तळवा मी पालीच्या पाठीवर ठेवला. ती चुळबुळ करू लागली आणि सुटण्याची धडपड करू लागली, त्यामुळे माझ्या हाताला गुदगुल्या होऊ लागल्या. मी तिचं पोट पकडलं होतं. मी तिला दाबून मारून टाकलं आणि तिला त्या मुलाच्या चेहऱ्यासमोर धरलं.

''हे बघ. घाबरण्यासारखं काहीही नाही,'' माझा आवाज अगदी शांत होता. ''तग धरून राहा. जगा. तीच महत्त्वाची गोष्ट आहे. ते लठ्ठ आणि मंद गतीचे असतात, त्या वेळी आपण सूड घेऊ.'' तो थरथरत असल्याचं मला जाणवलं. मी त्या पालीला शेतात फेकून दिलं आणि आम्ही रात्रीच्या वेळी दिसणारी तिच्या शरीराची मलूल, निष्प्राण आकृती पाहत राहिलो. ''तू काय करणार आहेस? तुला कुठे जाता येणार आहे का? तशी एखादी जागा आहे का?''

''मी तुझ्याबरोबर येऊ शकत नाही का?''

त्या पालीच्या शरीरातून बाहेर पडलेला माझ्या हाताला लागलेला स्राव पुसण्यासाठी मी हातावर माती चोळली.

''नाही.''

''पण का?'' त्यानं विचारलं. दुसरा शब्द बोलताना त्याच्या आवाजात एक आशा होती, त्यामुळे तो पहिल्यांदाच खरं मूल असल्यासारखा वाटला होता.

"मी जिथे राहते, तिथे मुलांना आणण्याची मुभा नाही. विशेषतः तुझ्यासारख्या मुलांना नाहीच. आमच्याकडे वॉर्डन आहेत. त्या तुला हाकलून देतील."

"मुलं नाहीत? ती कुठे असतात?" रूपनं विचारलं.

"आपल्याला आता निघालं पाहिजे," मी म्हणाले. "एकत्र नाही. या रस्त्यावरून चालत राहा. झपाट्यानं, शांतपणे निघून जा. सुमारे तीस मिनिटांनी तुला दोन रस्ते एकत्र मिळतात, तिथेच एक भलं मोठं कचरा टाकण्याचं मैदान दिसेल. आपण पडू नये, याची काळजी घे. या रस्त्यावरून चालणं अतिशय अवघड आहे. दोन रस्ते जिथे मिळतात, तिथे डावीकडे वळ. तिथे वीज प्रकल्पाजवळ पोहोचलास की कामगारांसाठी असलेली शेड्स शोधून काढ. आज रात्री तिथे तुला ते आसरा देतील. आता तू मला जे सांगितलं आहेस ते कोणालाही सांगू नकोस. तुझ्या पालकांचा मुळीच उल्लेखसुद्धा करू नकोस. त्यांनी विचारलं तर असं सांग की, तुझं कुटुंब मेळाव्याला गेलं होतं आणि तिथे तू हरवलास. ठीक आहे?"

"मी एकट्यानं जाऊ शकत नाही आंटी, मला भीती वाटते."

पुन्हा एकदा माझ्या मनात वेदनेचा, तळमळीचा तोच सूर आळवला गेला. मला त्याला माझ्या मिठीत घ्यायचं होतं. त्याला कायमचं सुरक्षित ठेवायचं होतं. त्याऐवजी मी म्हणाले, "रूप, आता तुला जावंच लागेल. तुझे पालक तुला शोधत येतील. त्यांना तू सापडलाच पाहिजेस."

त्यानं माझ्याकडे वळून चौकस, व्याकूळ भावनेनं पाहिलं. त्याच्या हनुवटीवर अस्ताव्यस्तपणे पसरलेल्या केसांमधून आता भीतीची झलक दिसत नव्हती. त्यानं झटकन पाय उचलले आणि एका उडीतच तो झपाट्यानं रस्त्यावर पोहोचला. त्याच्या कपाळावर आठी पडली होती. त्याला काहीतरी बोलायचं असावं, असं दिसत होतं; परंतु त्यानं काहीही बोलू नये, असं ठरवलं आणि माझ्या मनात अस्वस्थतेची भावना निर्माण झाली. रस्त्यावरून त्यानं खाली पाहिलं. आता त्याच्या नजरेत मीही त्या पालीसारखीच होते. तिच्याहून मी कोणी वेगळी नव्हते. तो उड्या मारत दूर निघून गेला, त्या वेळी माझ्या पोटात खड्डा पडला. नुकतीच कोरडी ओकारी येऊन गेल्यासारखं मला वाटत होतं. तो केसाळ, घाणेरडा मुलगा माझ्या छोट्याशा मुलीहून खूप मोठा होता. गेले

अनेक महिने मी एखाद्या मुलाबरोबर बोलले नव्हते. एका क्षणी तो मुलगा जड श्वासोच्छ्वास करत माझ्या अंगावर झुकला होता. त्याचे हुंदके घुसमटलेले आणि ओले होते. नंतर तो निघून गेला.

त्या भुसभुशीत रवाळ मातीत मी किती काळ बसले होते, ते सांगणं कठीण आहे. माझ्या छातीवरून वाहणारा वारा उष्ण बनला. मी माझ्यातलं त्राण गोळा केलं. त्यानंतर मला वॅगनचा, पांढऱ्या मुलाम्यासारख्या भल्या मोठ्या एसयूव्हीचा आवाज ऐकू आला. इंजिनातून बाहेर पडणाऱ्या हवेत फडफडणारे झेंडे दिसले. त्या रस्त्यावरून जाणारी ती एकमेवच कार असली तरी ड्रायव्हर हॉर्न वाजवण्यासाठी झुकला होता. रस्त्याखालची माझी ती सुरक्षित जागा आता आणखी सुरक्षित आणि उबदार वाटत होती. एका बाजूकडून दुसऱ्या बाजूकडे जाणारे हेडलाइट पाहत पुन्हा एकदा त्या मातीच्या कडेवर मी उपडी पडून राहिले. वरचेवर ते लाइट दूर जात होते किंवा जवळ येत होते. प्रत्येक निळी प्रकाशशलाका माझ्या डोळ्यांच्या बुब्बुळाएवढी बनेपर्यंत स्थिरपणे वाढत जात होती. अचानकच गाड्यांमधून खिडकीतून बाहेर पाहणाऱ्या आणि कारच्या सनरूफमधून डोकावणाऱ्या पुरुषांचे जोरजोरात ओरडण्याचे, केकाटण्याचे आवाज कानांवर पडले. प्लॅस्टिकच्या बाटल्यांतून ते भरपूर दारू पीत होते. अचानक प्राप्त झालेल्या त्या वर्चस्वीपणानं ते झिंगून गेले होते.

तो मुलगा कसा आहे, असा विचार कधी कधी माझ्या मनात येतो. त्या रात्री त्यांनी जर त्याला पकडलं असेल, तर जिथे ते आमच्या मुलांना घेऊन जात होते तिथेच त्यालाही घेऊन गेले असतील. मी त्याच्याबरोबर आणखी थोडा वेळ का बसले नव्हते? फक्त आणखी काही मिनिटांचाच प्रश्न होता. त्यानंतर ते रिपीटर तिथून सरळ पुढे निघून गेले असते.

मी त्याचंही संरक्षण करू शकले नव्हते.

==

लैलाला तिचा टायफॉईडचा बूस्टर डोस द्यायचा होता. ती इंजेक्शनला घाबरत नव्हती. इंजेक्शन घेण्याच्या बाबतीत ती चांगलीच धीट होती; परंतु मला त्याच्या दुसऱ्या दिवशी काय होतं ते मााहिती होतं. चादरीखालून मारल्या

जाणाऱ्या छोट्या लाथा, तिच्या छातीत कोळशाची पूड असल्यासारखा तिचा सुरू असलेला श्वासोच्छ्वास, तिच्या पापण्यांची होणारी फडफड, तिचे तापलेले हात हे सगळं मला माहिती होतं. बालरोगतज्ज्ञाकडून मी तिला नवीन मॉलच्या तळमजल्यावरच्या खेळण्याच्या जागेत घेऊन गेले. हवेनं फुगवायच्या घसरगुंड्या आणि मोठे उंच झोपाळे यांच्या मधल्या भागात लाल, पिवळे आणि निळे डबे असलेली ट्रेन धावत होती. तिच्या शिटीचा, हॉर्नचा आवाज येत होता. ती धावत असतानाचा झुक्झुक्चा आवाजही सुरू होता. एका सडपातळ, शिडशिडीत माणसानं एक पट्ट्यापट्ट्यांचा ओव्हरऑल घातला होता. त्याच्या डोक्यावर हॅट होती. दुसरा एक माणूस गाडी चालवत असताना तो ट्रेनच्या बाजूंवर पाठीमागून बारीक लक्ष ठेवत होता. गाडीत बसून मुलं पालकांना हात हलवून टाटा करत होती. ट्रेनमध्ये बसल्यावर ट्रेन सुरू झाली की, काही मुलांच्या चेहऱ्यावर भोवळ आल्यासारखा भाव दिसत होता. काही जण तात्पुरते व्याकूळ होत होते, घाबरत होते. काहींच्या चेहऱ्यावर आठ्या पडत होत्या. काही मुलं तात्पुरती विव्हळ बनत होती. आई-वडिलांपासून दूर जाण्याची चिंता त्यांना मोठ्या प्रमाणात भेडसावत होती, हे स्पष्ट दिसत होतं.

लैलाला लगेच ट्रेनमध्ये बसायचं होतं. ट्रेन थांबल्यावर आम्ही एकत्रच झटकन तिकडे गेलो; पण मागच्या डब्यात बसलेला कंडक्टर त्याच्या सीटवरून बाहेर आला आणि त्यानं मी मागे होईपर्यंत रागारागानं त्याच्या हातातील झेंडा हलवला. लैलानं माझ्या पकडीतून तिचा हात सोडवून घेतला आणि ती एकदम डब्यात जाऊन बसली. तिनं खिडकीजवळची जागा पटकावली होती. तिनं अचानकच केलेल्या हालचालीमुळे मी आश्चर्यचकित झाले. मी त्या ठिकाणी, त्या वातावरणात उत्सुकतेनं काही क्षणच थांबले असेन. नंतर लगेच मी मागे वळले त्या वेळी एका लहान मुलाचा हात धरलेली एक स्त्री माझ्याबरोबर स्मित करत होती. मी पहिल्यांदा शरमिंदी होत दुसरीकडे बघितलं; पण नंतर मी तिच्याबरोबर स्मित केलं. मला तिला असं सांगायचं होतं की, 'मला अभिमान वाटतोय. फक्त माझ्या मुलीकडे पाहा.'

तोल सावरण्यासाठी आपल्या इवल्याशा हातांनी तिनं खिडकीचा पडदा घट्ट पकडला होता. दुकानांच्या चंदेरी दर्शनी भागांकडे ती टक लावून पाहत होती. तिच्या मागेच बसलेल्या दोघा मुलांच्या भांडणामुळे ती बिलकूल बेचैन

झाली नव्हती. ड्रायव्हरनं कुंडीतील झाडांच्या बेटाभोवती ट्रेन नेली आणि नंतर मी तिला आणखी एकदा व्यवस्थित बघू शकले. ती संभ्रमित होती आणि त्याच वेळी उत्साहानं रोमांचित होऊन काहीशी थरथरत होती. तिला मी दिसल्याबरोबर तिचा चेहरा झटकन उजळला. तिच्या चेहऱ्यावर खूप मोठं स्मित पसरलं आणि नंतर तिनं माझ्याकडे बोट दाखवलं. ती टाळ्या वाजवत होती. तिच्या जागेवर उसळ्या मारल्यासारख्या उड्या मारत होती. तिनं ज्या पद्धतीनं माझ्याकडे पाहिलं होतं, त्यामुळे माझ्या मनात मायेचा, आपलेपणाचा सोनेरी भाव उचंबळून आला. तिची इच्छा पूर्ण झाली होती. ती आणि मी एकत्र होतो. तो रूळ तिथेच होता आणि ते वर्तुळही तिथेच होतं.

लैलाच्या चेहऱ्याची आठवण आता अविश्वसनीय वाटण्यासारखी आहे. तिचं खिदळणं, दुकानदारांचे प्रखर लाइट, तिचे चमकते हिरवे डोळे. आम्ही दोघी पुन्हा एकदा एकत्र आल्यावर तिच्या चेहऱ्यावर अचानक आलेलं मनापासूनचं स्मित. तिला माझी गरज होती आणि मला तिची गरज होती. आठवण अशी भळभळते, हत्तीच्या मानेवरच्या अंकुशासारखी ती मला त्या दिवसांतून पुढे पुढे नेते. आता आमची नजरानजर होईल. मी तिच्याकडे बघेन तेव्हा तीही पुन्हा एकदा माझ्याकडे पाहून तेव्हासारखं, तसंच स्मित करेल.

==

दोन मध्यमवयीन स्त्रियांच्या जोडीबरोबर खेळणाऱ्या दोन तरुण स्त्रियांकडे मी आणि वॉर्डन खन्ना पाहत होतो. तळमजल्यावरच्या अपार्टमेंटमधून दूध ऊतू गेल्याचा वास येत होता. कोर्टमध्ये त्या चौघी चपळाईनं हालचाली करत होत्या. चिडून ओरडल्याचे आवाज, रॅकेटचे फटके, बुटांचे तळवे घासल्याचे आवाज असे सगळे आवाज तिथे येत होते.

"शालिनी, तुला माहिती आहे का, हे कोर्ट त्यांनीच बांधलंय," खन्ना म्हणाले.

"कोणी बांधलंय?"

खन्नांनी एका प्रौढ जोडीकडे अंगुलीनिर्देश केला; "मिस पूनावाला आणि मिस द्विवेदी. तुला त्या माहिती आहेत का?"

"होय तर. अर्थातच. त्या खूप चांगल्या स्त्रिया आहेत."

एवढ्यात सर्व्हिस करण्यात आली. केशरी आकाशात जांभळे रंग पसरले होते. त्या तरुण महिलांपैकी अधिक उंच असलेल्या महिलेनं बॅककोर्टमध्ये उसळी मारून जोरदार फटका मारला; पण अखेरीस तिनं तो अंडरआर्म शॉट मारला होता. द्विवेदी तयारीतच होती. तिनं वर झेप घेतली. तिच्या हातातील रॅकेट तिच्या डोक्याच्याही वर गेली होती. तिनं फटका मारला. त्याबरोबर त्या अधिक तरुण स्त्रीला तिनं कोर्टाच्या कडेला ढकललं होतं. त्यानंतर तिथेच त्या दोघींमध्ये जोरदार बचावात्मक खेळ सुरू झाला. त्या खाली वाकत होत्या. दर वेळी उसळी मारून रॅकेटनं फटके मारत होत्या. दर वेळी निकरानं काँक्रीटपासून काही इंचांवर शटल टोलवलं जात होतं. व्हीप-स्मॅश-उंघ-टॉक, व्हीप-स्मॅश-उंघ-टॉक, व्हीप-स्मॅश-उंघ-टॉक. सर्व्हिस बघताना आमची उत्सुकता ताणली जात होती. त्यांच्यापैकी एका तरुण महिलेनं कौशल्यपूर्वक चपळाईनं आपला हात खाली घेतला आणि या वेळी शटल फोरकोर्टमध्ये पडलं. पूनावाला तिथेच आपलं रॅकेट तसंच धरून शटलची ही देवाण-घेवाण पाहत होत्या. उगाचच काहीतरी हालचाली करत त्या उभ्या होत्या आणि खेळात सहभागी होण्याची वाट पाहत होत्या. त्यांनी तिन्ही बाजूंना पावलं टाकली आणि शटलला एवढा जोरदार फटका मारला की, ते नेटमध्ये अडकून उसळी मारून त्यांच्या पायांजवळच येऊन पडलं. त्या रागारागानं चीत्कारल्या. त्यावर काही महिला खिदळल्या.

''सहसा त्या चांगल्या वागतात,'' खन्ना हसत हसत डोकं हलवत म्हणाले. ''पद्मिनी तिचा बॅडमिंटनचा खेळ खूपच गांभीर्यानं घेते. तिला इकडे आणलं गेलं होतं, त्याच्याही आधीपासून ती तो खेळत होती.'' आता त्यांच्या बोलण्याला स्वतःला महत्त्व दिल्याबद्दलच्या संकोचाचा वास होता. ''इथे कोर्ट सुरू करण्याची मागणी करण्यासाठी त्या माझ्याकडे आल्या होत्या.'' खन्ना मागे रेलून बसले. त्यांच्या प्लॅस्टिकच्या खुर्चीचे पाय त्यामुळे वाकले होते. त्यांच्या वजनामुळे लाल प्लॅस्टिकचे जोड पांढरट झाल्यासारखे दिसत होते. ते अचानकच काडकन मोडतील की काय, अशी मला भीती वाटली. ''मी त्यांना फक्त हे नेट तेवढंच आणून दिलं,'' ते म्हणाले.

''दोन स्त्रिया खडूनं खुणा करत असल्याचं मला आठवतंय. या कामाविषयी त्या खूपच गंभीर होत्या. आपल्या छोट्या वह्यांमध्ये त्या मापं लिहून ठेवत

होत्या. त्यांच्याकडे टेप आणि पट्ट्याही होत्या... अरे देवा, किती काळ उलटलाय. आता बघा बरं त्यांच्याकडे.''

खन्नांनी आपल्या ढेरपोटावर हलकेच चापट्या मारल्या आणि स्मित केलं. ''मला तर त्या खूपच तंदुरुस्त वाटतायत.''

''नक्कीच, नक्कीच,'' मी म्हणाले. तेवढ्यात आणखी एक जोरदार स्मॅश मारला गेला आणि शटलचं कॉर्क दगडावर जोरात आवाज करत फुटलं. तरुण महिलांनी एकमेकींना टाळ्या दिल्या. आजूबाजूच्या टॉवर्समध्ये हळूहळू छोट्या छोट्या लाइट्स लागत होत्या.

वर्षं अशीच मंद गतीनं उलटली. बाहेर असं करणं अवघड असलं तरी इथे चांगल्या महिला त्यांच्या आयुष्यांची पुनर्उभारणी करण्याचा प्रयत्न करत होत्या. हे बॅडमिंटन कोर्ट म्हणजे आमच्याकडे असलेल्या गोष्टींपैकी केवळ एक गोष्ट होती. नेट बांधलं जाणाऱ्या खांबांवर ते लाइट लावत होते. संध्याकाळपर्यंत आमच्यापैकी उरलेले सगळे जण खाली आले. काही जणींनी चहाची तयारी केली. सुरुवातीला मी कधीही संध्याकाळी खाली जात नव्हते. प्रौढ महिला मुलांचे, पुरुषांचे खेळ खेळत असल्याचं पाहणं मला खूपच विचित्र वाटायचं; पण आता मी त्याचं कौतुक करते.

''हे मी काय ऐकतोय शालिनी, तुला तुझं काम आवडत नाही?''
  ''तुम्हाला हे कोणी सांगितलं वॉर्डनजी? हे खरं नाही.''
  ''मग तू बदलीसाठी अर्ज का केलायस?''
  ''हं, ते होय?'' वॉर्डन खन्नांना माझ्या आयुष्याविषयी एवढी माहिती होती ही गोष्ट तर आणखीच आश्चर्यजनक होती. इमारतीतील प्रत्येक महिलेचा मागोवा ते कसा काय घेत होते?
  ''हीच बदल करण्याची वेळ होती, असं मला वाटलं.''
  ''बदल?'' माझ्याकडे पाहण्यासाठी खन्ना मागे वळले. त्यांच्या कपाळावरून एखाद्या इंद्रधनुष्यासारख्या खोल रेषा सरकत गेल्या. अगदी एखाद्या चाकूनं कापल्या असाव्यात असं वाटण्याएवढ्या त्या खोल होत्या.

"तुला माहिती आहे की, हे कौन्सिलला आवडणार नाही. आपण जिथे आहोत तिथेच आपल्याला राहावं लागणार आहे. आपल्याला जे काम दिलं गेलंय तेच काम करत आपल्याला राहायचं आहे.''

"मी या आधीही दोन–तीनदा असा प्रयत्न केला होता.''

"होय. मला ते माहिती आहे. या वेळी तुला लवादासमोर उभं राहावं लागेल, असं त्यांनी मला सांगितलंय.''

"मला त्याची भीती वाटत नाही.''

"तुला भीती वाटत नाही?'' ते माझ्याकडे आश्चर्याने पाहू लागले. गेली सोळा वर्षं मी या बदलीसाठी प्रयत्न केले होते, हे त्यांना माहिती होतं का? ते कसेबसे उभे राहिले. "अखेर हा तुझा प्रश्न आहे. अर्थातच तुझ्यावरच ते अवलंबून आहे; पण काळजी घे. या लवादाच्या लोकांकडे अनेक प्रकारची सत्ता असते. ठीक आहे, शालिनी. ये नंतर कधीतरी...'' त्यांनी आपल्या उजव्या हाताची दोन बोटं त्यांच्या हृदयावर ठेवली. "सर्वांसाठी शुचिता (शुद्धता),'' ते म्हणाले.

मीही माझी दोन बोटं माझ्या डाव्या छातीवर ठेवली. माझे डोळे बॅडमिंटनकडे लागले होते. मीही म्हणाले, "सर्वांसाठी शुचिता.''

माँ आणि पापा

त्या वेळी मी नक्कीच चार वर्षांची असेन, तेव्हाची एक अगदी स्पष्ट आठवण माझ्या मनात आहे. माझे पालक मला शेरॅटनच्या नवीन हॉटेलमध्ये दुपारच्या जेवणासाठी घेऊन चालले होते. मला खूप आनंद झाला होता आणि मी खूप उत्सुकही होते. मी कपडे घालून तयार झाले होते आणि नर्व्हस होते. आरसे बसवलेल्या सरकत्या जिन्यावरून आम्ही सर्वांत वरच्या मजल्यावर गेलो होतो. अगदी ही गोष्टसुद्धा माझ्यासाठी नवीन होती. तिथे पडलेली आमची प्रतिबिंबही मला आठवतायत. माँच्या साडीच्या निऱ्या, बेबी ब्ल्यू रंगाचा आणि ओळीनं पांढरे पोल्का ठिपके असलेला माझा आवडता हेअरबँड... सरकता जिना थांबला तिथे ओकची तावदानं लावलेली देवडी होती. तिथेच स्वागतासाठी दोन महिला उभ्या होत्या. त्यांनी आम्हाला पडदे लावलेल्या दरवाजातून सूर्यप्रकाशानं उबदार बनवलेल्या रेस्टॉरंटच्या मजल्यावर नेलं. मी थोडासा निःश्वास सोडला. एका भिंतीशी असलेल्या पिक्चर विंडोमधून खाली असलेल्या शहराचं प्रवाही दृश्य दिसत होतं. मी धावतच ते पाहायला गेले. झाडांचे शेंडे वेगळ्या प्रकारचे, चकाकत्या हिरव्या रंगाचे होते. ते हळुवारपणे झुलत होते आणि एकमेकांकडे झुकत होते. तिथे किती झाडं होती ते पाहून माँसुद्धा आश्चर्यचकित झाली होती. त्या थंडगार काचेवर मी माझं नाक दाबलं. खेळण्यातल्या शहरासारखं दिसणारं शहर, तिथे अतिरेकी प्रमाणात ब्रोकोली वाढली होती. पानांमधून पांढरी किंवा पिवळी घरं दिसत होती. त्यांच्या छपरांवर लहान खोल्या होत्या. झाडांचं तेव्हाचं ते दृश्य कायमच माझ्याबरोबर असतं. त्यांच्या पानांचं शहरावर धरलं गेलेलं थरथरतं छत. काही ठिकाणी ते अगदी योग्य प्रकारे तोडल्यासारखं बाजूला करण्यात आलं होतं. कार्यालयीन इमारती, स्टेडियम, मध्ययुगीन काळातील स्मारकांचे घुमट, प्रत्येक घुमटाकार छप्पर समुद्रकिनाऱ्यावरच्या गुळगुळीत वाटोळ्या दगडासारखं चमकत होतं.

प्युरिटी वनची तिथे उभारणी झाल्यानंतर सुमारे चाळीस वर्षांनी मात्र आता तिथे एकही झाड नव्हतं. झाडांचं थक्क करणारं ते लक्षवेधक छत आता तिथे उरलं नव्हतं. आता तिथे शेकडो भिंती होत्या. त्या नेमक्या किती होत्या हे कोणालाही खात्रीपूर्वक सांगता आलं नसतं. कौन्सिलच्या कायद्यानुसार प्रत्येक भिंत एकोणसाठ फूट उंच आणि दोन फूट रुंद होती. त्या शहरात आणि शहराभोवती सर्वत्र पसरलेल्या होत्या आणि फक्त सर्वांत उंच इमारती वगळता इतर कोणत्याही गोष्टीहून मोठ्या होत्या. माझ्या वडिलांना या भिंतींविषयी घृणा वाटत होती. आता मी रोजच गावाबाहेरच्या रस्त्यांचा वापर करत असल्यामुळे मी त्यांनी जे फेकून दिलंय त्याच्या साहाय्यानंच जगतेय. मला त्यांच्या विष्ठा आणि किळसवाणे चिकट पदार्थ पाहावेच लागतात. ठिकठिकाणी खंडित झालेल्या प्रवाहातून येणारं तपकिरी रंगाचं पाणी आणि टाकाऊ पदार्थांचा वर्षाव मला सहन करावाच लागतो. वास एवढे दाट असतात की, त्यांची चवसुद्धा घेणं शक्य असतं. मुलं जेव्हा त्यांच्या विभागातील भिंतींवरून सोडलेले बॉटल रॉकेट्सचे फटाके झोपडपट्ट्यांच्या छपरांवर आदळावेत, यासाठी प्रयत्न करून फटाके सोडतात, त्या वेळी फटाक्यांचे धुमसत राहिलेले भाग मी चालत निघाले असेन तर माझ्या अंगावर तरंगत खाली येतात. कचरा टाकण्याच्या मनोऱ्यावरून टाकून दिलेला भरमसाट कचरा विभागाच्या भिंतीवरून आदळत उसळत खाली आला तर अगदी भरपूर रुंदीच्या रस्त्याच्याही दुसऱ्या टोकापर्यंत त्याचे उबदार, रवाळ, चिकट शिंतोडे उडतात. माझ्या खांद्यांवर, केसांवर असा तपकिरी थेंबांचा पाऊस पडत राहतो. पापांचं बरोबर होतं. या भिंती आपल्याला कमी लेखतात. आपल्याला माणसाहून खालच्या पातळीचं कोणीतरी बनवतात. शहराबाहेरच्या बहुधा पश्चिमेकडच्या कमी उंचीच्या टेकड्यांच्या भागात जा. रात्रीच्या वेळी त्या ठिकाणाकडे पाहा. शांत करड्या भिंती आणि त्यांच्यामध्ये हेडलाइट्सची झालर असलेले उड्डाणपूल दिसतील. आपण एका अवाढव्य चक्रव्यूहात अडकलो आहोत.

शंभर वर्षांपूर्वी शहराची पहिली वस्ती लक्ष्मी हिलवर वसवण्यात आली. भाताचे व्यापारी, कारखान्यांचे मालक किंवा नवीन शहराची उभारणी करणारे माझ्या पणजोबांसारखे ब्रिटिशांसाठी काम करणारे विकसक तिथे राहिले. माझे वडील टेकडीवरच लहानाचे मोठे झाले. तळमजल्यावरच्या अपार्टमेंटमध्ये एक लांबलचक मोठा हॉल होता. तिथे ते आणि त्यांचे चुलतभाऊ ट्रायसिकलच्या

स्पर्धा लावून खेळत असत. एका बाजूला बेडरूम होती आणि दुसऱ्या बाजूला स्वयंपाकघर आणि लिव्हिंग रूम होती. त्यांनी एका सुंदर, सडपातळ एकोणीस वर्षांच्या वधवा वंशाच्या मुलीबरोबर लग्न केलं. घराच्या समोरच्या बागेत हे लग्न झालं. त्या वेळी शॅम्पेन प्यायलं गेलं आणि जाझ बँडचा वापर केला गेला. त्याच अपार्टमेंटमध्ये माझ्या आईनं मला जन्म दिला. मी फक्त सात वर्षांची असेपर्यंतच आम्ही त्या घरात राहिलो; पण माझं लग्न होईपर्यंत ती टेकडी हेच माझं घर होतं. तिथे आवडण्याजोग्या बऱ्याच गोष्टी होत्या. पुष्कळ खांब असलेल्या द्वारमंडपातून (पोर्टिकोतून) आम्ही थंडगार संगमरवरी पायऱ्यांवरून अनवाणी वर-खाली फिरत असू. माझ्या खोलीचं छत खूप उंच होतं. फ्रेंच खिडक्यांचे दरवाजे आमच्या स्वतःच्या मालकीच्या हिरवळीच्या बाजूला उघडत होते. स्वयंपाकघरामागे असलेल्या आमच्या स्वयंपाक्याच्या कोठीच्या खोलीत मी कधी कधी लपत असे. तिथे धुपासारखा आणि पलंगांच्या गाद्यांवर आलेल्या बुरशीसारखाही सौम्य वास येत असे. मी वेगवेगळ्या अवस्थांतील धूसर रंगाची महागडी टेडी बेअर माझ्या कपाटाच्या दरवाजांना चिकटवून ठेवत असे. आम्ही खोली रिकामी केली तरीही ती माझ्याकडे रोखून पाहत असत.

आम्ही त्याच अपार्टमेंटमध्ये राहत असताना एके वर्षी उन्हाळ्यात पापा, माँ आणि मी फिरायला गेलो होतो. अंधारी संध्याकाळ होती. पावसाळ्यापूर्वी जसा गार, बोचरा वारा वाहतो तसा वारा वाहत होता. पापांनी त्यांच्या डोक्यावर गुणगुणत फेऱ्या मारणाऱ्या डासांना रागानं हाकलून दिलं. त्यांनी फिरायला निघालेल्या इतरांकडे बघितलं. संकरित जातीच्या कुत्र्यांसाठी त्यांनी काही बिस्किटंही आणली होती. कोणे एके काळी त्यांनी असं जाहीर केलं होतं की, सिगारेटच्या विक्रेत्यांनी आणि दारवानांनी आम्ही फिरायला निघालो की, आम्हाला सलाम करावा. त्यांनी मला झाडं दाखवली. ताडीच्या फळांचा आंबट वास, अंजिरांचा अतिसेवनानं वीट आणणारा वास, कडवटगोड चिंचा, वडाच्या झाडाचा आम्लयुक्त नारळासारखा वास असे विविध वास येत होते. माझ्या वडिलांनी मला तिथे उगवणाऱ्या झाडांना त्यांच्या वासावरून ओळखायला शिकवलं.

रस्त्यांवरून खाली येताना मला आईबरोबर शर्यत लावायची होती; पण तिनं माझा हात उडवून लावला. ‘‘ती बाई पुन्हा एकदा आपल्या कचऱ्याच्या डब्यात काहीतरी शोधत होती,’’ ती माझ्या वडिलांना म्हणाली.

"तिचं चाललंय तरी काय?" पापांनी विचारलं. त्या वेळी त्यांच्या मानेवरचे गुलाबी रंगाचे दोन चट्टे चमकले. "ती स्वतः त्या कचऱ्यात शोधाशोध करते का? ती एवढी वेडी आहे की काय?"

"मी तिला तसं करतानाच पकडलंय. आता ती नोकराला घेऊन येते."

"ती केवढी श्रीमंत आहे, हे तुला माहिती आहे का? ती हाडांसाठी कचऱ्यात शोधाशोध करते! याआधी कधीही मी एवढी वेडगळ गोष्ट ऐकली नव्हती. तुला बघितल्यावर ती काय करते?"

"ती अतिशय तिरस्कृत आणि निगरगट्ट, निर्लज्ज बाई आहे. तिला त्याची कसलीच फिकीर नव्हती. ती त्यात शोधतच राहिली होती आणि वर म्हणाली, 'यात काहीच वैयक्तिक स्वार्थ नाही, बाई. समजून घेण्याचा प्रयत्न करा.' मी डोकं शांतच ठेवलं पाहिजे हे मला माहिती होतं म्हणून मी तिला अतिशय नम्रपणानं म्हटलं की, माझ्या पतीचं कुटुंब या इमारतीत गेली साठ वर्षं राहतंय. आम्ही इथे राहणाऱ्यांपैकी सर्वांत जुनं कुटुंब आहोत. एक चांगलं कुटुंब आहोत; पण तिच्यावर काडीचाही परिणाम झाला नाही. ती अगदी शांत आवाजात तशीच पुढे सांगत राहिली की, 'हो हो, ते अगदी खरं आहे. तुम्ही अगदीच ऐरेगैरे नाही, हे मला माहिती आहे; पण आता नियम बदललेत. आमच्या स्वतःच्या काही सवयी आहेत. त्यासाठी उगीच नसता बाऊ करण्याची गरज नाही. आम्हाला फक्त आमचे स्वतःचे नियम पाळणाऱ्या आमच्या स्वतःच्या समाजातील लोकांबरोबर राहायचं आहे, एवढंच.' 'याचा अर्थ आम्ही इथून गेलं पाहिजे असंच ना? म्हणजे तुम्ही माझ्या कचऱ्यात शोधाशोध करू शकाल?' मी तिला विचारलं. त्यावर तिनं त्याच चीड आणणाऱ्या निर्विकार आवाजात सांगितलं, 'मॅडम, तुम्हाला कायदे माहिती आहेत. इमारतीच्या सोसायटीच्या परवानगीनंच नियम बदलण्यात आलेत.' 'म्हणजे आम्ही तुमच्या जातीचे नाही म्हणून तुम्हाला आमच्यापासून सुटका करून घ्यायची आहे?' ती बदमाश बाई किती भयानक होती ते तुम्ही बघायलाच हवं होतं," माँ बोलतच होती, "तिचे डोळे खरोखरच मोठे झाले. 'जात? नाही-नाही-नाही-नाही-नाही. तुम्ही असं कसं काय म्हणू शकता? यापुढे जातबित असली कसलीही गोष्ट नाही. हा फक्त आमचा समाज आहे. आम्हाला आमची घरं शुद्ध ठेवायची आहेत. आमचा परिसर शुद्ध ठेवायचा आहे.' मला तर तिला एक थोबाडीत ठेवून द्यावी, असं वाटलं होतं."

आम्ही तिथेच उभ्या असलेल्या एका ट्रकला ओलांडून पुढे आलो. त्याच्या मागच्या उघड्या भागातून एक बळकट स्नायू असलेला माणूस वाकून त्याच्या बायकोच्या डोक्यावरच्या पेटाऱ्यात गूजबेरी मांडून ठेवत होता. त्याचं शरीर दमट हवेमुळे पॉलिश करून ठेवलेल्या सागवानासारखं दिसत होतं. त्याची बायको प्रत्येक वेळी तो हारा रस्त्याच्या कडेला रांगेत असलेल्या फळांच्या स्टॉलमध्ये नेऊन देत होती.

"मग तू तिच्या थोबाडीत का मारली नाहीस?" माझे वडील हसत म्हणाले. "कदाचित, तेच तिच्या दृष्टीनं योग्य ठरलं असतं."

"पाऊस पडेल असं वाटतंय का? आपण परतायचं का?"

"नाही. पाऊस पडणार नाही," पापा म्हणाले.

शहरात सगळीकडे तीच कथा होती. आपण शरीरात काय ठेवायचं, आपल्या पोटात काय ढकलायचं, ही गोष्ट वैयक्तिक आणि कुटुंबाच्या श्रद्धेची, विश्वासाची मूलभूत बाब होती; पण अन्नाभोवती बांधण्यात आलेल्या भिंतींच्या विरोधात बोलण्याचं कोणत्याही राजकारण्याचं धाडस नव्हतं. शुचितेचे, शुद्धतेचे कितीतरी अर्थ निर्माण झाले होते. काही लोकांना मांस बिलकूलच नको होतं, काही जण फक्त मासे खात होते. इतर काही परिसरात मुस्लीम लोक दारू पिणाऱ्या किंवा डुकराचं मांस खाणाऱ्या लोकांना हाकलून काढत होते. एकदा जातींनी नियंत्रण मिळवल्यावर जे लोक इथले नाहीत, त्यांना जमिनी विकता येणार नाहीत याच्या हमीसह, समाजानं शंभर वर्षांपूर्वी वसाहतींची उभारणी करणाऱ्यांनी लिहिलेले कायदे बदलले होते.

==

त्या गार्डन अपार्टमेंटच्या लिव्हिंग रूममध्ये आमच्याकडे पितळी कर्णा असलेला ग्रामोफोन होता. त्याच्या पुढेच कमरेइतक्या उंचीचा गणेश होता. एका भिंतीला लागूनच रोल टॉप डेस्क होता. खटपट केल्याशिवाय मला तो उघडताच येत नसे आणि त्याच्यावर रोटरी टेलिफोन होता. मी चार किंवा पाच वर्षांची असताना मी एक खेळ खेळत असे. मी रिसीव्हर माझ्या कानाला लावत असे आणि फोनची डायल फिरवत असे. प्रत्येक नंबरापासून एकेकदा अशी मी डायल फिरवत असे. नऊपासून मी नंबर फिरवायला सुरुवात

करत असे आणि एकपर्यंत येऊन थांबत असे. प्रत्येक वेळी एकदा डायल फिरवून झाली की, फोनच्या दोन्ही बाजूंनी वर आलेली, फोन कट करण्याची स्तनाग्रांसारखी दिसणारी बटणं मी पुन:पुन्हा दाबत असे, त्यामुळे दुसऱ्या टोकाकडून एक विशिष्ट आवाज ऐकू येत असे.

एके दिवशी दुपारी मी तो खेळ खेळण्यासाठी चिंतातुरपणे लिव्हिंग रूममध्ये येरझाऱ्या घालत होते. माँ फोनवर बोलत होती. तिचं तोंड भिंतीकडे होतं. कारण, तो फोन वापरण्यासाठी तुम्हाला पुढे झुकून फोनच्या पुस्तकावर किंवा डिरेक्टरीवर कोपर ठेवून बोलावं लागत असे. कदाचित, ती आधीच अस्वस्थ होती. मला फक्त फोन हवा होता. काहीही करून तो मिळवायचा यातच मला स्वारस्य होतं. मी तो खेळ लवकर खेळता यावा, यासाठी तिच्याभोवती पिंगा घालत, ती तिथून कधी जातेय, याची वाट बघत राहिले होते का की तिनं फोनबुकवर तिचा तळहात आपटला त्या वेळी मी माझ्या पोटात ती इच्छा मावत नसल्यामुळे त्या लांबलचक लिव्हिंग रूममध्ये लांबलचक ढांगा टाकत वर-खाली फिरत राहिले होते? तिनं हात आपटल्यामुळे एवढा मोठा आवाज झाला होता की, मी उडीच मारली. ''तुझे हे मूर्ख चाळे तू थांबवणार आहेस का?'' ती ओरडली. खोलीच्या कोपऱ्यांमधून तिचा आवाज आदळून परत माझ्यापर्यंत आला. माझी भीतीनं गाळण उडाली; पण ती माझ्यावर ओरडत होती की फोनवरून पापांवर किंवा दुसऱ्या कोणावर ओरडली होती, ते मला आजही आठवत नाही.

==

फ्लॅटसाठीच्या पैशातून माझ्या वडिलांनी जवळपासचं पांढरं स्टको घर (अशा घराचं प्लास्टर एका विशिष्ट प्रकारचं, अधिक टिकाऊ असतं) विकत घेतलं. आमच्या पहिल्या घराच्या आणि या घराच्या मध्ये एक नाला होता. ते घर आम्ही वर्षभरातच सोडलं. पुढचं घर मला फारसं आठवत नाही. तिथले परिसर स्वयंपूर्ण आणि स्वतःचं एक स्वतंत्र जग असलेले असत होते. दर वेळी आम्ही घर बदललं की, पापा अधिक वयस्कर झाल्यासारखे वाटायचे. ते वाढत्या प्रमाणात पराभूत झाल्यासारखे वाटू लागले. त्यांचं बालपणीचं घर सोडल्यानंतर अकरा वर्षांनी ते मरण पावले. ते घर सोडल्यापासून ते कधीही

संध्याकाळचे फिरायला गेले नव्हते. मला राग आला होता; पण आता मी आनंदी आहे. ही चिरंतन, अनादि अनंत शिस्त रुजण्याआधीच, तिच्या भेगा आणि फटी सापडण्यापूर्वीच ते निघून गेले होते. अग्निजन्य खडकाप्रमाणे त्यांनी आम्हाला दूर आणलं होतं.

एके दिवशी संध्याकाळी आम्ही तिघं बातम्या पाहत होतो. ते त्यांच्या आरामखुर्चीत बसले होते आणि मम्मी बाकड्यावर बसली होती. मी त्या दोघांच्या मध्ये एक जाडजूड रग टाकून पोटावर उपडी पडून अभ्यासाचं पुस्तक चाळत होते. तोपर्यंत मी नक्कीच किशोरावस्थेत पोहोचले होते. टीव्हीवर बातम्या देण्याचा तो एक अभिनव मार्ग होता, याची मला जाणीव होती. आता पूर्वीप्रमाणे भरदार मिश्यांमध्ये किंवा स्टार्चच्या साडीत एकाच व्यक्तीच्या एकसुरी आवाजात बातम्या दिल्या जात नव्हत्या. त्याऐवजी टेबलाभोवती चार किंवा पाच जण असत. बातमीदारांची ही नवीन पिढी केंद्रस्थानी असे आणि निवेदक जोरजोरात ओरडून बोलत असे. स्टुडिओत आलेल्या पाहुण्यांपैकी एक जण बारीक, दाढीवाला माणूस पडद्यावर ओरडत होता, 'रिअल इस्टेटच्या याद्या आता एखाद्या विवाहाच्या जाहिरातीसारख्या बनत चालल्या आहेत. फक्त ब्राह्मण, फक्त यादव, फक्त पारशी. अशा प्रकारे आम्ही जगावं असं त्यांना वाटतं का? भांडणाऱ्या मुलांप्रमाणे जणू काही आपण स्वतंत्र, विभक्त झालंच पाहिजे का?'

पापांनी त्यांच्या हातातील ड्रिंक खाली ठेवलं आणि ते पडद्याच्या दिशेनं झुकले. खोलीतील वातावरणात तीव्र बदल झाला होता. माझ्या आईने तिच्या शब्दकोड्यातून डोकं वर केलं होतं आणि ती टीव्हीकडे पाहत होती.

पडद्यावर एक बारीक चणीचा ढेरपोट्या माणूस टेबलासमोर बसला होता. माझं एकदम त्याच्याकडे लक्ष गेलं. कारण, तो भारतीय संगीत शिकवणाऱ्या माझ्या शिक्षकांसारखा दिसत होता. त्यानं पांढरा कुर्ता घातला होता आणि धोतर नेसले होते. त्यानं आयताकृती हाफ-फ्रेमचा चष्मा लावला होता. इतर कोणाकडे कॅमेरा वळला की, तो उपहासानं काहीतरी बोलत होता.

पण आता तो निवेदक मर्यादशील बनला होता. त्याचा हवाहवासा वाटणारा परिणाम नाहीसा होत चालला होता. 'मिस्टर जोशी तुमच्याकडे एक अख्खा मजला आहे,' तो म्हणाला.

जोशींनी घसा खाकरला आणि लगेच त्यांनी आक्रमक पवित्रा घेतला, 'याबद्दल टीका करणारे तुम्ही कोण?' त्यांनी कॅमेऱ्यात थेट रोखून पाहिलं. प्रेक्षकांशी ते बोलू लागले. हळुवारपणे ते इतर क्षुद्र मुद्देही प्रस्थापित करू लागले. 'या बुद्धिवाद्यांना असं वाटतं की, यांना सगळ्यातलं सगळं समजतं; पण मला माहिती आहे, मला माहिती आहे की, ते फक्त पाश्चात्त्य मूल्यांचाच विचार करतात. आतापर्यंत आपण जसे जगत आलो आहोत, त्या आपल्या स्वतःच्या मूल्यांची त्यांना कसलीच फिकीर नसते. काय बरोबर आहे आणि काय चूक आहे, याविषयीच्या या परदेशी कल्पनांप्रमाणे वागू नका. ही आपली जीवनपद्धती आहे. त्यात काहीही चुकीचं नाही. प्राचीन जाणिवेला आलेला तो बहर आहे.'

दाढीवाल्या माणसानं काही आश्चर्य व्यक्त करणारे उद्गार काढले, त्यामुळे माझ्या वडिलांनी मान डोलावली आणि संमतिदर्शक हुंकार दिले; परंतु मला त्याच्या त्या शब्दांत जोर आढळला नाही. त्याचे शब्द अगदी मिळमिळीत, म्लानपणे उच्चारलेले वाटले. त्याच्या शब्दांना काहीच वजन नव्हतं आणि त्यामुळे माझं त्याच्या बोलण्यावरचं लक्ष पूर्णपणे उडालं. त्याला काही सेकंदांचा वेळ देण्यात आला आणि नंतर निवेदकानं त्याच्या वसाहतवादी ब्रिटिश उच्चारांच्या धाटणीत बोलत पुन्हा एकदा जोशींना बोलावलं.

'सरकारनं इतक्या सगळ्या वर्षांत काय केलं?' जोशी ओरडले. 'काहीही नाही. सगळीकडून येणाऱ्या लोकांचं काय? ते कुठून येतात? काय खातात? ते रस्त्यांवर, बागांमध्ये झोपतात, आपल्या नव्याकोऱ्या पुलांखाली झोपतात. त्यांचे प्रातर्विधी ते गटारांमध्ये उरकतात. त्या गटारांमध्ये पाणीही नसतं. चांगल्या लोकांना याचा राग येतो. हा राग उघड आहे. मी तुम्हाला सांगतो, हा राग उघड आहे. ही आम्हाला मिळालेली संधी आहे. या असल्या फारच वाईट दृष्टिकोनांतून आम्ही स्वतःला मुक्त बनवू शकतो.'

"आपल्याला रोज रात्री हेच सगळं का बघावं लागतं?" माझे वडील अचानकच ओरडले. अचानकच ते आचके दिल्यासारखं करू लागले. त्यांच्या गुडघ्यांना झटके येऊ लागले. त्यांनी कानशीलांवर दोन्ही हातांचे तळवे धरले होते. जणू काही ती चर्चा ऐकणं त्यांना खूपच वेदनादायक वाटत

होतं. खरं म्हणजे रिमोट त्यांच्या हातात होता आणि तो प्रश्न सैद्धान्तिक होता. मात्र तरीही मम्मी आणि मी, आम्ही दोघीही स्तब्ध राहिलो होतो. त्यांना काहीही सुचवून त्यांच्या रागात आम्हाला भर घालायची नव्हती. अखेरीस त्यांनी चॅनेल बदललं आणि पन्नास-साठच्या दशकांतील चित्रपटसंगीत ते पाहू लागले. कृष्ण-धवल चित्रीकरण, विशिष्ट प्रकारच्या टोप्या किंवा हॅट घातलेले हिरो, विविध कोनांतून दाखवलं जाणारं आणि जुनं झाल्यामुळे अधिकच स्पष्ट दिसणारं हिरॉईनचं सौंदर्य यांमुळे हळूहळू त्यांना दिलासा मिळाल्यासारखं वाटू लागलं. ते शांत होत चालल्यासारखे वाटले. आठवणींमधले नाजूक ठेके, त्या आठवणींनी पहिल्या कामार्ततेची, भुरळीची, थरथरीची आठवण समोर आणली होती.

==

माझ्या आईच्या दबावापुढे पापा झुकले, सौम्य बनले आणि त्यांनी अरोरा पॅव्हिलियनमध्ये दोन मजली घर विकत घेतलं. मी पहिल्यांदाच शेजारी गेले होते, त्या वेळी किती निराश झाले होते ते माझ्या लक्षात आहे. कारण, तिथे आमच्याकडे प्युरिटी वॉल नव्हती. मला जवळपासही तशी एखादी प्युरिटी वॉल कधीही दिसली नव्हती. माझ्या वर्गातील सर्व मुलांना आणि मुलींना त्यांचे पालक प्युरिटी वन दाखवायला घेऊन जात, त्यामुळे मला तर तिकडे जाण्याची आणखीच उत्सुकता वाटत होती; परंतु माझे वडील याबाबतीत कठोर बनले होते. त्यांचा निश्चय पक्का होता.

एके दिवशी दुपारी पापा मला पियानो क्लासमधून घरी घेऊन चालले होते, त्या वेळी काही रस्ते कौन्सिलच्या मिरवणुकीसाठी बंद करण्यात आल्यामुळे आम्हाला दुसऱ्या, लांबच्या रस्त्यानं जावं लागलं. तिथून जात असताना अचानकच पापा त्यांच्या सीटवर सरकून बसले. मी पुस्तक वाचत होते आणि ते काहीतरी गंमत करत असावेत, असं मला वाटल्यानं सुरुवातीला मी त्यांच्याकडे दुर्लक्ष केलं; पण ते नंतर एवढे खाली घसरले की, ते विंडशिल्डच्या पलीकडे वरच्या बाजूला रोखून पाहत असताना त्यांचा खांदा गिअरशिफ्टवर आदळला. मग मी ते काय होतं ते स्वतःच पाहिलं. सूर्यप्रकाशात बंदुकीच्या धातूसारखं करड्या रंगाचं आणि चकाकतं असं काहीतरी तिथे होतं. त्याच्या

प्रचंड सावलीमुळे बहुतांश रस्ता झाकोळून गेला होता. एखाद्या चित्रपटात एलियनचं विमान थांबल्याचं दाखवलं जातं, तसंच काहीसं ते वाटत होतं. त्या भिंतीचा वरचा भाग दिसावा म्हणून मला खाली सरकावंच लागलं. पापांना रहदारीवर लक्ष एकवटणं शक्य होत नव्हतं. दर वेळी ते त्या भिंतीकडे पाहत होते आणि तोंडानं चुकचुकल्यासारखा आवाज करत होते. पाऱ्याच्या चिळकांडीसारखी त्यांच्या तोंडातून थुंकी उडत होती. त्यांनी तीन गल्ल्यांतून कार वळवली आणि अखेरीस एके ठिकाणी उभी केली. त्यानंतर समोरच्या सीटवरून उडी मारून ते बाहेर पडले आणि त्यांनी मलाही खेकसून बाहेर पडण्यास फर्मावलं.

ते भिंतीच्या खूपच जवळ पोहोचले होते, त्या वेळी मी त्यांच्याजवळ पोहोचले. ते हळूहळू भिंतीच्या आणखी जवळ गेले. त्यांनी मान उंचावली आणि तिच्यावर आपली दोन बोटं ठेवली आणि हळुवारपणे ती दाबली. मी धावतच भिंतीकडे गेले. तिचे दगड गुळगुळीत होते आणि ती अगदी आश्चर्य वाटावं एवढी थंड होती. मंदिराच्या गाभाऱ्यातील ग्रॅनाईटच्या जमिनीप्रमाणं. तिच्या पृष्ठभागाला माझा गाल मी चिकटवला. माझ्या शरीरातून सरसरत खाली गेलेली शिरशिरी मला रोमांचित करून गेली. पापा विचारांत बुडून गेल्याचं दिसत होतं. ते म्हणाले, ''तू त्या बाजूनं शंभर पावलं चालत जा, मी या बाजूनं चालत जातो. त्याहून अधिक चालायचं नाही. ठीक आहे? मग सरळ तशीच मागे ये. ही भिंत कुठपर्यंत जाते ते तर पाहू या!''

पापा चालत पुढे गेले तसे त्यांच्या बोटांचे छाप त्यांनी त्या भिंतीवर उमटवले. मी दुसऱ्या मार्गानं पुढे गेले. भिंतीची छायाचित्रं घेणाऱ्या युरोपियन पर्यटकांना मागे टाकून आम्ही पुढे निघालो होतो. त्या भिंतीचा तो वक्राकार चटकन ओळखू न येण्याएवढा सूक्ष्म होता हे माझ्या लक्षात आलं. थोड्याच वेळात ते सगळं किती अवाढव्य होतं हे लक्षात येऊन मी अचानक जागीच खिळल्यासारखी थांबले. माझ्या दोन्ही बाजूच्या नागमोडी भिंतीचे भाग चक्क क्षितिजापर्यंत विस्तारले होते. त्या अवाढव्य गोष्टीनं भारलेल्या अवस्थेत नंतर मी परत माझ्या वडिलांकडे गेल्यावर माझ्या मनात एकदम असह्य, प्रतिकार शक्य नसल्याची उत्कट इच्छा निर्माण झाल्याचं मला जाणवलं. मी पुन्हा एकदा थबकले. तिथे कोणीही दृष्टिपथात नसताना मी भिंतीपासून आणखी

थोडं हातभर अधिक अंतर दूर जाऊन मोजमाप केलं. माझे डोळे मिटलेले होते आणि मी हात लांब पसरले होते. मी वर्तुळाकारात गिरक्या घेत होते. हळूहळू माझ्या गिरक्यांना वेग आला. माझी पावलं ॲस्फाल्ट या विशिष्ट प्रकारच्या डांबरी रस्त्यावर जोरजोरात आपटली जात होती. एखाद्या कथक नर्तकीप्रमाणे मी चकरा घेत होते. माझ्या चेहऱ्यावर, छातीवर, हातांवर अचानक पसरणाऱ्या वाऱ्याच्या झुळुकीची मजा मी घेत होते. समतोल, दर्जा आणि जाणीव या सगळ्यांपासूनचं स्वातंत्र्य मी अनुभवत होते. ज्या वेळी खूपच भोवळ येऊ लागली, त्या वेळीही मी डोळे गच्च मिटून घेतले होते. मला पहिल्यांदा स्वतःला मागच्या बाजूला भिंतीवर झोकून द्यावं लागलं. भिंत कुठे संपली आणि जमीन कुठे सुरू झाली होती, हे सांगणं आता कठीण आहे. जणू काही एक समतोल जग निर्माण झालं होतं आणि प्रचंड उसळत्या लाटांच्या तावडीत हेलकावणाऱ्या जहाजाप्रमाणे प्रत्येक गोष्ट हेलकावत, हिंदकळत होती. मी त्यात पूर्ण बुडून गेले होते. त्या धुंदीत काही सुंदर क्षण गेल्यानंतर मी पुन्हा त्यावर मात करून बाहेर पडले. हळूहळू पुन्हा शांततेची जाणीव झाली. मी आले होते, त्या वेळी माझ्या वरच्या ओठांवर, गालांवर आणि कपाळावर जमा झालेले घर्मबिंदू आता गेले होते. हवेत झपाट्यानं गारवा पसरला होता.

आम्ही बरोबर ज्या ठिकाणाहून निघालो होतो, तिथपर्यंत पापा झपाटल्यासारखे लंबवर्तुळाकारात चालत येत होते. ''मला प्रवेशद्वार सापडलं!'' ते म्हणाले. ''तुला एवढा वेळ का लागला? मला ते शोधून काढायचं आहे.'' त्यांच्या उजव्या डोळ्याच्या बरोबर वरच्या भागात असलेला स्नायू तटतटू लागला होता. त्यांनी माझा हात हातात घेतला. प्रवेशद्वार काळं, घन धातूचं होतं. त्याची उंची माझ्या वडिलांच्या उंचीच्या दुप्पट होती. त्याच्या भोवती लाल आणि पांढऱ्या रंगांच्या प्रतिबंधात्मक ठोकळ्यांचा अक्षरशः गराडा पडला होता. सहा लोक प्लॅस्टिकच्या खुर्च्यांवर बसले होते आणि त्यांच्या शेजारीच जड लाकडी काठ्या ठेवलेल्या होत्या. उन्हामुळे त्यांनी आपल्या शर्टांची बटणं काढल्यामुळे त्यांच्या स्वस्त सुती शर्टांच्या आतले त्यांचे पांढरे बनियन दिसत होते. ते हेल काढून लयबद्ध आवाजात बोलत होते. त्यांच्या बोलण्यातून ते वरचेवर एकमेकांच्या आया-बहिणींचा उद्धार करत होते.

आम्ही तिथे बघत असतानाच प्रवेशद्वाराचे आमच्या बाजूच्या तीन रांगातील धातूचे खिळे आत खेचले गेले. प्रवेशद्वार उघडलं गेलं तेव्हा रोप मॅनने प्रयत्न केल्यावर ते अडथळे झपाट्यानं वर उचलले गेले. एक लांबलचक कार प्रवेशद्वारातून बाहेर पडली. त्या प्रवेशद्वाराच्या पलीकडे नीट, अरुंद रस्ते होते. तसंच फिक्या गुलाबी रंगाचे दगडी रस्ते होते. रस्त्याच्या पुढेच पादचाऱ्यांसाठीचे मार्ग होते. तिथे छोट्या छोट्या बागा असलेल्या एक मजली घरांची रांग होती. त्यापुढे अचानकच नुकत्याच कापलेल्या हिरवळीचा, जांभळ्या, पिवळ्या फुलांचा बगिचा होता. तिथे माझ्याच वयाची मुलं झोपाळ्यांवर आणि घसरगुंड्यांवर खेळत होती. एकमेकांशी पकडापकडीचा खेळ खेळत होती. जवळच एक लहानसं मंदिर होतं. चमकत्या पितळी घंटांची भिंत दिसत होती. घंटांच्या टोल्यांना पवित्र कापडाचे पट्टे बांधण्यात आले होते. पादचाऱ्यांसाठीच्या मार्गावरून पापा पुढे निघाले. त्यांनी माझा हात एवढा घट्ट पकडला होता की, माझ्या मनगटाच्या दोन्ही बाजूंची हाडं पिरंगळल्यासारखी दिसत होती. आम्ही कारला विसरून गेलो होतो. रस्त्यावर अर्धवट उडी मारल्याप्रमाणे उतरत असताना त्यांनी ती जिथे उभी केली होती, तिच्यामागे आता इतर वाहनं उभी करण्यात आली होती. आता आमची कार इतर कार आणि वाहनांच्या रांगेत सर्वांत पुढे होती.

आम्ही आत जाऊ लागल्याबरोबर दोन लोक चपळाईनं पुढे झेपावले. त्यांच्यापैकी फक्त एकच जण आमच्या दिशेनं चालू लागला. त्याच्या उजव्या हातात एक लांबलचक लाकडी काठी होती. रस्त्यांवरचे लाइट नुकतेच लागले होते. काचेच्या मोठ्या आवरणांमागे असलेल्या विजेच्या दिव्यांच्या तारा धीर खचल्यासारख्या थरथरताना दिसत होत्या, कोशांच्या रांगांमधील कीटकांच्या मिश्या जशा चमकत आणि थरथरत असतात अगदी तशाच! अजिबात स्मित न करता त्या पुढे आलेल्या सुरक्षारक्षकानं विचारलं, ‘‘तुम्हाला काय हवंय?’’

पापांनी तोंड वेंगाडल्यासारखं केलं आणि ते म्हणाले, ‘‘आम्हाला आतून हे पाहता येईल, असं वाटलं होतं.’’

तो कुत्सितपणे हसला. ‘‘हा पटेलांचा विभाग आहे. इथे आत फक्त कडवा पटेल राहतात,’’ तो म्हणाला. त्यानं आमच्याकडे निरखून बघितलं.

"इथले रहिवासी नसलेल्या लोकांना... तुमच्याकडे परवानगी आहे का? तुम्हाला परवानगी घ्यावी लागेल," मध्ये फटी असलेल्या पातळ लाकडी पट्ट्यांनी तयार केलेल्या फोन बॉक्ससारख्या दिसणाऱ्या शेडकडे तो गेला. ते ड्रॉवर म्हणून वापरत असलेल्या तिथल्याच एका पुठ्ठ्याच्या बॉक्समध्ये त्यानं हात घालून काहीतरी धुंडाळलं. त्यानंतर हातात एक अर्ज घेऊन तो आला. "हा भरा आणि कार्यालयाकडे पाठवून द्या. ते बघतील काय करायचं ते!" तो म्हणाला.

"म्हणजे मी आता लगेच इथे आत जाऊ शकत नाही, असं तुम्हाला म्हणायचंय का? माझी मुलगी आणि मी फक्त इथे सहज फिरूही शकत नाही?"

"परवानगी घ्या," त्यानं खांदे उडवले.

पापांनी लगेच त्यांची नेहमीची सराईत हालचाल केली. त्यांनी हळूहळू पाठ ताठ केली आणि ते पूर्णपणे ताठ उभे राहिले. "मी कुठे जाऊ शकतो, हे सांगणारे तुम्ही कोण आहात?" माझ्या वडिलांनी विचारलं.

"मला हवं तिथे मी जाईन! हे माझं शहर आहे."

या वेळी त्यांच्या आवाजातली अहंमन्यता लपत नव्हती. "तुम्हाला हवं तिकडे जा, अंकल; पण इथे जाता येणार नाही." त्या सुरक्षारक्षकाच्या आवाजात एक उपहासात्मक खिदळल्यासारखा डंख होता. "काळजी करू नका. प्रौढ लोकांकडून परवानगी आणा. मग मी कोण आहे तुम्हाला अडवणारा?"

"मला कोणाच्याही परवानगीची गरज नाही. ना तुमच्या, ना तुमच्या त्या नालायक प्रौढांच्या."

दुसरा सुरक्षारक्षक त्याच्या या सहकाऱ्याच्या कानांत काहीतरी कुजबुजला आणि ते दोघेही मोठ्यानं हसले. त्यानंतर ते दोघेही खांद्याला खांदा भिडवून रस्ता रोखून उभे राहिले. "बाहेर जे काय चाललंय त्यापासून आमच्या लोकांचं आम्ही संरक्षण करतो," दुसऱ्या सुरक्षारक्षकानं म्हटलं. "हवेत ओंगळपणा आहे, चारित्र्यात ओंगळपणा आहे." त्यानंतर त्यानं आपल्या उजव्या हाताची दोन बोटं छातीवर ठेवली आणि तो म्हणाला, "सर्वांसाठी शुचिता (शुद्धता)."

पापा एवढे त्रस्त बनले होते की, ते स्थिरपणानं उभेही राहू शकत नव्हते. ''सर्वांसाठी शुचिता? तुम्ही वेडे झाला आहात का? तुम्हा सगळ्यांना वेड लागलंय का? हे सगळं इथे चालवून घेतलं जातं, असं तुम्हाला कोणी सांगितलंय?'' ते किंचाळले. ''माझ्या शहरात तुम्ही हे सगळे चाळे करू शकता, असं तुम्हाला कोण सांगतं?'' त्यांनी त्यांना आवाज चढवून विचारलं. दुसरा सुरक्षारक्षक त्याच्या जागेवरून उडी मारून उठला. काँक्रीटवरून चपळाईनं पावलं टाकत, लांब लांब ढांगा टाकत तो जवळजवळ धावतच आमच्याकडे आला. त्यांनी पापांच्या भोवती अर्धवर्तुळाकार कडं तयार केलं. माझे वडील खूप धिप्पाड वगैरे नव्हते हे माझ्या लक्षात आलं आणि त्यामुळे मी काहीशी चकितही झाले. त्यांची मनगटं सडपातळ होती. दंडही पिळदार वगैरे नव्हते. ते पिळपिळीत होते. डोक्यावरच्या पांढऱ्या केसांचा झुपका त्यांच्या शारीरिक दुर्बलतेत भरच टाकत होता.

''शालिनी तिथेच उभी राहा, तिथेच थांब,'' ते त्या दोघांकडे वळले. ''तुम्हाला काय वाटतं की, मी तुमच्यासारख्या लोकांकडून आदेश घेतो? मी कुठे जायचं हे तुम्ही मला सांगणार आहात?'' ते लोक चिडले. त्यांचा म्होरक्या असल्यासारख्या वाटणाऱ्या एकानं त्याच्या हातातील काठी जमिनीवर जोरात आपटली. दर वेळी त्यानं काठी आपटल्यावर काहीतरी मोडल्यासारखा आवाज येत होता.

''आम्ही म्हणजे कोण? कोण आहात कोण *तुम्ही*? कुठले राजे महाराजे?'' तो खेकसला. त्यानं माझ्या वडिलांच्या छातीवर आपलं जाडजूड बोट ठेवलं. ''तुमचं नाव काय? तुम्ही कुठल्या विभागातून आलाय? तुम्ही इथे का आलाय?'' तो एका पाठोपाठ भराभरा प्रश्नांची सरबत्ती करत होता. प्रत्येक प्रश्नाबरोबर तो त्याचं बोटं त्यांच्या बरगड्यांमध्ये अधिकाधिक खुपसत होता. माझे वडील संतापानं लाल झाले. त्यांनी त्या म्होरक्याची कॉलर त्यांच्या मुठीत पकडली आणि आपला दुसरा हात त्या माणसाच्या खांद्यावर ठेवला आणि त्याला मागे खेचलं. हे सगळं इतकं झटपट झालं की, बाकीचे कोणी काहीच हालचाल करू शकले नाहीत. रिपीटर तसाच धडपडत काही पावलं मागे गेला, त्याच्या हातात काठी होती. तो जमिनीवर आदळला, त्या वेळी त्यानं पापानांही त्याच्याबरोबर खाली खेचलं. त्यानं पापांना जमिनीवर गडाबडा

लोळवलं आणि त्यांचे खांदे जमिनीवर घासले. त्यानं त्यांच्या गालांवर फडाफडा मारलं. पापांच्या डोळ्याखाली एक फिकट जांभळट रेषा उमटली. मी किंचाळले आणि त्यांच्याकडे धावत सुटले; पण कोणीतरी म्हणजे त्या पहिल्या सुरक्षारक्षकानं मला जमिनीपासून वर उचललं. मी त्याच्या हाताला हिसका देण्याचा प्रयत्न करत असताना त्यानं माझे खांदे घट्ट पकडून ठेवले होते. आता इतर सुरक्षारक्षकांनीही माझ्या वडिलांच्या भोवती कडं केलं होतं. ते त्यांना लाथा-बुक्क्यांनी मारत होते. काहींनी हॉकीस्टीकचा वापर केला. मी विव्हळ झाले होते, त्यामुळे मला नीटसा विचार करता येत नव्हता.

''शांत हो, शांत हो,'' तो सुरक्षारक्षक कुजबुजत होता. मी डोळे उघडले. मारहाण थांबली होती. रिपीटर्स माझ्या वडिलांच्या भोवती उभे होते. माझ्या वडिलांचा चेहरा आणि मान रक्ताळली होती. त्यांच्या शर्टाची वरची बटणं तुटली होती आणि त्यांच्या छातीवरचे मिठासारखे पांढरट केस दिसत होते. त्या सुरक्षारक्षकानं मला खाली ठेवलं आणि माझ्यासमोर गुडघ्यावर बसला, त्यामुळे आता आम्ही एकमेकांकडे थेट नजरेला नजर भिडवून पाहू शकत होतो. ''आम्ही आणखीही बरंच काही करू शकलो असतो; पण ते वृद्ध आहेत. त्यांचा गोंधळ उडालाय. त्यांना इथून बाहेर घेऊन जा.''

''होय. मी त्यांना नेते,'' मी हुंदके देत होते.

''जर प्रौढांनी काय झालं हे पाहिलं, तर ते त्यांना योग्य ती शिक्षा देतील. जर त्यांनी पाहिलं असतं तर मग आमच्या हातात काहीच राहिलं नसतं.''

कारमधून आम्ही घरी परतत असताना पापांच्या डोळ्याखालची सूज खूपच वाढली. तो भाग अगदी पेपरवेटसारखा दिसत होता. ते आता काहीच पाहू शकत नव्हते. त्यांचे हात, पाठ, छाती निळी पडली होती आणि त्यांच्या अंगावर कॉफीच्या रंगासारखे वळ उठले होते. कारमध्ये त्यांनी सिगारेट पेटवली होती, त्या वेळीही त्यांचे हात थरथरत होते. त्यांच्या कोपराच्या पुढे हातावर एक अरुंद काळं टेंगूळ आलं होतं. त्या दिवसानंतर आम्ही एकमेकांशी मनमोकळं, भरपूर बोलणं थांबवलं. आम्ही ज्या सहजतेनं आयुष्यभर जगलो होतो, ती सहजता कुठल्या कुठे विरून गेल्यासारखं वाटत होतं. तो सगळाच काही त्यांचा दोष नव्हता. कदाचित, मीही त्यांना टाळत होते. ते म्हणजे

निव्वळ एक उपद्रवी वस्तू असावेत, अशा प्रकारे त्या सुरक्षारक्षकांनी त्यांना हाताळलं होतं. मी पूर्वी त्यांच्याकडे कोणालाही न जुमानणारी, अभेद्य व्यक्ती म्हणून पाहत होते. आता मी यापुढे त्यांच्याकडे त्या प्रकारे पाहू शकणार नव्हते. बहुधा त्यांच्या ते लक्षात आलं होतं. त्यांनी मला ओळखलं होतं... एक कृतघ्न, अविचारी मुलगी.

त्याच्या तळव्याचा मध्य

यलोस्टोन स्कूल बस ही धुळीच्या चट्ट्या-पट्ट्यांनी माखलेली एक खटारागाडी होती. हिवाळ्यातील सकाळी तिचे दोन राक्षसी डोळे तुमच्यावर रोखूनच ती धुक्यातून बाहेर पडत असे. सीटच्या मागच्या बाजू घाणीनं माखलेल्या असत आणि नेहमीच त्या दमट वाटत. तिचा तळ अगदी किळसवाणा, ओंगळ होता. त्याच्यावर काहीही सांडलं तरी त्यापासून क्षणांत हिरवट, घाणेरडा पदार्थ तयार होत असे. मात्र त्याच समांतर मार्गांवरच्या इतर गाड्या छानशा ॲल्युमिनियममध्ये बांधून तयार करण्यात आल्या होत्या. सकाळी आम्ही सगळेच पुढे वाढून ठेवलेल्या दिवसाच्या कल्पनेनंच मरगळलेले असू; पण दुपारची वेळ अधिक चांगली असे. पावणेचारच्या सुमारास आम्ही बसमध्ये चढत असू त्या वेळी उष्णता सौम्य झालेली असे आणि वारे वाहू लागलेले असत, त्यामुळे कंटाळ्याची भावना हवेत दूरवर उडून जात असे.

आम्ही पार्किंग लॉटमध्ये काही मिनिटं उभे राहत असू; पण तेवढा वेळही काही जणांना शांत राहता येत नसे. कोणाचे ना कोणाचे खटके उडत, छोट्या मुलांनी भोकांड पसरलेलं असे, एकमेकांना बुक्के मारणं सुरू असे. छापील यादी हातात घेऊन एक शिक्षिका आमची नावं घेऊन सगळे आले आहेत का ते तपासत असे. त्या वेळी आम्ही तिच्याभोवती अस्ताव्यस्त झालेल्या रांगेत उभे असू. आमच्याबरोबरच एक उंच, कुरळ्या केसांचा मुलगा आमच्या पुढच्या वर्गात होता. तो अगदी गरीब घरचा मुलगा होता. त्याच्याकडे पाहूनच ते कोणाच्याही लक्षात आलं असतं. त्याच्या गणवेशाचा रंग गणवेश बऱ्याच वेळा धुतला गेल्यामुळे उडाला होता. त्याच्या पायातले शूजही स्वस्तातले होते. भरपूर कुरळे केस असलेल्या त्या मुलानं बसमध्ये उडी मारली आणि तो मागच्या बाजूला धावत गेला. त्यानं तिथे आपलं दप्तर फेकून दिलं, त्यामुळे

मागच्या लांबलचक सीटवर त्याचा हक्क लागू झाला होता. त्या सीटचं रेक्झिन कंपासच्या टोकांनी आणि डिव्हायडरनं फाडलं गेलं होतं आणि ते खाली लोंबत होतं. खिडकीबाहेर बघून तो काही तरी ओरडला. त्यानंतर त्यानं बोटांनीच आपले केस विंचरल्यासारखे करून मागे सारले. दुसऱ्या बसमधल्या मित्राला बघून तो आपलं ओटीपोट हलवू लागला, स्पंदन पावत असल्यासारखं थरथरवू लागला. या प्रकारच्या वर्तनाला शिक्षक फिल्मी, रस्त्यावरचं, बाजारू, निकृष्ट असं म्हणत. अर्थातच ते स्वीकारार्ह नव्हतं; परंतु आमच्याबरोबरच बसमध्ये चढण्यासाठी थांबलेल्या शिक्षकांनी त्याच्याकडे साफ दुर्लक्ष केलं. दिवसाच्या त्या वेळी ते पुढच्या सीट गाठत आणि तिथेच थकल्या-भागल्यासारखे बसून राहत. आम्ही खुल्या रस्त्यावर येईपर्यंत पाण्याच्या बाटल्यांनी मारामारी करणं सुरू असे. मुलींच्या ब्रा मागच्या बाजूनं जोरात ओढून झटकन सोडून देण्याचा खेळही सुरू असे, त्यामुळे त्यांच्या पाठीवर सपकन आवाज येत असे. बराच काळ जोडीनं फिरणारी मुलं-मुली मागच्या बाजूला जाऊन बसत. काही मुलं कुस्त्या खेळत. पुढे बसलेली मुलं आमचे हेअरबँड काढून, खिडकीतून त्यांचे हात बाहेर काढत आणि आम्ही ते परत मिळावेत म्हणून अगदी गयावया करेपर्यंत आमचे हेअरबँड फेकून देण्याची धमकी देत.

गेल्या काही दिवसांपासून डीननं हे सगळं खूपच मनावर घेतलं होतं आणि आम्हाला शांत बसवण्यासाठी ज्युनिअर शाळेचे कलाशिक्षक बसाक यांना पाठवलं होतं. ते एक प्रौढ बंगाली गृहस्थ होते, त्यांना ऐकू येत नव्हतं. त्यांना नुकताच पार्किन्सन्सचा आजार जडला होता. एके दिवशी दुपारी बसाक कसेतरी लटपटत बसमधल्या जागेतून चालत होते. एका मुलानं प्रत्येक सीटवरचं कव्हर काही इंच वर येईल अशा बेतानं ओढून ठेवलं होतं, त्यामुळे बसाक बसायला गेले असते नि धडपडून खाली पडले असते आणि त्यांना त्यांचा तोल सांभाळता आला नसता. असं दोन सीटवर बसून धडपडल्यावर ते वृद्ध सर संतप्त झाले. त्यांच्या चष्म्यावर दमट हवा साचली. चष्मा अपारदर्शक बनला. जणू काही धुकं पडलेल्या दोन खिडक्याच. आम्ही मूकपणे गदगदून हसत होतो. त्यांनी दुसऱ्या शिक्षकांना आणण्याची धमकी दिली. त्यानंतर केसांचा मधोमध भांग पाडून केस चापूनचोपून बसवलेला एक मुलगा एखाद्या गवताळ प्रदेशातील प्राण्यासारखा त्याच्या सीटवर उभा राहिला. 'वौइल औ प्लीस सैट?' (तुम्ही कृपा करून शांत बसाल का?) तो ओरडला आणि

चटकन खाली बसला. बसाक अत्यंत संतप्तपणे मागे वळले. आम्ही शाळेत असताना नेहमीच त्यांच्या बंगाली उच्चारांची टिंगल करत आलो होतो. स्वरांवर ते मोठ्या प्रमाणात भर देत असत आणि त्या तुलनेत व्यंजनं हलक्या पद्धतीनं उच्चारत. तो मुलगा दिसायला चांगला होता. त्यानं केलेली त्यांची नक्कल ऐकल्यावर मी पोट धरधरून हसू लागले. त्या सरांच्या समोरच माझी हसून हसून एवढी मुरकुंडी वळली की, माझ्या डोळ्यांतून पाणी येऊ लागलं. 'ओऊ सेड दीस ओव सेड?' (हे कोण बोललं? कोण बोललं?) त्या मुलानं पुन्हा एकदा म्हटलं.

रिझ माझ्या एक वर्ष पुढे होता. मी जात असताना एक-दोनदा माझ्याकडे पाहताना मी त्याला पाहिलं होतं. त्याच्या विनोदाची मला खूपच गंमत वाटली होती, हे बहुधा त्याला आवडलं असावं. दुसऱ्या दिवशी त्यानं अगदी माझ्या पुढच्याच जागी तीन सीटची जागा पकडली. माझ्या वर्गातील दोन मुलींबरोबर मी खेळत होते. तुमच्या स्वतःच्या सीटच्या पुढे बसलेल्या मुलाचं नाव तुम्ही लिहायचं आणि नंतर त्या नावातील जी अक्षरं सामाईक होती ती तुम्ही खोडायची. त्यातून त्याच्याबरोबर तुमचं प्रेम जुळणार, तुम्हाला त्याचा तिरस्कार वाटणार की त्याच्याशी मैत्री होणार या गोष्टी तुम्हाला कळतात, असा तो खेळ होता. फाटक्या स्पीकरवर चित्रपटातील गाणं लागलं होतं. डब्यातलं उरलेलं अन्न खाल्लं जात असताना त्याचा वास दरवळत होता. मी अक्षरं कापण्यात सरावलेली होते, त्यामुळे मी ती गतीनंच कापत होते. तेवढ्यात माझ्या कानांवर आवाज आदळला.

"तू त्यात माझं नावही घालून बघ," त्याच्या सीटवर तो गुडघ्यावर बसला होता आणि त्यानं सीटच्या टेकून बसायच्या जागेभोवती त्याचे हात गुंडाळले होते.

"हा फक्त एक वेडगळ खेळ आहे. फक्त लहान मुलांसाठीचा," मी म्हटलं. मला स्वतःचीच चीड आली. रेझर लागल्यामुळे ज्या ठिकाणी जखम झाली होती, तिथे त्याच्या त्वचेवर हिरवट झाक होती. एखाद्या चित्रपटातील हिरोप्रमाणे त्यानं मिस्कीलपणे, नखरेलपणे स्मित केलं. अर्धवट झाक असलेल्या खिडक्यांमधून आलेल्या भरपूर सूर्यप्रकाशामुळे त्याच्या केसांमध्ये तांबूस झाक निर्माण झाली होती. त्या खराब झालेल्या स्पीकर्समधून आता ते गाणं केकाटल्यासारख्या, विव्हळल्यासारख्या आवाजात ऐकू येऊ लागलं. तो

बोलला होता त्या वेळी त्यानं त्याचा मध्यभागी पाडलेला भांग पुन्हा एकदा सहज, स्टाइलमध्ये केस फिरवून होता तसाच, त्याच जागी आणला होता. त्याच्या या हालचालीनं मी नखशिखांत रोमांचित झाले होते. त्यानं बारीक मिश्या ठेवल्या होत्या आणि त्यामुळे त्याचा जबडा अगदी पूर्ण चौरसाकृती दिसत होता. बहुधा त्या वयाच्या दृष्टीनं तसं मिश्या ठेवणं वेगळं होतं. तो न कचरता आपण ज्यात रुची बाळगतो, ते मान्य करत असल्याचं ते प्रतीक असावं. मला एकदम जोराची भूक लागल्याची जाणीव झाली.

आम्ही तो खेळ खेळलोच. त्यातून निघालेल्या निष्कर्षामुळे माझी सुटका झाली होती. माझ्या शेजारच्या दोन मुलींना त्यानं दुसरीकडे बसायला लावलं आणि त्याच्या दप्तरातून बाजा काढून आपल्या ओठांवर धरला, त्या वेळी मी आश्चर्यचकित झाले. त्यानंतर त्यानं मान हलवली आणि आपल्या शर्टाच्या वरच्या खिशात बाजा ठेवून दिला. तो बाजा शिकायचा प्रयत्न करत असल्याचं त्यानं सांगितलं. मी माझ्या मांड्यांवर हात घट्ट ठेवले होते आणि अचानकच माझ्या हातांची कोपरं किती कडक झाली होती ते माझ्या लक्षात आलं. त्यांच्यावर बोट घासल्यावर रबर घासल्यावर त्याचे कण पडतात, तसे तेलकट घाणीचे कण खाली पडले. तो बघत नव्हता, त्या वेळी माझ्या शर्टाच्या बाह्या मी खाली ओढल्या. ते सगळं एवढ्या झटपट घडलं होतं की, मला बसनं शक्य तितक्या लांबच्या मार्गानं माझ्या घरापर्यंत सोडावं, असं वाटत होतं. मी भाग घेणार असलेल्या निबंधस्पर्धेविषयी मी त्याला सांगितलं. त्यानं मला त्याच्या स्क्वॅशच्या टीमबद्दल सांगितलं. बहुतेक उन्हाळ्यांच्या सुट्ट्यांमध्ये तो लंडनमधील ट्रोकॅडेरो इथे अगदी 'ऑसम' असलेल्या मशीनवर एक पाउंड देऊन खेळता येणारे व्हिडिओ गेम खेळला होता, ते त्यानं मला सांगितलं. "ही रक्कम तशी जास्तच आहे. एक पाउंड म्हणजे इथले जवळजवळ पन्नास रुपये; पण इथल्याहून तिथे हेच खेळ खूपच जास्त चांगले असतात," असंही तो म्हणाला. तो आधीच कार चालवायला शिकला होता. त्याचा स्टॉप येण्याआधी त्यानं माझा फोन नंबर त्याच्या वहीच्या मागच्या पानावर लिहून घेतला. त्या पानावर कसंबसं काहीतरी खरडलेलं होतं, कसले तरी गोल काढलेले होते आणि फुल्याही होत्या आणि *आर्की* कॉमिक प्रकाशनाच्या पुस्तकांत असतात तशा मुलींची चित्रं काढलेली होती. तो फोन करणार नाही, याची मला खात्रीच होती.

पण त्याच रात्री त्यानं फोन केला. तो एवढा उशिरा केला होता की, त्या वेळी माझे पालक गाढ झोपले होते. पहिल्यांदा ही गोष्ट विचित्र वाटली होती. त्यानंतर त्यानं मला एक गुपित सांगितलं. स्क्वॉश टीममधला त्याचा एक मित्र, त्यांच्या बॅचमध्ये खूपच लोकप्रिय आणि प्रसिद्ध असलेल्या राधिका नावाच्या मुलीला फसवत होता. राधिका ही थंड नजरेची सुंदर मुलगी होती. मीही आमच्या बसमधल्या एका गुबगुबीत मुलीविषयी सांगितलं. तिचा पूर्वीचा गणिताचा शिक्षक तिच्या स्तनाग्रांशी चाळा करत असे, त्यामुळे त्यांच्या एक तासाच्या सत्रात तिच्या अंगावर सतत शिरशिरी येत असे. अशा प्रकारे आम्ही पुढे चाललो होतो. आकाश सूर्यप्रकाशानं उजळून निघेपर्यंत अशा प्रकारे आम्ही एकमेकांशी विश्वासानं खूप, खूप बोलत राहिलो होतो.

त्यानंतर काही तासांनी बसमध्ये मी खिडकीच्या बाजूची दोन सीटची जागा पकडली... माझ्या शेजारच्या सीटवर दप्तर ठेवून ती जागा मी अपेक्षेनं राखून ठेवली होती; पण माझ्याकडे एखादा साधा कटाक्षही न टाकता तो सरळ माझ्या जवळून पुढे निघून गेला. तो मानभावीपणा होता का? शाळेत जाईपर्यंत पूर्ण रस्ताभर पाणउतारा झाल्यासारखी वाटून दोन सीटवर मी एकटीच बसले होते. शाळेत दिवसभर मी आदल्या रात्री त्याच्याशी एखादी चुकीची गोष्ट बोलले होते की काय यावर विचार करत होते; पण नंतर दुपारी पुन्हा एकदा सकाळी काय घडलं होतं, याची दखलही न घेता त्यानं आपल्या मित्रांना सोडलं आणि माझ्या मैत्रिणींना दुसरीकडे पिटाळलं. रात्रीची जवळीक पुन्हा एकदा वेगानं आमच्या मनात दाटून आली होती. आम्ही एकमेकांचे हात हातात घेतले. त्याच्या तळहाताच्या मध्यभागी मी बोटांनी वर्तुळाकार काढत राहिले. माझ्या एका मैत्रिणीनं मला तसं करायला शिकवलं होतं. तो बेचैन झाला होता आणि त्यानं त्याचे डोळे मिटून घेतले होते. त्यानंतर आमची बस तो राहत असलेल्या अश्रफ विभागातील निजाम्स ॲबोडजवळ वळली. त्याचा स्टॉप येण्यापूर्वी आणि चमकता बुरखा घेतलेली एक मुलगी अशा जाहिरातीच्या फलकाजवळ आम्ही पहिल्यांदाच एकमेकांचं चुंबन घेतलं.

तोपर्यंत नवीन पद्धतीनुसार जुळवून घेऊन माझं कुटुंब व्यवस्थित स्थिरस्थावर झालं होतं. अरोरा विभागाच्या आतील बाजूला राहताना अगदी नेहमीच पूर्ण अप्रसन्न नसेलही; परंतु सूक्ष्मपणे अप्रसन्न अशी स्वतःभोवती कुंपण घातलं

गेल्याची भावना मला जाणवत होती. प्रवेशद्वारातून आत आल्याबरोबर मानेभोवती तिचं अस्पष्ट; पण प्रचंड मोठं भेडसावणारं सावट असल्याचं जाणवत असे. जवळजवळ सगळीकडेच भिंती दिसत होत्या. पॉकेटबुक गार्डन आणि लाल तुर्की टोप्यांसारख्या दिसणाऱ्या फरश्यांची छपरं असलेल्या एकसारख्या घरांच्या ओळीतील एक दुमजली अरुंद घर पापांना मिळालं होतं. ती भिंत माझ्या बेडरूमपासून पूर्वेकडे दोनशे मीटर अंतरावर होती. पर्वतांच्या शांत वातावरणात पसरलेल्या छोट्या घरांच्या वरच्या भागातून ती जात होती. लिव्हिंग रूममधील सरकत्या काचेच्या खिडकीतून आणि तिच्या अगदी बरोबर खालीच असलेल्या माझ्या पालकांच्या खोलीच्या खिडकीतून ती भिंत एक किलोमीटरहून जास्त अंतरावर होती, तरीही ती तुकड्या-तुकड्यांतच दिसत होती. ही बहुतांश बाजू मानवनिर्मित टेकडीमुळे अस्पष्ट दिसत होती. या टेकडीवर आमच्या समाजातील अधिक श्रीमंत लोकांनी त्यांच्या हवेल्या बांधल्या होत्या. याच भिंतीचा काही भाग पुन्हा शिर्डीच्या साई बाबा मंदिराच्या पांढऱ्या शिखराच्या मागे ईशान्येला दिसत होता. सॉकरच्या आणि क्रिकेटच्या एकापाठोपाठ असलेल्या मैदानांच्या पलीकडे पहारेकरी उभा असे. थोड्याच वेळानं मला घरी परत येताना आपण कुठेतरी सुरक्षित ठिकाणी येत असल्यासारखं, आपल्याला कशात तरी आत खोचून ठेवल्यासारखं, बंदिस्त पागेत आल्यासारखं वाटत असल्याचं माझ्या लक्षात आलं.

मी कित्येक महिने रिझबरोबरचे माझे नातेसंबंध माझ्या पालकांपासून लपवण्याचे प्रयत्न केले होते. त्यानंतर एके दिवशी माँ म्हणाली की, आमच्या नवीन घराच्या कागदासारख्या पातळ असलेल्या भिंतींमधून रोज रात्री तिला माझ्या फोनची रिंग वाजत असल्याचं ऐकू येत होतं. तिनं माझ्या वडिलांना याविषयी काहीही न सांगण्याचं वचन दिलं; पण काही आठवड्यांनंतर जेवणाच्या टेबलावर पापांनी रिझच्या वडिलांची गोष्ट सांगितली. क्लबमध्ये त्यांना गप्पांच्या ओघात ती समजली होती. रिझच्या वडिलांनी आणि इतर कापड निर्यातदारांनी रुपयाचं मूल्य कमी राहावं, यासाठी अधिकाऱ्यांना लाच दिली होती. अचानकच माझे वडील म्हणाले की, धीमेपणानं नको ती हलकी कामं करणं ही निर्यातदारांची नेहमीची सवय आहे. ही गोष्ट आश्चर्यकारक होती. कारण, पापा कधीही माझ्या मित्र-मैत्रिणींची किंवा त्यांच्या कुटुंबांची

पर्वा करत नव्हते किंवा त्यांच्याविषयी बोलत नव्हते. त्यानंतर त्यांनी पुन्हा कधीही रिझचा उल्लेख केल्याचं मला आठवत नाही.

उन्हाळ्यात पश्चिमेकडच्या वाळवंटातून येणारे धूळभरले, उष्ण वारे रोजच आम्हाला झोडपू लागले. ते उष्ण वारे सँडपेपरसारखे आमच्या अंगावर जोरात घासून जात आणि त्यामुळे आमच्या त्वचेवर काळपट लालसर चट्टे पडत असत. शाळा आठवडाभर आधीच संपली. कारण, दोन लहान मुलांनी उष्माघाताच्या त्रासामुळे शाळा सोडली होती. रिझनं आणि मी त्या सोमवारी बाहेर सिनेमाला जायचा बेत आखला. कारण, त्या दिवशी माँनं तिच्या महाविद्यालयीन मैत्रिणींबरोबर जेवायचा बेत आखला होता. त्यात तिचा बराच वेळ जाणार होता.

गुदमरवणारी दुपार, एखाद्या चादरीसारखं सपाट, निस्तेज आकाश असं वातावरण होतं. पांढऱ्या रंगात रंगवलेल्या दगडी घरांपासून झगझगीत प्रकाश परावर्तित होत होता. पापा कामावर गेले होते आणि माँ दुपारच्या जेवणासाठी गेली होती. माझ्या खोलीच्या खिडकीतून मी वाट पाहत बाहेर बघत होते. त्या वेळी मला रस्त्यावर निळ्या आणि पांढऱ्या रंगाचे स्लिपर घातलेले लोक फिरताना दिसले. फोनची रिंग होत होती. तो रिझ होता. ''आता नुकतंच ते सगळं आम्ही मार्गी लावलंय. जेमतेम काही सेकंदांत तिथे पोहोचतोय...'' तो कुजबुजत्या आवाजात बोलला.

''त्यांनी काय म्हटलं?''

''मूर्ख लेकाचे! तुझे ते रिपीटर्स खरोखरच कट्टर आहेत. अतिशय वाईट.''

रिझनं फोनवर सगळं स्पष्ट केलं. मी खिडकीत उभी राहून त्याची वाट बघत असताना तो आणि नसीर म्हणजेच नाझ हा त्याचा भाऊ कारमधून मुख्य प्रवेशद्वाराजवळ आले होते. नाझ एक वर्षानं लहान होता; पण त्याच्या भावाला संरक्षणाची गरज असते, असं सांगायला त्याला नेहमीच आवडत असे. ''भाई लढवय्या नाही, तो प्रेमासाठीच तयार झालेला आहे,'' असं तो म्हणत असे. आपल्या लहान भावाच्या टोळीच्या अनेक रोचक गोष्टी रिझ सांगत असे. निझाम्स ॲबोडमधील एका कमी उत्पन्न असलेल्या व्यायामशाळेतून त्यानं

स्कलकॅप घालणाऱ्या आठ ते नऊ शरीरसौष्ठवपटूंना गोळा केलं होतं. तो त्यांना त्याचे 'पाठीराखे' म्हणत असे. लहान भावाच्या कळकळीनं तो मला सांगत असे, "कोणीही म्हणजे अगदी कोणीही, कुठल्याही माणसानं तुला काही म्हटलं किंवा काही केलं तर...अगदी तुझ्या विभागातल्या कोणीही तुला काही केलं तरी ते तू फक्त मला सांग. मी कोणाचीच पर्वा करणार नाही. त्यांचा चांगलाच समाचार घेईन. रिझसाठी मी काहीही करू शकतो. याचाच अर्थ मी तुझ्यासाठीही काहीही करू शकतो."

प्रवेशद्वाराजवळ रिपीटर्सनी रिझच्या वडिलांच्या निळसर-करड्या बीएमडब्ल्यू सेडानभोवती गराडा घातला होता. एका रिपीटरनं रिझच्या बाजूच्या खिडकीतून आत डोकावून त्याच्या अंगावर खेकसत त्याला दरडावलं, "बाहेर या."

त्या रखरखत्या उन्हात रिझ आणि नाझ कारमधून बाहेर पडले. हवेत उसळणाऱ्या उष्णतेच्या वाफांनी दूरवरची तिमजली घरं हेलकावत असल्यासारखी वाटत होती. त्या वेळी बागांमध्ये कोणीही नव्हतं. ॲल्युमिनियमच्या घसरगुंड्या विषारी द्वेषानं चकाकत होत्या.

"आयडी," रिपीटर म्हणाला. रिझनं विकत घेतलेलं त्याचं ओळखपत्र त्याच्याकडे दिलं. त्याच्या भावानं शांत राहावं, अशी त्याची इच्छा होती.

'कुशाग्र अरोरा,' त्या माणसानं त्यावरचं नाव वाचलं. त्याच्या चेहऱ्यावर आठ्या पडल्या. "पण मी तर तुम्हा दोघांपैकी कोणालाही आजतागायत कधीच पाहिलेलं नाही, हे कसं काय?"

कदाचित, फक्त प्रेम करणाऱ्या हट्टी तरुणांनाच अशा समस्येला तोंड द्यावं लागत होतं. अद्याप उत्तम शाळांमध्ये असल्या समस्यांचं प्रत्यारोपण झालेलं नव्हतं. जातिनिहाय असे वेगवेगळे विभाग हे त्यांना जे जे जमत होतं ते ते सगळं विकत घेत होते. शेतं, प्रेक्षागृहं असं काहीही; पण वेगवेगळ्या विभागांमधील मुलं आणि मुली दिवसभर एकत्र राहत होती. रिपीटर्सना तोंड देण्याचे सगळ्या प्रकारचे मार्ग विद्यार्थी युक्तीनं वापरत होते. यलोस्टोनच्या एका शिपायाचं नाव राजू होतं. तो तास संपल्यानंतर घंटा वाजवण्याचं काम करत होता. राजूला दुसऱ्यांच्या सहीची हुबेहूब नक्कल करता येत असल्याचा शोध वरच्या वर्गातील एका मुलाला लागला. फक्त तीन दिवसांत आणि बाराशे रुपयांत तो तुम्हाला

हव्या असलेल्या आणि चालू शकणाऱ्या आयडीची तंतोतंत नक्कल तयार करून देऊ शकत होता. त्यावर तुमचं छायाचित्रही असे. प्रत्येक विभागाकडे त्यांच्या स्वतःच्या जातीचा अधिकार, मोठेपणा, प्रतिष्ठा, ठरावीक सह्या आणि पार्श्वभूमी असलेली माणसं होती. वॉटरमार्क, पिरॅमिड आणि त्याखालचा 'सर्वांसाठी शुचिता' हा मजकूर यातला सगळ्यात कौशल्याचा भाग होता.

''आम्ही नेहमीच चार क्रमांकाच्या प्रवेशद्वारातून येतो. आमचं घर त्या बाजूला आहे,'' रिझनं सांगितलं.

''पण आम्हाला तुम्ही या आधी कसे काय दिसला नाहीत?'' नाझनं विचारलं. तो नेहमीच आक्रमक असे. त्यानं पुढे विचारलं, ''तुम्ही कधीपासून इथे काम करताय?''

रिपीटर्सच्या चेहऱ्यावर काळजीचे भाव तरळून गेले. ''मी इथे जवळजवळ सहा महिन्यांपासून कामावर आहे,'' चांगल्या प्रकारे परीक्षण करता यावं म्हणून त्यानं आयडी कार्ड वर धरून बघितलं. ''तुम्ही दोघेही क्रिसेंटमध्ये राहता का?'' त्यानं विचारलं.

''होय,'' दोन पावलं पुढे टाकत नाझ म्हणाला. ''तुम्हाला तिथपर्यंत येण्याची परवानगी आहे का की तुम्हाला फक्त या इथेच, या भिंतीजवळ थांबण्याचा आदेश आहे?'' नाझनं विचारलं.

रिपीटरनं त्यांची ओळखपत्रं त्यांना परत दिली. ''मला याबद्दल माफ करा. क्रिसेंटमध्ये कोण राहतं ते मला माहिती नव्हतं,'' तो म्हणाला.

''तिथे राहायला आलेल्या पहिल्या काही कुटुंबांपैकी आमचं कुटुंब आहे,'' नाझ पुढे बोलतच राहिला होता. आता त्याला स्वतःलाच याची मजा वाटत होती. अगदी रिपीटर तिथून निघाला असतानाही तो बोलत होता. ''तुम्हाला काय वाटतं? आमचे अब्बू इथल्या समितीवरच्या सदस्यांपैकी एक आहेत,'' तो म्हणाला.

रिपीटर लगेच थांबला. तो गोंधळला होता. तो तसाच मागे वळला. ''अब्बू? काय म्हणालात तुम्ही? अब्बू म्हणालात का तुम्ही?'' तो मोठ्यानं ओरडला. आता त्याच्या जोडीला त्यांच्या टोळीतील आणखी एक जण आला. ''राकेश, तू ऐकलंस का? या मुलानं आता काय म्हटलं? आपल्या जातीचा, आपल्या समाजाचा मुलगा आपल्या वडिलांना असं काही म्हणू शकतो का?''

नाझनं इकडे-तिकडे बघितलं. तो तसूभरही हलू शकत नव्हता. रिझ कारच्या मागून धावत जाऊन नाझ आणि त्या रिपीटरच्या मध्ये थांबला.

रिझनं छानसं स्मित केलं. "हे बघा मुलांनो, तुम्ही काय बोलताय? तुम्हाला माझा भाऊ तो कोण आहे ते दाखवू दे का?" त्यानं आपल्या कमरेच्या पट्ट्याचं बकल काढलं आणि जीन्समध्ये उजवा हात घातला. त्याच वेळी त्यानं स्वतःवर पकडही मिळवली होती. आता त्या माणसांबरोबर तो हसला आणि नंतर वळून आपल्या भावाकडे वळून हसला. रिझला आपल्या खांद्यांचा, स्मिताचा आणि जादुई व्यक्तिमत्त्वाचा वापर कसा करायचा ते चांगलंच माहिती होतं. "की तुम्हाला मी कोण आहे ते दाखवू? पण जर माझ्या आईला तुम्ही प्रवेशद्वाराजवळ आमची सुंता झाली आहे की नाही याची तपासणी केली... म्हणजे मदरशात ज्याप्रमाणे काही जणांची तपासणी होते तशी... हे समजलं तर रुग्णवाहिकाच बोलवावी लागेल रे मित्रांनो."

दुसरा माणूस हसत होता. पहिल्याचा संशय अजूनही गेला नव्हता. तो रिझच्या आणखी जवळ गेला. आता त्या दोघांमध्ये फक्त काही इंचांचंच अंतर होतं. त्यानं त्याचं निरीक्षण केलं. अतिशय सूक्ष्मपणे त्यानं त्याला न्याहाळलं आणि हुंगलंही.

"हे बघ बॉस," रिझ पुढे बोलू लागला. "मी तुम्हाला खरं काय आहे ते सांगतो. मी याला बाहेर गाडी चालवायला घेऊन गेलो होतो. त्याला आपण तेवढा मोठा झालोय असं वाटतं. कदाचित, झालाही असेल; पण तो तितकासा हुशार झालाय, असं मला वाटत नाही." दुसऱ्या माणसाच्या चेहऱ्यावर झटकन स्मित पसरलं. "आमच्या वडिलांना आम्ही त्यांची नवीन कार घेऊन चाललो आहोत, हे सांगितलेलं नाही. मला त्यांना प्रवेशद्वाराजवळ बोलावल्यावर हे समजावं, असं मला वाटत नाही. अशा प्रकारे हे त्यांना सांगण्याची माझी इच्छा नाही. तुम्हाला समजतंय ना की नाही समजत? पापा खरोखरच अतिशय तापट आहेत. पहिल्यांदा ते तुमची खरडपट्टी काढतील. त्यानंतर आम्हाला त्यांच्या संतापाला तोंड द्यावं लागेल. इथे मी तुम्हाला चहापाण्यासाठी थोडं फार देतो. याला नाही म्हणू नका. घ्या, घ्या. काहीही झालं तरी आपण सगळे भाऊ-भाऊच आहोत की. फक्त आमच्या पालकांना काहीही सांगू नका. ठीक आहे?" तो म्हणाला.

रिझच्या फोनमुळे मी चांगलीच अस्वस्थ झाले होते. त्यानं सांगितलेला घाव वर्मावरच बसला होता आणि त्यामुळे वाईट प्रकारे झंकारल्या गेलेल्या तारेचा

आणखी एकदा टणत्कार होणार होता हे मला माहिती होतं. अगदी त्या वयातही मला त्याची जाणीव झाली होती. रिझ माझ्या घरी पोहोचेपर्यंत माझ्या डोळ्यांत अश्रू आले होते. नोकर त्यांच्या क्वार्टर्समध्ये झोपले होते म्हणून मीच दरवाजा उघडायला गेले. उष्णतेची जोरदार झुळूक घरात शिरली आणि माझा श्वास अडकल्यासारखा झाला. मी त्याला आत ओढून घेतलं आणि झटकन दरवाजा लावून घेतला.

''तू का रडतेयस?'' त्यानं चिडून विचारलं; पण तरीही त्यानं हळुवारपणे माझे गाल पुसले.

''मला माफ कर.''

''यात तुझी काहीही चूक नाही. रडू नकोस,'' आमच्या छोट्याशा लिव्हिंग रूममधील कॉफी टेबलाकडे तो वेगानं गेला. त्या वेळी त्याची नजर जमिनीवर खिळली होती. ''त्या रखवालदाराकडे मी पाहून घेईन,'' तो पुटपुटला. ''माझा वास घेऊन बघत होता, मला हुंगत होता. जसा काय मी कोणी तरी प्राणीच आहे. तो स्वतःला समजतो तरी कोण?''

''तुझा *वास* घेत होता?''

''तुला माहिती आहे का, फक्त एवढंच झालं नाही,'' त्यानं येरझाऱ्या घालणं थांबवलं आणि थेट माझ्याकडे रोखून बघितलं. ''हे फक्त तो काय म्हणाला याबद्दलचंच नाही, आज मी कोण आहे, मी कुठून आलोय याविषयीही मला खोटं सांगावं लागलं. हे अपमानास्पद आहे. मला याची लाज वाटत नाही; पण मला खोटं बोलणं भागच होतं, फक्त... फक्त...''

''फक्त माझ्यासाठी!'' मी भीतीनं किंचाळत म्हटलं. पुन्हा माझ्या डोळ्यांतून अश्रूंचा उष्ण प्रवाह ओघळू लागला. ''तू हे म्हणू शकतोस. फक्त माझ्यासाठी.''

तो दरवाजाजवळ उभा होता आणि अजूनही मी तिथेच उभी होते. त्यानं माझ्याभोवती त्याच्या हातांचा विळखा घातला. मीही त्याच्या मानेभोवती माझे हात टाकले. त्यानं मला ओढतच भिंतीजवळ नेलं. काही मिनिटं त्या लिव्हिंग रूममध्ये आम्ही एकमेकांचं चुंबन घेतलं. अचानकच माझ्या लक्षात आलं की, कोणत्याही क्षणी नोकर तिथे येऊ शकला असता. ''तुला माझी खोली बघायची आहे का?'' मी त्याला विचारलं. ''पण नाझ कुठे आहे? आपण त्याला बाहेर तिष्ठत ठेवू शकत नाही. त्यालाही आत बोलवूया.''

“काळजी करू नकोस. तो कार घेऊन फिरायला गेलाय. तो अशा प्रकारे या विभागात याआधी कधीही आलेला नाही. इथे काय चाललंय ते त्याला बघायचंय.”

आम्ही पायऱ्यांवरून वर गेलो त्या वेळी रिझनं मला चिमटा काढला. माझी खोली अंधारी आणि सकाळपर्यंत सुरू असलेल्या एसीमुळे अजूनही थंडगार होती. अंगठ्यानंच मी ते जड, हिरवं बटण दाबलं. त्याबरोबर दिवे लागले. “खूपच गुलाबी आहे!” तो हसला. “इथे अगदी वासही गुलाबी येतोय,” तो म्हणाला.

त्या खुल्या शक्यतेची जाणीवही आमच्या दृष्टीनं पहिल्यांदा खूप होती. आपले हात मागे घेऊन एखाद्या निरीक्षक अधिकाऱ्यासारखा रिझ खोलीभर फिरला. त्यानं मी खोलीत लावलेली पोस्टर्स, रॉकस्टार्सची आणि हॉलिवूडमधील प्रसिद्ध अभिनेत्यांची, अभिनेत्रींची लावलेली छायाचित्रंही पाहिली. मी त्यांना दोन्ही बाजूंनी टेप लावून भिंतीवर चिकटवत असे. मी पलंगावर बसलेली असताना त्यानं माझ्या खोलीत दोन-तीन फेऱ्या मारल्या. मी सारखी जमिनीवर सोडलेले आणि एकावर एक टाकलेले पाय बदलत बसले होते. अचानकच माझ्या डोक्यात प्रकाश पडला की, त्यानं त्याच्या हातांची थरथर थांबवण्यासाठी ते एकमेकांत घट्ट पकडून ठेवले होते. तो नंतर माझ्या जवळ आला, त्या वेळी मी त्याची मनगटं पकडली. माझ्या अंगावर रोमांच उभे राहिले होते. त्यानंतर तो पलंगावर माझ्या शेजारीच झोपला होता आणि आम्ही एकमेकांची चुंबनं घेत होतो. त्यानंतर तो माझ्या शरीरावर झुकला होता. माझ्या मनात विचार आला की, *नोकर आता आत येईल आणि पापा माझ्याबरोबर पुन्हा कधीही बोलणार नाहीत.* माझ्या कमरेला जाणवणारा त्याच्या शरीराचा उबदारपणा आणि वजन मला चांगलं वाटत होतं. त्याचे ओठ माझ्या मानेवरून फिरत होते. त्याच्या दातांनी माझ्या टी शर्टाच्या कॉलरला झटका दिला. माझी खोली अचानकच एक वेगळीच जागा बनली होती. धातूच्या फ्रेममधला हेडबोर्ड आता विचित्र आणि उलटा दिसत होता. कोपऱ्यांमधल्या पितळी वस्तू आता जहाजाच्या रेलिंगसारख्या वाटू लागल्या. गुलाबी पडदे आणि भिंती अधिक सखोल, परिपूर्ण आणि मखमलीनं भरल्यासारख्या वाटल्या. जी मुलगी सेलोटेपचे छोटे गोलाकार

कापून काळजीपूर्वक प्रत्येक छायाचित्र त्यांच्या सहा तुकड्यांनी चिकटवत होती ती आता पूर्णपणे कोणी तरी वेगळीच होती. माझी ब्रा काढली गेली होती. मी एकदम विव्हळल्यासारखी कण्हले. *मी कशी आर्त स्वरात ओरडले ते तो त्याच्या मित्रांना सांगेल का? परत जाताना त्याच्या भावाला त्यानं आपण काय केलं हे तो सांगेल का?* रिझ थरथरत होता. माझ्या स्तनांवर लक्ष एकवटता यावं, यासाठी तो दातांनीच माझ्या शर्टाला हिसका देत होता. *मी विव्हळ झाले.* मी त्याचं मनगट पकडलं आणि त्याला 'नको' म्हटलं. त्यानं खिदळल्यासारखं माझ्याकडे बघितलं. त्याच्या चेहऱ्यावर भलं मोठं स्मित होतं. त्याचे डोळे विस्फारले होते आणि त्याच्या नजरेत भूक दिसत होती. त्यानंतर तो पुन्हा खाली वाकला. माझी बोटं त्याच्या मनगटावर अधिक घट्ट आवळली गेली. मी पकड आणखी आणखी घट्ट केली. स्मित केलं आणि पुन्हा एकदा माझी मान हलवून त्याला नकार दर्शवला. 'हे करू नकोस,' असं मी त्याला सुचवलं. त्याचे बळकट खांदे मी पाहिले. त्यानं पुन्हा एकदा माझ्याकडे बघितलं. त्याच्या चेहऱ्यावरचं स्मित मावळलं होतं. तो गोंधळला होता. ''काहीही हरकत नाही, काहीच चुकीचं घडलेलं नाही,'' मी म्हटलं. ''फक्त माझा शर्ट मी काढू शकत नाही.'' तो हसला. त्याला त्यामागचं कारण जाणून घ्यायचं होतं. बराच वेळ मी त्याला कसलंही स्पष्टीकरण देण्यास नकार दिला. तो माझ्या छातीवरून आणि बरगड्यांवरून बोटं फिरवत राहिला. त्यानं कारण विचारणं थांबवलंच नाही, त्या वेळी मला त्याला स्पष्टीकरण देणं भाग पडलं. ती निरागस, निष्पाप दुपार आम्हाला कुठे घेऊन जाणार होती, ते मलाही माहिती नव्हतं. माझ्या बगला मी स्वच्छ केल्या नव्हत्या, हे कारण मी त्याला सांगितलं. त्यानंतर दोन तास रिझनं त्याची जीभ आणि तोंड माझ्या शर्टाच्या हेमवरून फिरवत अगदी गोडपणे घालवले. त्यानं माझी खूप चुंबनं घेतली. त्याच्या कृतीनं माझ्या शरीरावर माझं नियंत्रण आहे, ही माझी भावना कोलमडून पडली. त्यानंतर आम्ही फोनवर बोललो, त्या वेळी मी पाण्यातून बाहेर काढलेल्या माशासारखी कशी तळमळत होते आणि कण्हत होते ते सांगून रिझ खूप हसला होता आणि पहिल्यांदा माझे स्तन पाहताना त्याच्या चेहऱ्यावर कसे भाव उमटले होते ते सांगून मी त्याला हसले होते. त्यानंतर आम्हाला दोघांनाही एकमेकांची किती गरज आहे, ते जाणवून आम्ही नर्व्हस झालो.

शाळेत सकाळचा आणि दुपारचा डबा खायच्या वेळी आम्ही एकमेकांना भेटत होतो. आम्ही सारखेच एखादी रिकामी खोली शोधत होतो. बहुतेक वेळा ती जागा म्हणजे ग्रंथालय असे. तिथे टेबलाखालून एकमेकांच्या पावलांना आणि गुडघ्यांना आम्ही स्पर्श करत असू आणि हातात हात घालून बसत असू. बसमध्ये आम्ही मागच्या सीट पकडत असू. आम्ही एका खिडकीजवळ बसत असू, तर दुसरं जोडपं दुसऱ्या खिडकीजवळ बसत असे. ते दुसरं वर्ष झटकन सरलं. रिझ अंतिम वर्षात शिकत होता. त्याला त्याची कार उशिरापर्यंत फिरवायची परवानगी होती. मी रात्री मैत्रिणीकडे राहत असे. त्यानं पदवी मिळवण्याच्या आधीपासूनच आम्ही एकमेकांशी लैंगिक संबंध ठेवण्यास सुरुवात केली होती. आम्ही मोठ्या ग्रुपमधून घाणेरड्या, अंधाऱ्या बारमध्ये गेलो होतो. तिथे छतापर्यंत सिगारेटच्या धुराची वलयं पोहोचत होती आणि बारच्या व्यवस्थापनाला विभागांच्या नियमाशी किंवा दारू पिण्याच्या वयाच्या अटीशी काहीही देणं-घेणं नव्हतं. आम्ही नाइट क्बलला जात होतो. तिथे लांबलचक खोल्यांमध्ये काळ्या पार्श्वभूमीतून थेट हिरवे लेसर लाइट असत आणि बाथरूम आरशांनी आणि ग्रॅनाईटनी तयार केलेली असत.

रिझ ओबर्लिनला असताना आम्ही ती चार वर्षं अशीच काढली. नंतर अखेरच्या उन्हाळ्यात त्यानं '*थोडं* स्वावलंबन' करण्याविषयी परवानगी काढली आणि तो कॅम्पसमध्ये राहिला. त्यानं 'थोडं' हा शब्द का वापरला, याचं मला आश्चर्य वाटलं. कारण, प्रत्यक्षात स्वावलंबन हाच शब्द परिणामकारक होता. ''फक्त एक वर्ष,'' त्यानं सांगितलं. नंतर तो परत येणारच होता. मला राग आला होता; पण मी त्याची वाट पाहायची, असं ठरवलं. अमेरिकेतील महाविद्यालय कसं असतं, त्याचा मला चित्रपटांमुळे अंदाज होता. माझ्या नवीन संगणकाजवळ माझ्या खोलीत मी बसले होते. तो ऑनलाइन असल्यावर त्याचं यूजरनेम अधिक चमकू लागलं; पण आपण संवाद सुरू करायचा नाही, असं मी ठरवलं होतं. माझी सहनशक्ती संपत चालली होती. काही अनावश्यक संदेशांमधील वरवरचा सूर मला खटकत होता. मी रागानं खदखदत होते. त्यानंतर काही मिनिटांनी मी ऐकत असलेल्या गाण्याची लिंक मी त्याला पाठवली होती. तो तिथे आहे का? कोणताही प्रतिसाद नव्हता. त्याचं नाव मंदावत चालल्याचं दिसलं. तो 'हॅलो'सुद्धा न म्हणता निघून गेला होता.

त्याच वर्षी इंग्लिश विषय घेऊन मी महाविद्यालयातून बीए ऑनर्सची पदवी मिळवली. पदवी मिळाल्यानंतर दोन आठवड्यांनी एके रात्री काही मित्र-मैत्रिणींबरोबर मी दारू प्यायले आणि लांब केस असलेल्या जेथ्रो नावाच्या विद्यार्थ्यासोबत जो डिझाईनचा अभ्यास करत असे त्याच्यासोबत झोपले. त्याचं खरं नाव जयवीर अरोरा होतं. त्यानं मला त्याच्या मोटरसायकलवरून माझ्या घरी आणून सोडलं. तो एक भयानक अनुभव होता. त्याच्या पालकांच्या बेडरूममधून गुपचूप सटकणं आणि नंतर त्याची ती धुरानं भरलेली खोली... त्यानंतर संपूर्ण उन्हाळाभर मी त्याला टाळलं. नंतर मी एक गचाळ, बदफैली स्त्री आहे, अशी अफवा आमच्या विभागात पसरली.

त्याच वर्षी सप्टेंबरमध्ये माझ्या वडिलांचा मृत्यू झाला. त्याआधी वर्षापूर्वी त्यांना एम्फिझोमा हा फुप्फुसाच्या संसर्गाचा आजार झाल्याचं निदान करण्यात आलं होतं. तो सीओपीडीशी संबंधित होता. त्यांना काम करणं शक्य होत नव्हतं, त्यामुळे ते अगदीच आक्रसून गेले, घुमे बनले. माझी आई आमच्या आजूबाजूला राहणाऱ्या लहान मुलांची इंग्लिश विषयाची शिकवणी घेत होती. पापा आरामखुर्चीत बसून राहात; पण काही वेळा त्यांना तेही सहन होत नसे आणि धाप लागत असे. जणू काही त्यांच्या बरगड्यांचा चुराडा झाला असावा, अशा प्रकारे त्यांच्या श्वासाचा जोरदार घरघर असा आवाज येत असे. त्यांची छाती खोल गेली होती. त्यानंतर ते भयावहपणे धापा टाकू लागले. त्यांच्या कफातून दिवसभर करड्या-हिरवट रंगाचे बडके पडू लागले. काही वेळा ते इतक्या जोरानं बाहेर पडत की, बडका त्यांच्या समोर त्यांच्यापासून काही फूट लांब अंतरावर पडत असे. त्यानंतर त्याच्यातील स्वच्छ द्रव हळूहळू फरशीवर पसरत असे. माँ खूपच विमनस्क, चिंताग्रस्त होती, त्यामुळे ते सगळं नंतर मीच स्वच्छ करत असे.

माँ दीर्घकाळापासून एकाकी बनली होती. माझ्या लक्षात आलं नव्हतं, तरी मीसुद्धा तशीच एकाकी झाले होते. त्यानंतर रिझ परत आला. तो नुकताच अमेरिकेहून परतला होता. तो कधीही माझ्या वडिलांना भेटला नव्हता. मात्र ही बातमी समजताच तो तातडीनं आमच्या घरी आला. रिझ माझ्या आईशी जवळजवळ अर्धा तास शांतपणे बोलला. ती त्या वेळी आमच्या लिव्हिंग रूममध्ये कोणीतरी आणून टाकलेल्या चटईवर भकास नजरेनं बसली

होती. त्यानंतर लगेच मी सुचवल्याप्रमाणे तो निघून गेला. त्याच्या ओठांवर किंचितसं म्लान स्मित होतं. तो परत आला होता, त्या वेळी त्याच्या हातात फ्रेम केलेलं आणि पासपोर्ट छायाचित्रावरून मोठं करून आणलेलं माझ्या वडिलांचं छायाचित्र होतं. माझ्या आईनं आक्रोश सुरू केला. ते भिंतीवर लावण्यात आलं, त्या वेळी त्याला कोणीही झेंडूच्या फुलांचा हार घालू नये, असं तिनं ठामपणे सांगितलं.

रिझ रोजच येत होता. पाहुण्यांना चहा आणि फराळ देत होता. संध्याकाळी आम्ही फिरायला जात होतो. फक्त त्याच वेळी मी रडू शकत होते. त्याचा शर्ट खांद्याजवळ ओलाचिंब होऊन जात असे. पहिले दोन आठवडे माझी आत्या आणि दोन आतेभाऊ मला व आईला सोबत म्हणून रात्री येत होते. लिव्हिंग रूममधल्या चटईवर आम्ही सगळे झोपत होतो. रिझ रोज अगदी रात्रीपर्यंत आमच्या सोबत राहत होता. गाद्यांवर चादरी घालायला माझ्या आतेभावांना मदत करत असताना तो त्यांना काही पोरकट, क्षुल्लक विनोद सांगत असे. त्यानंतर त्यानं मला सांगितलं की, या विभागात येण्यास परवानगी देण्यासाठी त्याला रोजच रिपीटर्सना लाच द्यावी लागत होती. शिवाय आमच्या घरात मृत्यू झालेला असल्यानंही ते त्याला अधिक समजून घेत होते.

पापांनी माझ्या लग्नाला कसा प्रतिसाद दिला असता, याचा मी विचार करत असे. पापांच्या मृत्यूनंतर दोन वर्षांनी जानेवारी महिन्यात एके सकाळी रिझच्या मूळ गावी असलेल्या कौटुंबिक हवेलीत आमचा निकाह पार पडला. हवेलीभोवती आंब्याच्या बागा होत्या. मम्मी आणि माझी जिवलग मैत्रीण दीपनीता या दोघी लग्नाला आल्या होत्या. जुन्या फिक्या निळ्या रंगाच्या फियाटमधून पहाटेच आम्ही तिथून निघालो. थोड्याच वेळात आमच्या गाडीच्या ड्रायव्हरला सगळ्या गाड्यांबरोबर जाणं जमेनासं झालं आणि आम्ही गावातील रस्त्याकडे वळलो. आता तिथे दुतर्फा कमी रंगसफेती केलेली पांढऱ्या रंगाची घरं, किराणा मालाची दुकानं आणि लहान फोटो स्टुडिओ दिसत होते. पांढऱ्या दाढीचे आणि तपकिरी पिंगट केसांचे, गोलाकार टोप्या घातलेले लोक कडेला बसल्याचं दिसत होतं. ते आमच्या गाडीकडे रोखून पाहत होते. शहरातील महिलांकडे ते चौकसपणे पाहत होते. मला आणि मम्मीला जास्तच राग आला होता. ड्रायव्हरचं डोकं अचानकच कामातून

गेल्यासारखं झालं होतं. रस्ता सतत अधिकाधिक अरुंद बनत चालला होता. मला बोलून दाखवता आलं नसलं तरी मला सारखी अशी भीती वाटत होती की, गाडीचं समोरचं एक चाक निखळून गटारात पडेल आणि नंतर आम्ही सगळेच त्या पाठोपाठ गटारात पडू. त्यातच सुमारे आठ ते दहा प्रवाशांना कोंबून घेऊन जाणारी खेड्यातील ऑटोरिक्षा समोरून आली. आम्ही तिथून पुढे जाण्याचा प्रयत्न केला; पण आम्ही पुढे सरकू शकलो नाही. मी वेड्यासारखी आईवर आणि ड्रायव्हरवर ओरडू लागले. पुढच्या सीटवरून दीपनीता मला दिलासा देण्याचा प्रयत्न करत होती. अखेरीस मी रिझला हाक मारली. त्याचा आवाज ऐकता क्षणीच मी रडायला सुरुवात केली. त्यानं योग्य सूचना दिल्या. आम्ही त्या अरुंद रस्त्यावरून तशीच गाडी मागे घेतली आणि एका लहानशा आडवळणी रस्त्यावर आलो. त्यानंतर पंधरा मिनिटांनी नाझही आला; पण तोपर्यंत आमच्या मूर्खपणाचा मला इतका संताप आला होता की, मी घरी परत जायला निघाले होते. तो त्याच्या फोर बाय फोर कारमध्ये होता आणि त्याच्या बरोबर त्याचा एक चुलतभाऊ होता. त्यानं रस्त्याच्या चुकीच्या बाजूनं निघालेली कार बाहेर काढण्याचा प्रयत्न केला. तिच्या गरागरा फिरणाऱ्या चाकातून मातीमुळे नारिंगी रंगाची धूळ बाहेर पडत होती. त्यानं त्याचा गॉगल अगदी रुबाबात त्याच्या कपाळावर चढवला.

''आपण निघू या का?'' त्याच्या चेहऱ्यावर मोठं स्मित होतं. ''तुम्ही अगदी छान ठिकाण शोधून काढलंय; पण मौलवीसाहेब वाट बघतायत,'' तो म्हणाला; पण ज्या वेळी त्यानं माझ्या चेहऱ्यावरचे भाव बघितले, त्या वेळी त्याचा चेहराही बदलला. ''शाल, एवढी अस्वस्थ का झालेयस? अम्मी, अब्बू सगळेच घरात आराम करतायत. मौलवीची तर नुसती चंगळ आहे! ते आतापर्यंत तीन कप चहा प्यायलेत. थेट बशीतून. अगदी बघण्यासारखं दृश्य होतं आणि अगदी ऐकण्यासारखा आवाजही होता.'' मी हसल्यावर तोही खिदळला. त्यानंतर तो माझ्या गाडीच्या ड्रायव्हरकडे वळला आणि म्हणाला, ''आणि तू रे, या वेळी सोडून देतो; पण माझं तुझ्याकडे लक्ष आहे.'' त्या दिवशी हवेलीपर्यंत ऊन पोहोचलंच नव्हतं. आम्ही उशिराबद्दल मागितलेली माफी तिची गरजच नाही म्हणून चक्क नाकारली गेली. त्यानंतर ट्यूबलाइटमुळे प्रकाशमान झालेल्या एका अरुंद खोलीत मी घाईघाईनं गेले. माझ्या आईनं मला कपडे बदलायला मदत केली. रिझ त्याच्या कुटुंबातील

पुरुषांबरोबर आणि मौलवीबरोबर लिव्हिंग रूममध्ये होता. खुल्या अंगणातून त्या खोलीत जाता येत होतं. अंगणभर बर्फासारखं भुरभुरतं दव पडलं होतं. त्यांनी दिलेला घागरा मी घातला होता. *"तो खराब करू नकोस,"* आई माझ्यावर हळू आवाजात खेकसली. आम्हाला शेजारच्या खोलीत नेण्यात आलं. तिथे जमिनीवर सगळीकडे पातळ पांढऱ्या गाद्या अंथरलेल्या होत्या. मी निवडलेलं नवं नाव मी शांतपणे मनाशी घोकत होते. यास्मिन, यास्मिन, यास्मिन... डिस्नेतील राजकुमारीच्या नावावरून मी ते निवडलं होतं.

माँला रिझ आवडला होता, असं वाटत होतं. त्याच्या वडिलांनी निकाह लावण्याचा आग्रह धरला होता, त्यावर तिनं कसलाही वाद घातला नव्हता किंवा आकांडतांडव केला नव्हता. धर्मांतराऐवजीचा मार्ग निवडणाऱ्या मौलवीची त्यांनी निवड केली होती. आईला स्वतःला हवेलीत मजा वाटत होती. मौलवीने उर्दूतून कुजबुजल्यासारख्या आवाजात विचारलेल्या दोन किंवा तीन प्रश्नांची मी उत्तरं दिल्यानंतर अचानकच मी, आई आणि दीप अनेक स्त्रियांच्या कलकलाटात सापडलो होतो. त्यांमध्ये रिझच्या मावशा, चुलत्या, आत्या आणि चुलत, मावस, आत्तेभाऊ होते. रिझ आत आल्यावर त्या सगळ्यांनी कर्कश आवाजात बोलायला सुरुवात केली. त्या घरात तो वेगळा दिसत होता. मला आधी कधीही त्याच्यात आत्मविश्वासाचा अभाव असल्यासारखं वाटलंच नव्हतं; पण आता तो अधिक आत्मविश्वासू वाटत होता. त्या मरून रंगाच्या सलवार-कुर्त्यात तो अधिकच भक्कम आणि बळकट शरीरयष्टीचा दिसत होता. डोक्यावर घट्ट बसलेल्या त्या टोपीतून त्याचे केस बाहेर डोकावत होते. त्यानं माझ्या कंबरेभोवती त्याचा हात टाकला, त्यामुळे तिथे एकमेकांना ढोसणाऱ्यांना आणि आमची चेष्टामस्करी करणाऱ्यांना अधिकच ऊत आला. मम्मी आणि दीपनीताही त्यांच्यात लगेच सहभागी झाल्या. भावांच्या कोंडाळ्यात छायाचित्रं काढली गेली. त्यातही लहान होते, ते लाजत होते. ते ज्या प्रकारे त्याच्याकडे बघत होते, त्यावरून रिझवर त्यांचं प्रथमदर्शनी प्रेम जडलेलं असावं, असं वाटत होतं.

नंतर रिझचे काका आत आले. चाचूंनी कुटुंबाच्या मालकीच्या जमिनीची देखभाल केली होती. त्यांनी जास्त काहीही न बोलता रिझचा हात पकडला आणि आम्हा दोघांना तिथून बाहेर घेऊन गेले. तिथून त्यांनी आम्हाला वरच्या

मजल्यावर नेलं. त्याच्या खालच्या बाजूला व्हरांडा आणि हॉल होता. वरून बगिचा दिसत होता. सकाळी तिथे उबदारपणाचं नावही नव्हतं आणि तिथे गेल्यापासूनच मी कुडकुडत होते. त्यांनी एक अरुंद लाकडी ठोकळा उचलून बाजूला घेतला. त्या ठोकळ्यामुळे हॉलच्या कडेला जाणारा मार्ग बंद होत होता. त्यांनी आम्हाला खोलीत आणून सोडल्यावर पलंगाकडे बोट दाखवलं. त्यांची नजर पूर्णपणे जमिनीवर खिळलेली होती. ''इथे विश्रांती घ्या,'' ते पुटपुटल्यासारखे बोलले. ''अर्ध्या तासात कोणीतरी वर येईलच.''

आम्ही एका दमट खोलीत होतो. तिथे उंच आणि शटरच्या खिडक्या होत्या. त्यांच्या फटींमधून करड्या रंगाचं आकाश दिसत होतं. खिडक्यांचे लाकडी गज एवढे जीर्ण झाले होते की, दरवाजांची उघडझाप करताना ते ज्या खोबणीत बसवलेले होते तिथे हलत होते आणि खड्खड् असा आवाज होत होता. पिवळसर पडत चाललेल्या विजेच्या बटणांचा भिंतीवर लावण्यात आलेला बॉक्स मला दिसला. पत्र्याच्या कपाटावर ट्यूबलाइटचा प्रकाश पसरला. त्या ऐंशी वर्षांच्या जुन्या हवेलीत माझी आई आणि रिझचे पालक दुधाचा दाट चहा पीत खाली बसले होते. तिथे आमची लग्नानंतरची रात्र साजरी करण्याच्या कल्पनेनंच मला मनातल्या मनात हसू फुटलं. मी काळजीपूर्वक अंगावरचे कपड्यांचे दोन थर दूर केले आणि पलंगावर हातपाय ताणून पडले. रिझनेही कुर्ता फेकून दिला आणि तोही माझ्याजवळ आला. आता आमची कुटुंबं आम्हाला कशा प्रकारे वागवत होती, ते पाहून आम्ही दोघंही स्मित करत होतो.

रिझ पहिल्यांदा उताणा झोपला; पण तेव्हा तो चुळबुळ करत होता. शेवटी त्यानं त्याचं डोकं माझ्या छातीवर ठेवलं. त्याचा श्वासोच्छ्वास जडावला होता. मीही आराम करणार होते, तेवढ्यात तो म्हणाला, ''तुला माहिती आहे का, याच पलंगावर माझ्या पालकांनीही असंच सगळं केलं असेल.''

''अं... ते ठीक आहे म्हणून तर आज आपण इथे आहोत. अल्लादिनसाहेब, ही वेळ जास्मिनला आकर्षित करण्याची आहे.''

''खरंच? तुझ्याकडे तेवढी ऊर्जा, उत्साह आहे?''

''ही खोली थंडगार झालेय आणि हे सगळं कसं काय पार पडणार आहे, ते मला माहिती नाही.''

‘‘अब्बूंना बहुधा आपल्याविषयी चाचूंना सगळं सांगताना लाजल्यासारखं झालं असणार म्हणजे आपण एकत्र राहत होतो ते.’’

‘‘पण तुझ्या वडिलांना हे कसं काय माहिती असेल?’’ रिझच्या डोक्यावर हळुवार थोपटत मी विचारलं. वरच्या छताला तडा गेला होता आणि तिथे नाकपुड्या व डोळे असलेला एक कावेबाज चेहरा तयार झाल्यासारखं दिसत होतं. ‘‘आज पापा असायला हवे होते, असं मला वाटतंय,’’ मी म्हणाले.

‘‘तुझी मॉम कशी आहे? हे सगळं तिनं सहज घेतलंय का?’’

‘‘होय. तिच्या मनात खूपच उत्सुकता होती. ती खूपच आनंदात असल्यासारखी दिसतेय.’’

‘‘मलाही आनंद झाला. तिच्या दृष्टीनं हे सगळं अतीच होईल की काय अशी मला काळजी वाटत होती.’’

‘‘नाही, नाही. तिला हे सगळं आवडलंय; पण त्याआधी तिला काळजी वाटली होती.’’

‘‘म्हणजे काय?’’ रिझचा मरगळलेला आवाज आता सजग, सावध झाला होता. तो माझ्यापासून बाजूला झाला आणि कानाखाली उजवा हात टेकवून तो माझ्याकडे बघू लागला. वाऱ्यामुळे खिडकीचा दरवाजा उघडला आणि थोडासा सूर्यप्रकाश पलंगावर पसरला, त्यामुळे रिझच्या डोक्याभोवतीचे धुळीचे कण सोड्याच्या बुडबुड्यासारखे चमकले.

‘‘काही नाही. खरंच. ती आपलं असंच काहीतरी बोलली होती.’’

तो काहीच बोलला नाही. त्याच्या चेहऱ्यावर तणावपूर्ण स्मित होतं. तो माझ्याकडे तसाच रोखून बघत राहिला. त्याचा हात त्यानं व्यवस्थित वाकवून मानेच्या स्नायूंवर ठेवला होता आणि त्याच्या मनात विचारांची गर्दी झाली होती.

‘‘बेबी, गैरसमज करून घेऊ नकोस,’’ मी म्हणाले. ‘‘ती फक्त संरक्षित दृष्टिकोनातून विचार करत होती. मी तिची एकुलती एक मुलगी आहे, त्यामुळे तिला काळजी वाटणारच.’’

पुन्हा त्यानं कसलीच हालचाल केली नाही; पण तशाच तणावपूर्ण आवाजात विचारलं, ‘‘ती काय म्हणाली होती?’’

‘‘त्या घरातली माझी शेवटची रात्र होती म्हणून आम्ही वाइनची बाटली उघडली होती. आता ती अगदीच एकटी आहे; पण तिला तू किती आवडतोस

ते तुला माहिती आहे. बरोबर आहे ना? ती तुझ्याविषयी कधीच काही वावगं बोलली नाही. खरं ना?''

''तिला कशाची काळजी वाटत होती?''

''उफ्! तिनं मला एवढंच विचारलं की, मी काय करत होते ते मला माहिती होतं ना आणि त्याविषयी माझी खात्री पटलेली होती ना? तसा तो जवळजवळ एक विनोदच होता. तिनं आमचे ग्लास दुसऱ्यांदा भरले. नंतर तिनं तिचा चष्मा वर घेतला आणि म्हणाली,...'' मग माझ्या आईची नक्कल करण्याचा मी प्रयत्न केला, त्यामुळे वातावरणातील तणाव निवळेल, असं मला वाटलं होतं. मी सांगू लागले, ''रिझ हा खरोखरच एक चांगला मुलगा आहे. मला तो किती आवडतो ते तुला माहितीच आहे. पापा गेले, त्या वेळी त्यानं किती मदत केली आणि तो नेहमीच तुझ्याबरोबर असेल हेही मला माहिती आहे. मी तुला सांगते, सगळ्यात दिलासादायक गोष्ट हीच आहे की तो खूपच वेगळा आहे. तो अगदी कट्टर मुसलमानांसारखा नाही. फक्त एकच गोष्ट आहे. काही वेळा हे लोक नंतर अत्यंत धार्मिक बनतात. ती एक प्रवृत्ती असते. माझ्या एका मैत्रिणीच्या बाबतीत तसं घडलं होतं. तुला लीना आंटी माहिती आहे ना? तिचा नवरा नंतर उतार वयात कडवा, कट्टर धर्मवेडा बनला. त्यानं त्याच्या मुलींवर बुरखा वापरण्याची सक्ती केली होती आणि मुलांना फक्त मुस्लीम मुलींबरोबरच लग्न करण्याची परवानगी दिली होती, यावरून कल्पना कर म्हणजे त्यांची आई हिंदू होती तरीही! मला खूपच वाईट वाटलं.''

रिझ दुखावला गेला नसल्याचं स्पष्ट दिसत होतं. मात्र त्याची करमणूक होत होती, असं वाटत होतं. मी त्याला माझ्या छातीजवळ ओढून घेतलं. ''हे मी आधीही ऐकलंय,'' तो म्हणाला. ''अर्थातच तुझ्या मम्मीकडून नाही. धर्मवेडा म्हणजे काय असतं हे आपण तिला स्पष्ट करून सांगितलंच पाहिजे म्हणजे हे एवढंच होतं का?''

''हं. बऱ्यापैकी एवढंच,'' मी त्याच्या केसांतून बोटं फिरवत म्हणाले. ''तिला अशीही भीती होती की, तू कदाचित अचानकच पुनर्विवाहाचा विचार करशील आणि त्यानंतरही आणखी एखादं लग्न करशील. ती म्हणाली होती की, त्यांना चार बायका करता येतात. मग अशा वेळी तू काय करशील?''

''अरेरे, माझी गरीब बिच्चारी बेबी. लग्न होण्याच्या आदल्या रात्री असं? काय पण वेडेपणा आहे!''

“मी तिला सांगितलं की, मीच तुला एवढा त्रास देईन, इतकं दुःखी-कष्टी बनवेन की, तू पुन्हा दुसऱ्या लग्नाचा कधीच विचारही करणार नाहीस आणि मी ते करेन...”

आम्ही ती रात्र त्या जुन्या घरात घालवावी, असा त्याच्या पालकांनी आग्रह धरला; पण ज्या वेळी सगळं कुटुंब दुपारच्या जेवणानंतर डुलक्या काढत होतं, त्याच वेळी आम्ही ड्रायव्हरना घेऊन शहराचा रस्ता पकडला होता. क्लॅरीजेसमध्ये रिझनं घेतलेल्या सुईटमध्ये आमच्या शालेय मित्र-मैत्रिणी आमची वाट पाहत होत्या. आम्ही नेहमीसारखं आमचं लग्न साजरं केलं नव्हतं. कारण, ते सगळं आधीच गुंतागुंतीचं होतं. आमचं लग्न बेकायदेशीर नव्हतं; पण तुम्ही काहीतरी भयानक केलंय असं त्यांनी वाटायला लावलं असतं. आमच्या लग्नाआधी महिनाभर आमची छायाचित्रं पोलीस ठाण्याच्या वार्ताफलकावर झळकत होती. आम्हाला ढिगांनी कागदपत्रं पूर्ण करावी लागली. सर्व प्रकारच्या अर्जांवर दोन्हीकडच्या पालकांच्या परवानग्या आणि सह्या झाल्या होत्या. सात वेगवेगळ्या अधिकाऱ्यांकडे आम्ही पापांच्या मृत्यूच्या दाखल्याच्या छायाप्रतीही दिल्या होत्या. आम्हाला डोमिसाईलही द्यावं लागणार होतं. नियम इतके कडक होते की, कोणत्याही प्रकारच्या शांततेची अपेक्षा धरून त्याच्या किंवा माझ्या विभागात राहणं अशक्य होतं.

...आणि मग अशा प्रकारे आम्ही ईस्ट एंडमध्ये दाखल झालो.

पाणी

१

जुलै महिन्यातील ढगाळ वातावरणात एके दिवशी सकाळी आम्ही ईस्ट एंडमध्ये राहायला निघालो. रिझच्या वडिलांनी खाली येण्यास नकार दिला. ते त्यांच्या पलंगावरच पायावर पाय टाकून बसले होते आणि 'पेशन्स'चे डावामागून डाव खेळत होते. रिझ आत गेला, त्या वेळी मी दरवाजातच उभी राहिले. अब्बू त्यांच्या खेळात अगदी रंगून गेले होते. कपाळाला आठ्या घालून रागीटपणे ते त्यांच्या पत्त्यांकडे लक्षपूर्वक पाहत बसले होते. त्यांच्या भल्या मोठ्या उंच पलंगाच्या पायाजवळ रिझ उभा राहिला होता; परंतु त्याच्या वडिलांनी त्याच्याकडे पाहणंही टाळलं. ते काहीही बोलले नाहीत. ट्रान्झिस्टर रेडिओवर चित्रपटातील गाणी लागली होती. प्लॅस्टिकच्या पत्त्यांचा छान, स्थिर डाव त्यांनी अगदी कौशल्यपूर्वक मांडला होता. ते पत्ते पिसत होते, टाकत होते, डाव खेळत होते. अखेरीस रिझ तिथून मागे वळला आणि बाहेर आला. तो त्याच्या वडिलांसारखाच दिसत होता. उदास, आठ्या पडलेलं कपाळ आणि चेहऱ्यावर अन्यायाच्या त्रस्ततेतून आलेला रागीट भाव. आम्ही हॉलमध्ये असताना बेडरूमचा दरवाजा बंद होता. मी रिझला जवळ घेतलं. तो थरथरत होता.

सामान नेणाऱ्याचा ट्रक ड्राईव्हवेवरून निघाला होता, तेवढ्यात त्यांच्या करड्या रंगाच्या पोर्चमध्ये येऊन त्याची आई आम्हाला जाताना बघू लागली. रिझ कारमधून उतरला आणि तिच्याकडे गेला. त्यानं तिचे खांदे पकडले आणि तो तिच्याशी शांतपणे बोलला. त्यानं तिला निरोप देण्यासाठी हात केला, तेव्हा नाझ कारच्या स्टिअरिंगवर तबला वाजवल्यासारखा आवाज करत होता. त्याला आता निघण्याची घाई झाली होती. मागच्या सीटवरून मीही

७५

उतरले आणि त्याच्या आईकडे गेले. अम्मीच्या चेहऱ्यावरच्या त्वचेवर आणि गळ्यावर किंचित सुरकुत्या पडल्या होत्या. त्यांच्या अश्रूंमुळे सुरकुत्यांच्या त्या घड्या आता ओलसर दिसत होत्या. माझं डोकं मी त्यांच्या खांद्यावर टेकलं. त्यांनी मला जवळ ओढून घेतलं. त्यांच्या मोडक्यातोडक्या इंग्रजीत त्या पुटपुटल्या, ''अगदी लहान असल्यापासूनच रिझनं त्याला हवं तेच केलंय. तो कोणाचंही ऐकत नाही. स्वतःला दोष देऊ नकोस.''

''आम्ही सतत येत जाऊ अम्मी. ईस्ट एंड अगदी जवळच आहे. त्याचं तुमच्या दोघांवर किती प्रेम आहे ते तुम्हाला माहितीच आहे,'' मी म्हणाले.

पण त्याच्या वडिलांना आता यापुढे आम्ही त्या घरात येऊ नये, असंच वाटत होतं. गेल्या काही आठवड्यांमध्ये झालेल्या सगळ्या भांडणांमुळे आणि आरडाओरड्यामुळे आता त्यांनी रागानं खदखदत शांत राहण्याचाच निश्चय केला होता.

घरापासून जवळच असलेला कुटुंबाचा एक पारंपरिक भूखंड त्यांनी आम्हाला लग्नाचं गिफ्ट म्हणून दिला होता. दुसऱ्या बाजूचा प्लॉट नाझला मिळणार होता; पण त्यांच्यापैकी कोणालाही न सांगता रिझनं त्याचा प्लॉट विकून टाकला होता. त्या पैशात त्यानं ईस्ट एंडला चार बेडरूमचं अपार्टमेंट विकत घेतलं होतं. त्याआधी कधीही आपल्या मोठ्या भावाशी नाझला मी चढ्या आवाजात बोलताना ऐकलं नव्हतं.

''तू त्यांना किती त्रास देतोयस ते तुला दिसत नाही का?'' नाझ जोरात गाडी चालवत होता. झटकन करकचून ब्रेक लावत होता आणि रहदारीतून मिळणाऱ्या रस्त्यानं कशीही कार पिटाळत होता.

''त्यात विशेष काय आहे?'' रिझनं विचारलं. ''आम्ही काही हे शहर सोडून चाललेलो नाही.''

''तो ईस्ट एंडचा भाग आहे रे बाबा! तू तिकडे का चाललायस? ते कसं आहे ते तुला माहिती आहे ना?''

''*कसं* आहे?''

''सगळ्यांना माहिती आहे. मादक पदार्थ. घाणेरड्या बायका. ती जागा अगदीच खराब, अनैतिक प्रकारचे धंदे चालणारी आहे. तुला हे हवं आहे का? आणि आमचं काय – आपल्या कुटुंबाचं काय? मला सांग हा हिचा सल्ला आहे का? शालिनी तुला हे करायला लावत आहे का?''

माझ्या मनात मोठी शरमेची भावना दाटून आली. निझाम्स ॲबोडमधील त्या थोड्याशाच काळातील वास्तव्यात मी अस्वस्थ बनले होते. माझे काहीसे तंग कपडे त्या परिसरात खूपच भयंकर वाटत होते. तिथे वीट आणणारे, विचित्र वास येत होते. गावांतून नुकतेच आलेले किशोरवयीन नोकर माझ्याकडे टक लावून पाहत असत. बकरी ईद जवळ आलेली असताना मला त्या भागात सगळीकडेच दोरखंडानं बांधलेले बकरे दिसले होते. त्या बकऱ्यांना तिथे आपल्याला का आणलं गेलं होतं, याची कसलीच जाणीव नव्हती. ते हळूहळू ओरडत होते. नंतर अचानकच सगळे बकरे दिसेनासे झाले. दुसऱ्या दिवशी गटारांमधून तांबूस पाणी वाहत होतं; पण तरीही नाझच्या प्रश्नानं मला राग आलाच. कदाचित, रिझनं हे माझ्यासाठी केलंही असेल; पण मी त्याला ते करायला सांगितलं नव्हतं.

"तू वेडा आहेस का नाझ?" रिझ ओरडला. "उगीच माझ्यावर भलतेसलते आरोप करून मला भडकवू नकोस. फक्त गाडी चालव."

आम्ही अगदी मूकपणे दुसऱ्या विभागाची उंच भिंत ओलांडून पलीकडे गेलो. आम्ही तिघेही संतापानं खदखदत होतो. आता सगळीकडे भिंती दिसत होत्या. जणू काही शरीरात झपाट्यानं वाढणाऱ्या आवाळूसारख्या गेल्या दहा वर्षांत त्या शहरभर सगळीकडे बोकाळल्या होत्या. जणू सडलेल्या मुख्य जोडामधून सगळीकडून पाण्याच्या नलिका बाहेर पडाव्यात तशा त्या सगळीकडे दिसत होत्या, बघावं तिकडे दिसत होत्या. आम्ही ईस्ट एंडच्या प्रवेशद्वाराजवळ पोहोचत असताना रिझचा आवाज थंडावला होता. तो शांतपणे म्हणाला, "हे सगळं त्या नवीन नियमांमुळे झालंय नाझ. मी किंवा शालही अशा प्रकारे राहू शकत नाही. दारूची पार्टी नाही, डुकराचं मांस नाही. रिकामटेकडे म्हातारे लोक तुम्ही आठवड्यात किती वेळा मशिदीत जाता ते मोजत बसतात. त्यांना तिला चक्क कुराणच्या क्लासला पाठवायचं होतं! आता बोल. ही कल्पना तरी तू करू शकतोस का? हा एक विनोदच आहे."

"पण प्रत्येक जणच असं करतोय की. तुम्हीही तुम्हाला हवं तसेच जगा. तुमच्या स्वतःच्या नियमांचं पालन करा."

मला ईस्ट एंड आवडलं. लोक या भागाविषयी तोंडाला येईल ते बोलत होते; पण प्रत्यक्षात हा भाग शांत आणि हिरवागार होता. तिथे प्रसन्न, शांत हवा होती. जणू काही इथलं काहीही कधीच बदललं नव्हतं. तिथे बगिचे होते.

मिनी मार्केट होतं. आरोग्य केंद्रं होती. रात्री तुम्ही तिथून कारनं चालला असाल तर तिथे त्यांच्या खिडकीतून तुम्हाला लिक्रा क्लॅड रनरच्या (शूजच्या) दोन रांगा दिसत. प्रत्येक बंगल्याच्या पुढे हिरवळ पसरलेली होती. रस्ते अरुंद होते आणि त्यांच्या दुतर्फा पिंपळाची, आंब्याची, पळसाची झाडं होती. त्यांच्या पानांच्या छताची सावली रस्त्यांवर पसरलेली असे. दर थोड्या अंतरावर ठरावीक ठिकाणी गतिरोधक होते, त्यामुळे मुलं सायकली फिरवू शकत होती. रहिवाशांनी खूप वर्षांपूर्वीच आपल्या विभागासाठी भिंत बांधायची नाही, असं ठरवलं होतं, त्यामुळे तिथे कोणालाही जाता-येता येत होतं. आता अशा प्रकारची सीमा आखून देणारी भिंत न पाहणं ही आश्चर्याची गोष्ट होती. तिथे एक संक्षिप्त किंवा अर्धवट भिंत होती. मला तिच्यामुळे मी लहान असताना अगदी भीतिदायकपणे टेकडीच्या बाजूला पाहिलेला विध्वंस आठवला. तिथे जंगलातील वृक्षतोडीनंतर अर्धवट काळपट पडलेल्या खोडांची झाडं भरून घेऊन येणारे ट्रक चढणीवर दिसल्याचं मला आठवलं.

नाझनं याचा पहिल्यांदा उल्लेख केला. ईस्ट एंडच्या प्रवेशद्वाराजवळ आल्यावर तो म्हणाला, ''इथे किती विचित्र वाटतंय ना? इथे कुठलीच भिंत नाही? त्यांनी बहुधा ती बांधण्याची सुरुवात केली असावी; पण लवकरच त्यांचं त्यातलं स्वारस्य संपून गेलं असावं. तुम्ही किती उघड्यावर पडला आहात.''

''मूर्खासारखा बोलू नकोस,'' रिझ म्हणाला; पण त्याच्या चेहऱ्यावरही एक प्रकारचा चौकस भाव होता. जवळजवळ तो अपराधीपणाचाच भाव होता.

''तू घरांचे वरचे भाग पाहू शकतोस,'' मी नाझला म्हटलं. ''पहिले आणि दुसरे मजले. यासाठी काळ जावा लागेल. नंतर याची हळूहळू सवय होईल आणि इथे किती सुंदर झाडं उगवतायत ते बघ.''

प्रवेशद्वाराजवळच्या रखवालदारांनी आम्हाला फक्त हात केला, त्या वेळी त्यांच्या चेहऱ्यावर केवळ चौकस भाव होते.

''सगळ्या शेजाऱ्यांनी एक गट म्हणून राहायचं, असा त्यांनी निर्णय घेतलाय,'' नाझ पुन्हा काहीतरी बोलणार होता तेवढ्यात रिझनं स्पष्ट केलं. ''मला या जागेची हीच गोष्ट आवडली. प्रत्येकाला आपापला निर्णय घेता येतो. फक्त प्युरिटी वनमागे दडणारे जुने तिरस्करणीय लोक तो घेत नाहीत.''

‘‘भाई, ते आपल्याला शाळेत पाठ करायला लावायचे ती कविता कुठली होती?’’ नाझनं विचारलं. त्याचा आवाज गंभीर होता. त्यानं एक हात स्टिअरिंग व्हीलवरून काढला होता आणि त्यानं तो आपली काल्पनिक दाढी कुरवाळल्यासारखं करत होता. ‘‘इनटू द हेवन ऑफ फ्रिडम, माय फादर, लेट माय कंट्री अवेक (स्वातंत्र्याच्या त्या स्वर्गात, हे पित्या माझ्या देशाला जाग येऊ दे)’’ तो जोरजोरात हसू लागला.

सकाळी होणाऱ्या त्या सभेच्या आठवणीनं आम्ही सगळ्यांनीच स्मित केलं. झोपेनं तारवटलेल्या डोळ्यांनी मधल्या मैदानात आम्ही सगळे उभे राहत असू. नुकतेच ऊन येऊ लागलेले असे. आम्ही जे म्हणत असू त्याचा काय अर्थ आहे, याचा विचारही न करता आम्ही ती कविता म्हणत असू.

‘‘म्हणजे अखेरीस तुम्हाला तो सापडला तर? हा तुमचा स्वर्ग आहे का? म्हणजे हॅवन..?’’ तो पुन्हा एकदा हसला. ‘‘तुम्ही पंजाबी असाच उच्चार करता. हेवन नव्हे, हॅवन. हॅवन ऑफ फ्रिडम.’’

‘‘ठीक आहे. तो इतर कुठल्याही ठिकाणांहून अधिक चांगला आहे,’’ रिझ स्मित करत म्हणाला.

‘‘आम्हाला फक्त आमची आयुष्यं शांततेत जगायची आहेत.’’

पण नाझ ते तसंच सोडून द्यायला तयार नव्हता. ‘‘मग या स्वातंत्र्याच्या हॅवनमध्ये या सुरक्षारक्षकांची काय गरज आहे, असं मी तुम्हाला विचारू शकतो का? तुम्हाला या प्रवेशद्वारांची तरी काय गरज आहे?’’

‘‘ती गोष्ट पूर्णपणे वेगळी आहे,’’ रिझ म्हणाला. ‘‘आणि ते तुलाही माहिती आहे. ते नेहमीच तसंच आहे.’’

‘‘यात वेगळं काय आहे? त्या सुरक्षारक्षकांनी आपल्याला एवढ्या सहजासहजी कसं काय येऊ दिलं? आपण चालत आलो असतो तर? समजा, आपण त्या सडक्या-कुजक्या रस्त्यांवर आयुष्यं घालवलेले काळे लोक असतो तर? तुम्हाला काय वाटतं त्यांना आपल्याला बघून आनंद झाला असता?’’ कदाचित, नाझला आमची मनःस्थिती बिघडल्याचा अंदाज आला असावा. मागच्या सीटवर बसलेल्या रिझचा चेहरा मला पाहता आला नव्हता. कदाचित, रिझ चिडला असावा. नाझ पुढे म्हणाला, ‘‘हे बघा, तुम्हाला ज्यात आनंद मिळतोय ते तुम्ही करा. मी तुम्हाला हे सांगणारा कोण आहे? फक्त तुम्ही घर सोडलं म्हणून मला दुःख होतंय. तुम्ही दोघंही घरातून बाहेर पडलात म्हणून.’’

आमच्या अपार्टमेंटमुळे मला आमच्या टेकडीवरच्या घराची आठवण झाली. मोठी बेडरूम, थंडगार संगमरवरी फरश्या, लिव्हिंग रूमच्या मोठ्या खिडक्या आणि त्यामधून खाली दिसणारी बाग. त्या खिडकीत बसून मी खूप वाचलं. एका वृत्तपत्राच्या साप्ताहिक पुरवणीत मी जीवनशैलीविषयक लेख लिहू लागले. त्यानंतर दुसऱ्या वर्षीच्या उन्हाळ्यात लैलाचा जन्म झाला. आमच्या सोबत वेळ घालवण्यासाठी रिझ कामावरून घरी लवकर येत असे. मम्मी नेहमीच यायची. येताना ती नेहमीच सौम्य चंदेरी रंगाच्या बॉक्समधून काजू बर्फी घेऊन यायची.

सपना ही लैलाची आया घरात आली होती, ती सकाळ मला अजून आठवते. त्या वेळी लैला तीन महिन्यांची होती. आमचे नोकरांशी असलेले संबंध तसे ताणलेलेच होते. रात्रीची परिचारिका कार्यक्षम होती; पण खूपच महागडी होती. आम्ही तिला महिनाभरच कामावर ठेवावं असं ठरवलं; पण तेव्हापासून सतत आमची परीक्षाच सुरू झाली होती. एके रात्री मी घाईघाईनं मारलेल्या शेऱ्यामुळे एक मुलगी मध्यरात्रीच काम सोडून गेली. घरगुती कामांमध्ये आता चांगलाच गोंधळ निर्माण झाला होता. मग एक मध्यमवयीन बंगाली स्त्री आली. मला आणि रिझलाही ती आवडली. तिनं झटकन आमची आयुष्यं सोपी करून टाकली, एकदम रुळावर आणली. पुन्हा एकदा आम्ही संपूर्ण रात्रभर झोपू लागलो. एके दिवशी दुपारी तिनं मला अचानकच सांगितलं की, ती त्यानंतर आणखी काम करू शकणार नव्हती. आपल्या वाढत्या वयाच्या मुलांबरोबर वेळ घालवण्यासाठी ती तिच्या गावी जाणार होती; पण नंतर मला जवळच्याच एका विभागात ती काम करत असल्याचं आढळलं. आमच्या वर्तुळातील अनेक लोकांकडे आम्ही तिच्याविषयी भावनाविवश होऊन बोलत होतो. आम्हाला तिच्या कामामुळे मिळणारा दिलासा अगदी स्पष्टपणे नजरेत भरणारा होता, त्यामुळे तिला माझ्या मैत्रिणीच्या एका मैत्रिणीनं आमच्या कामावरून फोडलं होतं.

आमच्या माहितीतील एका स्वयंपाकिणीनं सपनाला आमच्या घरी पाठवलं होतं. ती ज्यांच्याकडे काम करत होती ते कुटुंबीय आमचे नव्यानंच झालेले मित्र होते. तो एका कला दालनाचा मालक होता. तो आणि त्याची पत्नी यांच्याशी आमची मैत्री जमली होती. काही गरीब महिलांसोबत त्याची पत्नी

कसलंसं काम करत होती. साड्या तयार करणं आणि त्यांचं मार्केटिंग करणं, यासाठी ती त्यांना मदत करत होती, असा माझा अंदाज होता. त्यांच्या घरचं अन्नही आकर्षक व प्रेक्षणीय होतं. अगदी परदेशी भाज्याही बघण्यासारख्या असत. शतावरीसुद्धा अगदी नीट, पातळ, कोरड्या आणि तुकडे केलेल्या मांसात गुंडाळलेली असे. अशा प्रकारच्या अनेक गोष्टी त्यांच्याकडे दिसत आणि आमच्या मैत्रिणीलाही तिच्या या स्वयंपाकिणीविषयी खूपच अभिमान होता. तिची ही स्वयंपाकीण काळी, मोठ्या डोळ्यांची आणि आत्मविश्वासू तरुणी होती. एके दिवशी सकाळी तिनंच आमच्याकडे सपनाला आणलं होतं.

घराची बेल वाजली आणि मी तिथे जाईपर्यंतच दरवाजा उघडणाऱ्या नोकरानं त्यांना घरात घेतलंही होतं. मला क्षणभर याचं आश्चर्य वाटलं की, माझ्याकडे काम करणाऱ्यांना ना ती स्वयंपाकीण माहिती होती, ना सपना; परंतु त्यांच्यामध्ये नक्कीच काहीतरी एकमेकांना माहिती असलेले संकेत होते. तसंच त्यांना आमच्या आणि त्यांच्या स्वतःच्या परिस्थितीचं झटपट आकलनही होत होतं. घरातील कामात निर्माण होणारी पोकळी भरून काढण्यासाठी सपनाला तिथे आणण्यात आलं होतं हे त्या स्वयंपाकिणीनं बहुधा आधीच स्पष्ट केलं असावं आणि त्यामुळे आमच्याकडच्या नोकराला त्यांना जास्त वेळ बाहेर तिष्ठत ठेवू नये हे आधीच समजलं असावं. त्यांच्याशी माझं पहिल्यांदाच बोलणं झालं ते अशा प्रकारे घरातच झालं. काम करणाऱ्याला दरवाजातच उभं न करता आम्ही तिला आत घेऊन तिच्याशी बोललो होतो आणि तिची आत्मप्रतिष्ठा जपली होती.

त्या दोघी स्वयंपाकघरात वाट बघत थांबल्या होत्या. सपना जमिनीकडे पाहत होती. ती पाठीला पोक काढून थांबली होती. तिचा एक हात ओट्यावर होता आणि दुसरा तिनं मागे घेतला होता. मोठ्या खिडकीतून सकाळचा सूर्यप्रकाश आत आला होता आणि त्यामुळे तिच्यावर एक प्रकारची चमक पडली होती. सोनेरी किरण तिच्या त्वचेवरून छोटीशी उसळी मारून ज्वालामुखीसारखे बाहेर पडत आहेत, असं वाटत होतं. मी स्वयंपाकघरात गेल्यावर सपनानं अंग आकसून घेतलं. तिनं आणखी पोक काढलं आणि ती थोडीशी झुकली. तीन–चार पावलं मागे चालत जाऊन, ज्या महिलेनं तिला या घरात आणलं होतं, त्या महिलेच्या मागे ती गेली.

"ती माझ्या झोपडपट्टीतली आहे, दीदी," ती स्वयंपाकीण म्हणाली. "ती खूपच चांगली मुलगी आहे. काय गं, हो ना?" तिनं सपनाकडे वळून सपनाला विचारलं.

सपना काहीच बोलली नाही. तिचे केस आणि झुकलेली मान स्पष्टपणे दिसत होती; पण तिनं डोळे किंचित मिटून घेतले होते आणि एखादी मांजरी विचार करते तसा ती विचार करत असावी, असं वाटत होतं, त्यामुळे मला तिच्याकडे पाहता येत नव्हतं.

मला थोडं हसू आलं. "आता असं मागे उभं राहण्याची गरज नाही. बाहेर ये. इथे घाबरण्यासारखं काहीच नाही," मी म्हणाले.

"ती फारशी बोलत नाही, दीदी," स्वयंपाकीण म्हणाली.

"मला मुकी बाई नको आहे. मला कोणीतरी बोलकी बाई हवी आहे," मी म्हटलं.

"तिथून बाहेर ये बघू," माझ्या मैत्रिणीची स्वयंपाकीण म्हणाली आणि तिनं सपनाला तिच्या मनगटाला धरून झटकन बाहेर ओढलं. "तिला कृपा करून एक संधी द्या. याआधीचं तिचं आयुष्य खूपच खडतर गेलंय," ती स्वयंपाकीण म्हणाली.

आम्ही बोलत असताना तो आवाज गॅलऱ्यांमध्येही जात होता. "म्हणजे काय?" मी विचारलं.

तरीही सपना एकही शब्द बोलली नव्हती. ती नाजूक, गव्हाळ वर्णी होती. तिचं कपाळ मोठं आणि चकाकतं होतं. तिनं तेल लावून आपले केस चापून चोपून बसवून घट्ट बांधले होते. "ती आधी ज्या घरात काम करत होती तिथली मॅडम अतिशय वाईट होती."

"तिनं काय केलं?"

"तिचा नवरा रेल्वेत होता. सपनाला आपण काम मिळवून देऊ, असं त्यांनी सपनाच्या पालकांना सांगितलं; पण त्या बदल्यात तिला पगाराशिवाय वर्षभर त्यांच्याकडे काम करावं लागेल, अशी अटही त्यांनी घातली होती. सरकारी नोकरी अगदी उत्तम असते दीदी. तुम्हाला आयुष्यभर पगार मिळतो. पेन्शन, राहायला खोली असं सगळं मिळतं. तिच्या पालकांनी म्हणून सपनाला त्या जोडप्याकडे पाठवलं. त्या वेळी ती फक्त तेरा वर्षांची होती; पण तीन वर्षं त्यांनी सपनाला त्यांच्या घरातून बाहेर पडूच दिलं नाही. त्यांनी तिला पगारही

दिला नाही. तिला मुलं सांभाळावी लागायची. ती स्वतःच खरं तर लहान होती; पण त्यांनी तिला सगळी कामं करायला लावली. घराची साफसफाई, स्वयंपाक... अगदी सगळी कामं.''

तिनं तिचं मनगट पकडलं आणि तिला पुढे आणलं. ''बघा ना, ती किती बारीक झालेय. तिला ते क्वचितच खायला देत. शिवाय ती मॅडम तिला झाडूनं, काठीनं असं हातात मिळेल त्या वस्तूनं मारायचीही.''

ते ऐकून अशा प्रकारे गरिबीचा गैरफायदा घेणाऱ्या लोकांचा मला खूप संताप आला. असे लोकच गरिबांचा गैरफायदा न घेणाऱ्या आमच्यासारख्या उर्वरित लोकांसाठी सगळ्या गोष्टी कठीण करून ठेवतात.

''सपना इकडे ये,'' मी तिला फर्मावलं. ती खूप लहान दिसत होती. ती माझ्यासमोर उभी राहिल्यावर मी तिच्या गालाला स्पर्श केला. ''इथे घाबरण्यासारखं काहीही नाही. ठीक आहे? इथे तिथल्यासारखं काहीही होणार नाही. तू त्याची काळजी करण्याची गरज नाही. तुला मुलांची काळजी कशी घ्यायची ते माहिती आहे का?''

''होय, मला माहिती आहे,'' ती म्हणाली. तिच्या तोंडातून बाहेर पडलेले पहिलेच शब्द एवढ्या हळू आवाजात होते की, ते मला जेमतेम ऐकू आले.

''माझी मुलगी लैला अगदी लहान आहे. फक्त तीन महिन्यांची आहे. एवढ्या लहान मुलीची काळजी कशी घ्यायची हे तुला माहिती आहे का?''

''होय दीदी. मी हे काम आधीही केलंय,'' तिचा स्वतःचा आवाज ऐकल्यावर तिला आता आत्मविश्वास आल्यासारखं वाटत होतं. ''तुम्ही मला सांगाल ते मी करेन.''

''होय. ती खूप झटपट शिकते,'' ती स्वयंपाकीण मध्येच म्हणाली. ''मी स्वतः ते बघितलंय.''

''इथे तुला कोणीही मारणार नाही आणि तुला नेहमीच पगारही दिला जाईल. दर महिन्याच्या तीन तारखेला तुला तुझा पगार मिळेल. आमच्या सगळ्या नोकरांना त्या दिवशीच पगार दिला जातो.''

तिनं माझ्याकडे वर बघितलं. तिच्या नजरेत कृतज्ञता होती. ती काहीशी आश्चर्यचकितही झाली होती. तिच्या चेहऱ्यावरच्या दुर्बल आणि अवलंबित्वाच्या भावांमुळे मी अगदीच मवाळ झाले. त्या पुढच्या काळात

सपनाला या घराविषयी, माझ्याविषयी अधिक खात्री वाटणार होती, तरीही सुरुवातीच्या काही महिन्यांमध्ये मला तिचं वागणं थोडंसं विचित्र वाटलं. रिझनं केलेल्या विनोदांवर खूप हसणं, दूध द्यायला येणाऱ्या मुलाबरोबर भरपूर गप्पा मारणं, अधिक गोरं दिसण्यासाठी चेहऱ्याला स्वस्तातलं फाउंडेशन चोपडणं या सगळ्या गोष्टींमुळे माझ्या मनात थोडीशी अस्वस्थता निर्माण झाली होती. जणू काही तिचं माझ्यावरचं अवलंबित्व कमी झालं होतं, त्यामुळे मी थोडीशी त्रस्त झाली असेन.

दर वर्षी तापमान वाढत जात होतं आणि पाण्याच्या समस्या अधिकच बिकट होत जात होत्या. आता ईस्ट एंडमध्ये मी आले त्याला पाच वर्षं झाली होती. तो आमचा तिथला पाचवा उन्हाळा होता. लैला जवळजवळ तीन वर्षांची होत आली होती. हवा इतकी कोरडी होती की, क्वचितच घाम येत होता. विक्रमी उष्णतेच्या लाटांबाबतच्या लेखांनी वृत्तपत्रं भरून गेली होती. माझ्या नाकपुड्यांमध्ये घाणीचे घट्ट खडे तयार झाले होते आणि ते काढणं खूपच वेदनादायक होतं. लहान खडे फोडावेत त्याप्रमाणं ते फोडून काढावे लागत होते. लैलाला सतत भोवळ येत होती. ती सतत थकल्यासारखी, म्लान दिसत होती. तिच्या डॉक्टरांनी सांगितलं की, हा उन्हामुळे होणारा त्रास होता. आम्ही तिची काळजी घ्यायला हवी होती आणि तिला भरपूर पाणी पाजावं लागणार होतं. आम्हाला सर्वांनाच ते जाणवत होतं. प्रचंड उष्म्यामुळे संसर्ग, उष्णता आणि राग हे हातात हात घालून वाढू लागतात. सगळीकडे जोरदार साथी पसरल्या होत्या. रस्त्यांवरच्या बाजारपेठांत, व्यापाराच्या ठिकाणी, मिठाईच्या दुकानात, दारूच्या दुकानात सगळीकडे हे दिसून येत होतं. अशा ठिकाणी संसर्ग झालेल्या लोकांना बाहेर काढलं जात होतं. मलाही याचा त्रास झाला. काही वेळा सपनालाही हा त्रास होत होता. काही वेळा आमच्या दुसऱ्याच एखाद्या नोकरालाही तो होत होता. रागाचा स्फोट होत होता आणि तो थांबवणं कठीण होतं.

नळाला सकाळी दोन तास आणि रात्री दोन तास एवढंच आणि तेही चिळकांड्या उडाल्यासारखं पाणी येत होतं म्हणजे तुम्ही त्याला पाणी म्हणू

शकलात तर! फुसफुस आणि फुरफुर असा आवाज करत येणारे पाण्याचे शिंतोडे सिंकमध्ये उडाले की, तिथे तपकिरी रंगाचे ठिपके पडल्यासारखं दिसत होतं, त्यामुळे आमचं सिंक महामार्गावरच्या स्टॉपवरील स्वच्छतागृहातील भांड्यासारखं दिसत होतं. जर पूर्ण शक्तिनिशी पाण्याचा प्रवाह सुरू झालाच तर येणारं पाणी अर्धं स्वच्छ आणि अर्धं करड्या वाळूच्या रंगाचं आणि तपकिरी असे. पाणी उकळतं असे. ''आमच्या घरात आम्ही आणलेल्या गोष्टींपैकी सगळ्यात पहिल्यांदा निरुपयोगी ठरलेली कोणती गोष्ट असेल, तर ती म्हणजे आम्ही बसवलेले शॉवर होते,'' असा विनोद रिझ नेहमीच त्याच्या मित्रांबरोबर बोलताना करत असे. मी प्लॅस्टिकच्या आणखी काही बादल्या विकत आणल्या. रोज सकाळी नोकर त्या भरत होते. प्रत्येक बाथरूममध्ये पाच ते सहा बादल्या भरून पाणी आम्ही ठेवत होतो, त्यामुळे वापर करण्याआधी ते थंड होत असे. या मर्यादित पुरवठ्यासाठीही आमच्या सोसायटीला दर महिन्यात लाच द्यावी लागत होती. प्रत्येक घराला त्याची वर्गणी भरावीच लागत होती. आम्हाला तो पैसा द्यावाच लागत होता नाहीतर आम्हाला पाणीच मिळालं नसतं.

एके दिवशी उन्हाळ्यात दुपारी मी माझ्यासाठी काही मिनिटं काढली. रिझ विक्रेत्यांबरोबर गेला होता. मी नुकतीच लैलाच्या बालवाडीतून परत आले होते. माझं डोकं खूप दुखत होतं. मी लिंबू पाणी आणायला सांगितलं. लिव्हिंग रूममधल्या आरामखुर्चीवर बसून मी हात-पाय ताणले आणि सुडोकू सोडवू लागले. माझे पाय वर होते. चमकणाऱ्या खिडकीतून गर्द केशरी रंगाचा गोळा पश्चिमेकडे निघाल्यासारखा दिसत होता. आम्ही इथे आलो होतो त्या वेळी आम्हाला इथे फक्त बागेतील झाडंच दिसू शकत होती; पण आता मात्र जणू काही आमच्या नजरेतील सगळी हिरवाई कोणीतरी ओरबाडून नेली होती. प्रत्येक गोष्टच तपकिरी आणि पिवळी दिसत होती. दिवे, उभ्या करण्यात आलेल्या कार, विजेचे खांब... सगळं सगळं याच रंगांचं होतं. रस्त्यावरही धुळीच्या बारीक कणांचा थर साचला होता.

तो उन्हाळा त्या आधीच्या शंभर वर्षांतील कमालीचा उष्ण उन्हाळा होता. ते लोक आम्हाला असल्या गोष्टी का सांगतात? मोडून पडलेल्या माणसाप्रमाणे झाडं दबल्यासारखी वाकली होती. मात्र एवढी गंभीर परिस्थिती उद्भवलेली

असतानाही कोणीही नियम पाळत नसल्यामुळे बांधकामांचं आणि फॅक्टऱ्यांचं पेव फुटलं होतं. भूगर्भातील पाणी जवळजवळ सगळंच आटून गेलं होतं. टीव्हीवर ते झोपडपट्ट्यांमधील रडणाऱ्या, विव्हळणाऱ्या महिलांची चित्रं दाखवत होते. त्यांच्या हातात असलेल्या घागरी त्या आपटत होत्या. बातमीदारांना त्यांच्या हातांना धरून झोपड्यांमध्ये खेचून नेऊन तिथली परिस्थिती दाखवत होत्या. मुलं म्लानपणे भिंतींना टेकून बसलेली दिसत होती. एलईडी कॅमेऱ्यांतून त्यांचे ओठ जवळजवळ पारदर्शक झाल्यासारखे दिसत होते. ती आचके दिल्यासारखी जलद जलद श्वास घेत होती, रडत होती; पण त्यांच्या डोळ्यांतून अश्रू बाहेर पडत नव्हते. प्रत्येक शब्दानंतर ती मिटक्या मारल्यासारखा आवाज काढत होती. म्हातारे लोक आणखी विचित्र दिसत होते. ते इतके अशक्त दिसत होते की, त्यांच्या त्वचेवर निळसर झाक आली होती. मुलाखती देणारे तरुण बातमीदारांशी बोलत नव्हते, त्याऐवजी ते कॅमेऱ्याकडे थेट बघून ओरडत होते. त्यांच्या डोळ्यांत अंगार फुलले होते. त्यांचे ओठ फाटले होते. छाती पुढे काढून ते कॅमेऱ्यात थेट रोखून बघत होते. दबलेल्या रागात गुदमरलेले त्यांचे शब्द जोरात बाहेर पडत होते. इतकी वर्षं त्यांच्या कुटुंबांकडे का दुर्लक्ष केलं गेलं, असा सवाल ते करत होते.

दरवाजावरची बेल वाजली. मोलकरणीच्या अनवाणी पावलांचा आवाज संगमरवरावर आला. खुर्चीच्या लांबलचक हातावर मी पाय पसरून बसले होते. मी माझे पाय जवळ घेतले. जीन्स आणि गुलाबी टी शर्ट घातलेला नाझ आत आला. त्याच्या टी शर्टावर एका पोलो खेळाडूचं चित्र होतं आणि एका बाहीवर घोड्याचं मोठं चित्र होतं. तो एखाद्या लहानशा वेटलिफ्टरसारखाच दिसत होता. त्याच्या शर्टातून त्याची पिळदार छाती दिसत होती. त्याच्या विटेसारख्या गोटीबंद दंडांवर त्याच्या टी शर्टाची बाही अगदी घट्ट बसली होती.

''ही जागा ध्वनिप्रतिरोधक (साउंड प्रूफ्ड) करून घ्या,'' नाझ म्हणाला, ''म्हणजे मग तुम्हाला बाहेरच्या गोंधळाचा आणि गलक्याचा त्रास होणार नाही.'' त्याचं हे नेहमीचंच होतं. मी त्याला गेल्या कित्येक महिन्यांत भेटले नव्हते; पण तरीही जणू काही आम्ही नियमितपणे घरगुती गोष्टींवरच्या टीप्सबद्दल

एकमेकांशी बोलत होतो, अशा प्रकारे तो काहीसा माझी कानउघाडणी करत असल्याप्रमाणे बोलत आत आला होता.

"हाय नाझ," मी म्हणाले. "कसा आहेस तू?"

"तू कशी काय अशी बसून राहू शकतेस?" माझ्या बरोबर मागे असलेल्या सोफ्यावर तो दाणकन् बसला. "हे अशक्य आहे. खरंच कठीण आहे."

"जनरेटर बंद करून बसण्यापेक्षा चांगलं."

ती आणखी एक मोठीच समस्या होती. एअर कंडिशनरनं काम करावं, यासाठी जनरेटर सुरू करण्यासाठी आवश्यक असलेल्या व्होल्टेजहून व्होल्टेज बरंच खाली घसरलं होतं. दर महिन्यात अगदी धक्कादायक वाटावा, एवढा खर्च आम्ही डिझेलवर करत होतो.

"कुठे आहे तो? बाल्कनीत आहे का?"

"होय."

"मग शेड बांधून घ्या. आमची बेडरूम आणि लिव्हिंग रूमला आम्ही ध्वनिरोधक बनवून घेतलेत. शेडमुळे थोडासा कोलाहल बाहेरच राहील."

"नाझ, तू जनरेटरबद्दल बोलायला आलायस काय? रिझ घरात नाही. त्यानं त्याच्या काही विक्रेत्यांना बाहेर नेलंय. मी तुला काय देऊ? लिंबू पाणी? तुला बिअर हवी का?"

"बिअर? आता दुपारचे तीन वाजतायत, शालिनी. तुला एवढ्यातच प्यायला सुरुवात करावीशी वाटतेय?"

त्यानं एक उद्गार काढला. तो मला अगदीच बोचरा वाटला. मला खूपच आश्चर्य वाटलं. त्याच्या चेहऱ्यावर काळजी दिसत होती आणि तो खिडकीतून बाहेर बघत होता.

"मला नकोय नाझ, मी तुला देऊ का ते विचारत होते."

त्यानं त्याच्या पोटावर जोरात चापटी मारली. त्याच्या पोटाच्या स्नायूंवरून त्याचा हात उसळल्यासारखा मागे झाला. "गेल्या आठ महिन्यांत मी एकदाही दारू प्यायलो नाही," तो म्हणाला. "आणि यापुढेही मी ती पिणार नाही. लग्नापासून मी प्यायलोच नाही. मी आता रोजच्या रोज मशिदीत जातो, त्यामुळे अब्बू-अम्मी खूप आनंदात आहेत."

"खरंच? हे नवीनच आहे."

''हे शहर कोसळत चाललंय, त्याचे तुकडे होतायत शालिनी. ही धोकादायक गोष्ट आहे. आपण एकत्र राहिलं पाहिजे. प्रार्थना केली पाहिजे. आपण सगळ्यांनीच. या संदर्भात लैलाला योग्य शिक्षण मिळेल याची तू खात्री करून घेतली पाहिजेस. अशा प्रकारच्या शाळा आजही आहेत आणि तिथे ती हे शिकू शकेल.''

''रिझनं आणि मी अद्याप याविषयी काही ठरवलेलं नाही म्हणजे शाळा आणि इतर सगळ्या गोष्टींविषयी.''

''मी फक्त सांगतोय. हे महत्त्वाचं आहे. मला मुलं झालं की...'' तो अस्पष्टपणे बोलत होता. तो अस्वस्थ होता आणि अस्वस्थपणे त्या उंच खिडकीतून बाहेर बघत होता. बदकासारख्या लांब मानेच्या गूज पक्ष्यांचा थवा श्रेणीबद्ध रचनेत निळ्या अवकाशातून उत्तरेकडे असलेल्या टेकड्यांच्या दिशेनं उडत चालला होता. एवढ्या सुंदर रचनेसाठी त्यांनी कसलंच साहाय्य घेतलेलं नव्हतं. जगाचं छप्पर असलेल्या सुंदर पर्वतरांगांच्या छेदबिंदूंच्या दिशेनं ते चालले होते. ''रिझला मी गमावलं ते खूपच वाईट झालं. तू त्याला एक निरोप द्यावास, असं मला वाटतं.''

''कसला?''

''अब्बू आजारी आहेत.'' माझ्या काळजीपूर्ण नजरेत विषादाची, दुःखाची छटा तरळून गेली. ''नाही, नाही. अजून तरी तसं काही नाही. तसे ते कणखर आहेत. फक्त आजार वाढण्याच्या आत त्यांना काही गोष्टी पार पाडायच्या आहेत. त्यासाठीच त्यांनी मला इथे पाठवलंय. रिझला न्याय्य वाटा मिळेल, असं मी त्याला सांगावं, अशी त्यांची इच्छा आहे. अर्थातच सगळं कसं काय पुढे जाईल...'' त्यानं त्याचं वाक्य अर्ध्यावरच तोडलं. तो योग्य शब्द शोधत असावा. ''तुला माहितीच आहे की तू मला आवडतेस शालिनी. अगदी शाळेत असतानाही मला तू आवडत होतीस; पण तू आमच्या कुटुंबाच्या बाबतीत जे काही केलंस ते नाकारता येणार नाही.''

''नाझ, तू असं कसं काय म्हणू शकतोस?''

''रिझनं आम्हाला सोडलं, त्याचं कुटुंब सोडलं. त्याचा समाज सोडला. हे सगळं त्यानं तुझ्यासाठी सोडून दिलं. आमच्या पालकांची काळजी आता मलाच घ्यावी लागतेय...'' त्याचा अहंगंड आता चांगलाच वाढला होता. तो पुढे म्हणाला, ''खैर, मी हे सगळं बोलायला आलोच नव्हतो.''

‘‘खरंच नाही?’’

‘‘ते वृद्ध लोक आहेत, शालिनी. त्यांना काळजी वाटते. लैलाचं काय होईल? आमच्या समाजाला शिस्तीची गरज आहे. आम्ही नियम पाळतो. तिनं अगदीच कुठल्याही लोकांमध्ये मिसळून जावं, असं आम्हाला वाटत नाही.’’

मला लेक्चर देत असलेला नाझ अतिशय अहंमन्य दिसत होता. त्यानं कोचाच्या पाठीच्या लेदरवर हात ठेवले होते. ऑलिम्पिक्समध्ये कुस्ती करणाऱ्या किंवा नेमबाजी करणाऱ्या महिलांची छाती दिसते त्याप्रमाणे त्याची छाती फुगली होती. त्या वेळी रिझ तिथे असता तर नक्कीच अतिशय संतापला असता. मीसुद्धा खूप चिडले होते; पण मला या दोन भावांमध्ये कशी मध्यस्थी करावी हे जास्त चांगलं ठाऊक होतं. ‘‘आमच्या मुलीला आम्ही कसं वाढवावं हे सांगणं हे तुझं काम आहे, असं मला वाटत नाही नाझ,’’ मी म्हणाले.

‘‘मला तिची काळजी वाटते शालिनी. मला माझ्या भावाचीही काळजी वाटते.’’

‘‘तिला सगळ्या उत्तम गोष्टी मिळतायत. हे बघ माझ्या मनात गझालाविषयी अनादर नाही. तुझी पत्नी सुंदर आहे; पण माझ्या मुलीला मला बुरख्यात ठेवायचं नाही. इथे कोणालाही या गोष्टींची फिकीर वाटत नाही. इथे सुंदर बगिचे आहेत. आम्ही यलोस्टोनमध्ये तिच्यासाठी प्रवेश घेण्याचा विचार करतोय. आपण तिथे किती मजा केली होती ते तुला माहिती आहेच.’’

‘‘म्हणजे तुम्ही तिला यलोस्टोनमध्ये घालणार आहात तर. यापुढे अशा प्रकारच्या शाळा असणार नाहीत, यामागे एक कारण आहे, शालिनी. तिथे ते काय आणि कसं शिकवतात! तिथे ना कसली मूल्यं, ना मोठ्यांच्याविषयी आदर बाळगणं शिकवलं जातं, ना तुमच्या परंपरांविषयी, भूतकाळाविषयी आदर बाळगणं शिकवलं जातं.’’ तो उभा राहिला आणि त्यानं येरझाऱ्या घालायला सुरुवात केली. त्याच्या पावलांखाली सुंदर नक्षीकाम केलेल्या फरश्या होत्या आणि त्याच्या प्रत्येक पावलाबरोबर तिथलं महागडं पॉलिश घासलं जात होतं. ‘‘ती कसलीच संस्कृती नसलेल्या वातावरणात वाढेल. इकडे-तिकडे मुलांच्या मागे धावत राहील. तिच्या वागण्यात समाजाविषयीची जाणीव नसेल. तुला हे सगळं हवं आहे का?’’

“मूर्खपणा आहे हा! आपल्या मनातील समाजाविषयीची कल्पना ही एवढीच आहे? रिझला आणि मला अशा प्रकारे जगायचं नाही नाझ म्हणूनच आम्ही हे ठिकाण शोधलंय.”

“कुठलीच गोष्ट सोपी नाही; पण काही प्रमाणात तरी तडजोड करावीच लागेल. विशेषतः अब्बू हे जग सोडून जातील त्या वेळी त्यांनी तुमची आठवण काढावी, असं तुम्हाला वाटत असेल तर हे करावंच लागेल. लैला ही त्यांची एकुलती एक नात आहे; पण त्यांनी तिला फारसं पाहिलेलंही नाही.”

“तिथे येणं किती कठीण आहे हे तुला माहिती आहे ना? अगदी आमची कागदपत्रं तयार करवून घेतानाही किती त्रास झाला होता! आणि तेही फक्त मी तिथे जन्मलेली नाही म्हणून. मी त्यांना सतत ‘इकडे या’, म्हणून सांगतेय. इथे लोक हवं तेव्हा येतात आणि जातात; पण अब्बू-अम्मी ईस्ट एंडमध्ये पाऊलही ठेवत नाहीत.”

तेवढ्यात मोलकरीण चहाचा कप आणि जामच्या बिस्किटांचा एक ट्रे घेऊन आली. साखर आणण्यासाठी एका नोकराला मिनी मार्टमध्ये जावं लागलं होतं, त्यामुळे चहा आणायला एवढा वेळ लागला होता, असं तिनं सांगितलं. नाझनं त्याच्या बाजूच्या टेबलाकडे बघून मान डोलावली आणि नंतर चहाचा एकही घोट न घेता तो पुन्हा माझ्याकडे वळला.

“पण लैला कुठे आहे? तिला इकडे बोलाव. मी तिच्यासाठी गिफ्ट आणलंय. गिफ्ट बाहेर कारमध्ये आहे.”

“ती तिच्या खोलीत आहे. मी तिला नुकतीच शाळेतून घेऊन आलेय.” मी सपनाला जोरात हाक मारली; पण तिनं ओ दिली नाही म्हणून मी उठले. काही सेकंद तरी माझ्या दिराच्या नजरेपासून दूर राहण्यात मला आनंदच वाटला असता. लैलाची खोली थंड आणि अंधारी होती. तिथे खूपच शांतताही होती. खोली पूर्ण रिकामी होती. मी लिव्हिंग रूममध्ये परतले, तेव्हा नाझ कोचावर शांतपणे हात-पाय पसरून बसला होता, त्यामुळे कोचाच्या पांढऱ्या लेदरवर गुलाबी पातळ थर आल्यासारखं वाटत होतं. “मोलकरीण तिला बागेतच घेऊन गेली असणार,” मी म्हटलं.

नाझनं रागानं सुस्कारा टाकला.

“तुला आणखी काही तरी बोलायचं होतं ना?” मी विचारलं.

दाढीच्या खुंटांवरून बोटं फिरवत काही सेकंद तो माझ्याकडे रोखून पाहत राहिला. ''तू गझालाबद्दल काय हवं ते बोल,'' तो उठून उभा राहत म्हणाला. तो दरवाजापर्यंत गेला आणि तिथून वळून म्हणाला,

''तिला कदाचित जगाविषयी तुझ्याइतकी माहिती नसेलही; पण तिला आमच्या संस्कृतीची माहिती आहे. ती पाहुण्याला बिअर देऊ करणार नाही. तीही दुपारी तीन वाजता! आणि आम्हाला एखादी लहान मुलगी असती तर गझालाला निदान ती कुठे आहे ते तरी नक्कीच माहिती असतं.''

थोडा वेळ माझा चेहरा संतप्त झाला होता; पण लगेचच माझ्या चेहऱ्यावरचा संताप नाहीसा झाला आणि त्याची जागा शरमेनं घेतली. जणू काही माझ्या खांद्यांवर आणि चेहऱ्यावर कोणी तरी ओला, गरम टॉवेल ठेवला होता. नाझ दरवाजावळ पोहोचला होता, तेवढ्यात मी ओरडले, ''थांब. तू एवढ्या लांबून आलायस. आपण बागेत जाऊन तिला शोधू या. तिच्या चाचूला बघून तिला आनंद होईल.''

बाहेर अगदी कडक ऊन होतं. भरपूर उष्मा होता. रस्त्याच्या दुतर्फा असलेले वृक्ष तहानेनं व्याकूळ झाल्यामुळे आमच्या बाजूला म्लानपणे झुकले होते. ''काही वेळा सपना इतकी मूर्खासारखी वागते, तिला ती एवढ्या उन्हात बाहेर कशाला घेऊन गेलेय कुणास ठाऊक!''

''लैला सहसा केव्हा बाहेर जाते?''

''पाच वाजता, काही वेळा सहा वाजता. आज काय झालं, ते मला माहिती नाही. सपनाला तिच्या बॉयफ्रेंडला भेटायचं असल्याशिवाय असं होत नाही. तिच्या बॉयफ्रेंडला भेटायचं असलं की काही वेळा ती अशी गुपचूप घरातून सटकते.''

''तिचा बॉयफ्रेंड!'' तो थोडासा हसला. ''तुझ्या मोलकरणीचा बॉयफ्रेंड आहे? ईस्ट एंडमध्ये सगळं कसं चाललंय, त्याचा हा नमुना. सगळ्यांसाठीच फाजील स्वातंत्र्य.''

मी संमतिदर्शक मान डोलावली. ''हे अतिच झालंय. हा सगळा सिनेमांचा परिणाम आहे. आपला निम्मा वेळ ती तयार होण्यातच घालवते. ती स्वतःला कोण समजते तेच मला समजत नाही.''

रस्ता एवढा तापलेला होता की, लवकरच माझ्या पायाला चटके बसू लागले. माझी पावलं हळूहळू आगीच्या छोट्या भांड्यांसारखी तप्त झाली. त्या पातळ सँडलऐवजी मी शूज घालायला हवे होते. माझे केस आता जळत्या दोरखंडाच्या पेडांसारखे वाटत होते. साचलेल्या, जाडसर हवेमुळे हिरव्या आणि पिवळ्या तारांच्या चौकोनी कुंपणाजवळ आम्ही पोहोचेपर्यंत आम्ही काहीही बोललो नाही. दोन किशोरवयीन मुली गुडघ्यावर बसून तिथल्या आतल्या भिंती आणि प्रवेशद्वाराजवळच्या लहानशा मैदानातील काँक्रीटची बाकडी रंगवत होत्या. आम्ही घाईघाईनं प्रवेशद्वाराजवळ पोहोचलो. झाडांमुळे थोडीशी सावली मिळत होती. तिथे सावलीखाली पसरलेली ती जागा म्हणजे आमच्या पावलांना काही प्रमाणात थंडावा मिळण्याचं ठिकाण होतं. सगळीकडे रंगाचे शिंतोडे उडाले होते आणि स्प्रेचे काही कॅनही तिथे पडले होते. त्या मुलींनी पृथ्वीचा आकार तयार करण्यासाठी स्टेन्सिलचा वापर केला होता. त्यांपैकी उंच मुलीनं निळ्या रंगाचे सुरेख फवारे मारले होते. त्याद्वारे तिनं समुद्रातील प्रवाह दाखवले होते. त्यानंतर ती बाजूला झाली आणि दुसऱ्या मुलीनं तपकिरी आणि हिरव्या रंगाच्या कॅनमधील रंगांनी जमिनीचे तुकडे रंगवले. ते काम पूर्ण केल्यावर त्यांनी पृथ्वीवर काठीसारख्या गोल डोक्याच्या आकृत्या रंगवायला सुरुवात केली. त्या आकृत्यांनी एकमेकींचे बाहेरच्या बाजूला पसरलेले हात धरले होते. तिथे एकमेकांच्या हातात हात घालून निघालेल्या माणसांचं जग निर्माण झालं होतं. मी नाझच्या पाठीवर थोपटलं आणि कुजबुजले, "आम्ही इथे का आनंदी आहोत ते तुला दिसत नाही का? लैला इथे अशीच वाढेल..."

त्याच्या चेहऱ्यावर खिन्न स्मित होतं. त्यानं काही क्षण तिकडे रोखून बघितलं. नंतर तो माझ्याकडे वळला. त्या वेळी बहुधा उन्हामुळे त्यानं माझ्याकडे बघताना त्याचा एक गाल उंचावला होता. "चांगली कल्पना आहे," तो पुटपुटला. "ती तुझ्यासारखीच होईल. बाहेरच्या जगात खरोखरच काय चालतं याचा काहीच अंदाज नसलेली..."

सुरुवातीला बगिचा रिकामा असल्यासारखा दिसत होता; पण त्याच्या दूरवरच्या टोकाला काही झाडांजवळ लैला आणि आमची मोलकरीण झाडांच्या मृत बुंध्यांभोवती एकमेकींचा पाठलाग करत, खेळत असल्याचं मला दिसलं.

आम्ही त्या मैदानातून बाहेर पडलो. त्यानंतर काँक्रीटचा मार्ग टाळून भेगा गेलेल्या जमिनीवरून चालत आम्ही पुढे गेलो. तिखट धुराचा वास माझ्या नाकाला झोंबला. आम्ही लगबगीनं पुढे गेलो.

लैलानं गुलाबी रंगाचा बिन बाह्याचा टॉप घातला होता. तिच्या हेअरबँडच्या रंगाशी तो मिळत्याजुळत्या रंगाचा होता. तिच्या कमरेपासून गुडघ्यापर्यंत येणारी डेनिमची शॉर्टही तिनं घातली होती. तिचा चेहरा आणि मान घामानं निथळत होती. सपना तिचा पाठलाग करत होती. तिचा दुपट्टा ती वाऱ्यावर हेलकावत होती. बैलांच्या झुंजीत बैलाला बोलावण्यासाठी माणूस ज्याप्रमाणे त्याच्याकडचा कपडा हवेत हेलकावतो, त्याप्रमाणे तिच्या दुपट्ट्याचा ती वापर करत होती आणि लैलाला जवळ यायला लावत होती. लैलानं तिचा दुपट्टा पकडला की, ती आनंदानं चीत्कारत होती. अखेरीस तिनं तिची शिकार पकडली याचा तो आनंद असे; पण सपना आणखी दूर पळत होती, त्यामुळे लैला थोडी नाराज होत होती आणि ती पुन्हा सपनाच्या मागे धावत होती. तिची पाठ ताठ होती. डोकं झुकलेलं होतं. इवलेसे हात आणि पाय उत्साहानं, ठामपणे बेभानपणानं उड्या मारत होते, धावत होते.

सपनानं आम्हाला बघितलं होतं हे मला जाणवलं होतं; पण तरीही ती आमच्याकडे पाहिलंच नसल्याचा आव आणून खेळत राहिली. माझ्या मुलीला मी थोड्याशा रागानंच हाक मारली. ती आश्चर्यानं मागे वळली आणि ओरडली, ''मम्मी.'' त्यानंतर ती जोरात धावत आली आणि तिनं माझ्या गुडघ्यांना मिठी मारली, त्यामुळे माझा तोल ढळला आणि मला हसू आलं. नाझनं माझ्या खांद्यावर हात ठेवून आम्हाला स्थिरावलं.

''मी तुझ्यासाठी एक प्रेझेंट आणलंय,'' तो तिला म्हणाला.

''चाचू!''

''तू त्याला आताच पाहिलंस का?'' मी विचारलं.

''मी तर त्याला आधी पाहिलंच नव्हतं,'' ती जोरजोरात धापा टाकत हसू लागली. ''चाचू, काय आणलंयस तू माझ्यासाठी?''

''ते तर सरप्राईज आहे,'' तो म्हणाला आणि तिला जवळ घेण्यासाठी गुडघ्यावर बसला. ''पण मी ते कारमध्ये ठेवलंय. आपण घरी गेलो की मी तुला ते देईन.''

माझी मुलगी झेपावून त्याच्या मिठीत शिरली. सपना नाझकडे टक लावून पाहत होती. तिचे ओठ विलग झाले होते आणि ती दुपट्ट्याच्या टोकाशी चाळा करत त्याची गाठ बांधत होती. मला आता तिचा आणखी राग आला. ''तू माझ्या मुलीला एवढ्या उन्हात बाहेर का आणलंस?'' मी विचारलं. ''तिला उन्हात न्यायचं नाही हे तुला माहिती आहे.''

''ती नेहमीसारखी झोपत नव्हती. ती झोपायलाच जात नव्हती,'' सपनानं तिची मान झुकवली होती. ती थोडीशी खिदळली. ''मला वाटलं की, आम्हाला थोडं खेळता येईल.''

''आता यापुढे मला विचारत जा. समजलं? मी तिथे का असते असं तुला वाटतं? माझ्या परवानगीशिवाय तुझ्या मनाला येईल ते काहीही तू करावंस, असं मला वाटत नाही.''

''पण मी काहीच केलं नव्हतं...'' तिनं तक्रार करायला सुरुवात केली होती; पण लगेच स्वतःला आवरलं. पाहुण्यांच्या समोर उलट उत्तर दिलेलं मला कधीच खपत नसे. ''ठीक आहे दीदी. मी विचारत जाईन...'' ती म्हणाली.

नाझ आणि लैला एक पातळ, निळी डिस्क एकमेकांकडे फेकून खेळत होते. त्या डिस्कचा मध्यभाग सच्छिद्र होता. ती डिस्क फ्रिस्बीसारखी (एकमेकांकडे टाकून खेळायची तबकडी) सरळ टाकायची होती; पण लैलाला ती तशी फेकता येत नव्हती म्हणून नाझ आणि ती कोपराच्या उंचीच्या खालून एकमेकांकडे ती डिस्क फेकून खेळत होते. जणू काही तो एखादा बूटच होता. अचानकच हात वर करून नाझनं तो खेळ थांबवला. रस्त्याच्या बाजूला कसला तरी गोंधळ ऐकू येत होता. कुंपणाच्या पिवळ्या आऱ्यांमधून बगिचाच्या शेजारीच असलेल्या चिखलाच्या गटाराकडे मी काही पावलं चालत गेले. मला तिथे सैनिकांप्रमाणे शिस्तबद्ध हालचाली करत, प्रार्थनेसारख्या उद्घोषणा देत येणारे पुरुष दिसले. ते किमान चाळीस किंवा त्याहूनही अधिकच होते. त्यांनी पांढरे शर्ट आणि पँट घातल्या होत्या. कमरेला काळे चामड्याचे पट्टे बांधले होते आणि त्यांच्या पायात शूज होते. ते तीन रांगांमध्ये लांब लांब पावलं टाकत येत होते. त्यांच्या हातात बांबूच्या लांब काठ्या होत्या आणि त्या ते रस्त्यावर आपटत येत होते, त्यामुळे त्यांच्या उद्घोषणांचा आवाज दुमदुमल्यासारखा वाटत होता.

‘‘अं होय. आता रिपीटर्स गणवेश घालतात,’’ नाझ माझ्या बाजूला आला होता.

‘‘हे असं असतं का?’’ मी विचारलं.

‘‘असं दिसतंय खरं! खरं तर ते प्रत्यक्षात खूपच हुशार दिसतायेत.’’

‘‘मी हे आधी कधीही बघितलं नव्हतं म्हणजे इथे कधीच बघितलं नव्हतं, असं मला म्हणायचंय. जरा त्यांच्याकडे बघ ना. ते नेहमीच चिडलेले असतात.’’

रिपीटर्स बागेत शिरले. त्यांच्या बहुतेकांची आमच्याकडे पाठ होती. रस्त्यावरून येताना ते सतत घोषणा देत होते. ‘‘ऐक्य! शुचिता! शुचितेतून ऐक्य!’’ आता ते शांत झाले होते आणि अर्धगोलात उभे होते. त्यांनी हातांतून आणलेल्या काठ्यांवरून ते बरेचसे खाली वाकले होते. त्यांच्या कपड्यांना लावलेल्या घडी घातलेल्या रुमालांनी ते आपली कपाळं पुसत होते. त्या वेळी त्यांच्या नवीन शर्टांवर करड्या–तपकिरी रंगाचा पातळ थर उमटत होता. एक माणूस लांब ढांगा टाकत पुढे आला आणि सगळे जण त्याच्या दिशेनं वळले.

‘‘घाणेरडा तथाकथित पवित्र माणूस! मला तो माणूस माहिती आहे,’’ नाझ म्हणाला.

‘‘कुठला?’’ मी विचारलं. या लोकांना माझ्या घराच्या एवढ्या जवळ आल्याचं बघून मी नर्व्हस झाले होते. लैलाला माझ्या जवळ घेण्यासाठी मी हळूहळू पुढे गेले. ती सपनाबरोबर ते सगळं बघत उभी होती.

‘‘तो आता बराच म्हातारा झालाय.’’

‘‘कोण आहे तो?’’

‘‘तो प्रमुख. त्यांचा नेता. आता तो त्याच्या मिश्यांना मेहंदी लावत नाही. तो त्यांना डाय करतो.’’ तो एक भक्कम शरीरयष्टीचा, मध्यमवयीन उंच पुरुष होता. त्याचे केस काळे होते आणि चापूनचोपून बसवलेले होते. कपाळावर पांढऱ्या केसांचा एक झुबका तसाच राहील, याची काळजी घेऊन त्यानं केस रंगवले होते. ‘‘मी तो पांढऱ्या केसांचा झुबका कुठेही ओळखू शकतो. तो किती लांबवर आलाय ते बघ. तो तुमच्या विभागाच्या प्रवेशद्वाराजवळ रिपीटर म्हणून काम करत होता. एकदा त्यानं रिझला आणि मला जवळजवळ पकडलंच होतं आणि आम्हाला हुंगून आमचा वास

घ्यायचाही प्रयत्न केला होता...'' नाझनं त्याच्या अंगठ्याशी त्याचं पहिलं बोट जुळवलं आणि हात वर केला. त्या आठवणीनं तो खिदळत होता. ''तो एवढा आमच्या जवळ आला होता. आम्हाला पकडण्याच्या तो अगदी जवळ आला होता.''

त्या प्रमुखानं त्याच्या हातातील काठी रस्त्यावर आपटण्यास सुरुवात केली. त्याबरोबर ते लोक किंचाळू लागले, ''बाहेर पडा, बाहेर पडा. परकियांच्या दलालांनो, देशद्रोही! देशद्रोही!'' ते लोक एका विशिष्ट ठिकाणी जाणीवपूर्वक गोळा झाले होते हे स्पष्टच होतं. ते विकेट गेट होतं. एका माणसाला जाता येईल, एवढीच त्याची रुंदी होती. तिथून पुढे विटांचा रस्ता सुरू होत होता आणि त्या रस्त्याच्या दुतर्फा झुडपं होती. त्या रस्त्यावरून पुढे गेलं की, एक लहान काचेचा दरवाजा लागत होता. पुढच्या बाजूला असलेल्या फलकांमुळे त्याच्यावर तपकिरी रंगाची झाक निर्माण झाली होती. तो जमाव तसाच घोषणा देत राहिला होता आणि कौन्सिलचे झेंडे फडकावत होता. काहींच्या अंगात तर एवढा उत्साह संचारला होता की, ते रस्त्यांवर आपल्या काठ्या जोरजोरात आपटत होते. रस्त्याच्या कडेला उभ्या करण्यात आलेल्या कारवरही ते काठ्या मारत होते. थोड्याच वेळात आम्हाला कारचं विंडशिल्ड तडकल्याचा दबका आवाज ऐकू आला. अर्थात ते होणारच होतं, त्यामुळे त्यात आश्चर्य वाटण्याजोगं काहीच नव्हतं. लैला माझ्या आणि बगिचाच्या भिंतीच्या मध्ये यावी, अशा प्रकारे मी लैलाला मागे ठेवलं. त्याच वेळी डोळ्यांच्या कोपऱ्यातून मला वरच्या मजल्यावरच्या पडद्यांची हालचाल दिसली.

विंडस्क्रीनचे तुकडे झाल्यावर त्या पुरुषांना अगदी ऊत आला. आता लष्करी शिस्तीचं ढोंग नव्हतं. ते प्रवेशद्वाराजवळ संतप्तपणे, विमनस्कपणे जोरजोरात पावलं आपटत पोहोचले. यापुढे नेमकं काय करावं ते त्यांना सुचत नव्हतं. ते रागानं उकळत होते आणि त्याच वेळी घामानं निथळत होते. त्यांच्या प्रमुखानं खांदे उडवले आणि त्याचा मोकळा हात वर केला. त्याच वेळी तो सेल फोनवर आक्रस्ताळेपणानं बोलत होता. त्याच्या बाजूचे लोक दुसऱ्या बाजूनं होणारं संभाषण ऐकण्यासाठी आतुर झाले होते. तीन माणसांनी रस्त्यावर दगडांची शोधाशोध केली. लवकरच सावधपणे

जमिनीवरून गोळा करण्यात आलेले दगड ते एकमेकांकडे पुढे पुढे देत राहिले. त्यांनी तिथल्याच एका घरावर त्या दगडांचा नेम धरला. घराच्या पुढच्या भागावर त्यांनी दगडफेक केली. त्याबरोबर तिथून ढासळलेल्या प्लास्टरच्या चुऱ्याचा वर्षाव झाला. तळमजल्यावरच्या खिडकीच्या चौकटीचा आडवा वासा तुटला आणि जोरदार आवाज करत हिरवळीवर पडला. त्या तळपत्या दुपारी एक दगड आकाशात एकदम उंच उडाला. तो वरच्या खिडकीच्या तिरक्या बाजूनं आत शिरला आणि किणकिणता आवाज करत वेगवेगळ्या गतींनी त्यानं त्या खिडकीचा पडदा खाली आणला. अद्यापही तुम्हाला आतला भाग दिसू शकत नव्हता. कारण, उरल्यासुरल्या काचेवर झाडांची प्रतिबिंबं पडली होती. आता जमावात एक तीव्र उत्साह संचारला आणि शिगेला पोहोचला. त्यानंतर पुन्हा एकदा घोषणाबाजी सुरू झाली. 'देशद्रोही, देशद्रोही!'

"आपण इथून बाहेर पडायचं का?" मी नाझला हलक्या आवाजात विचारलं.

"मला बघायचं आहे. काळजी करू नकोस. ते आपल्याला काहीही करणार नाहीत..."

रस्त्यावरच्या खालच्या बाजूनं संकरित कुत्र्यांचा एक कळप त्या समूहावर भुंकत अचानकच बाहेर पडला आणि नंतर पुन्हा परत फिरला. टोकदार टोपी घातलेल्या आणि गणवेशात असलेल्या सिडानमधल्या ड्रायव्हरला आणि त्या गाडीच्या मागच्या सीटवर वर्तमानपत्र वाचत बसलेल्या जोडप्याला आता गाडीच्या टायरचं आणि चुंबकासारख्या करड्या रंगाच्या त्यांच्या गाडीच्या दरवाजांचं काय होईल ही भीती भेडसावू लागली. तो जमाव तसाच एकत्रितपणे त्या कारवर चालून गेला. जणू काही ती कार मृत जनावराच्या सडक्या मांसासारखी निषिद्ध होती! एका माणसानं कारच्या बॉनेटवर लाठीचा जोरदार प्रहार केला. त्याच्या धातूच्या कड्यावरही त्यानं तसाच प्रहार केला. त्याबरोबर कारमधील स्त्रीनं तिच्या पतीचा खांदा घट्ट पकडला; पण त्या जमावाचा प्रमुख मागे झुकला आणि त्यानं जोरदार आरोळी ठोकली. त्याबरोबर प्रत्येक जण मागे झाला. ती सिडान तिथून बाहेर पडली आणि एखाद्या जाळ्यातून माशाने सटकावं तशी मोठ्या वेगानं तिथून निघून गेली.

तेवढ्यात तिथे हवेत एक मोठी किंकाळी घुमली आणि त्याबरोबर घराचा दरवाजा उघडला गेला. काही सेकंद तिथे शांतता होती. तीव्र उन्हाळा असतानाही अद्याप तिथून निघून न गेलेल्या पक्ष्यांचा आवाज ऐकू येत होता. एक लहानखुरा, काळसर, मानेपर्यंत कुरळे केस असलेला आणि कावीळ झाल्यासारखी बुब्बुळं असलेला पुरुष तिथे दिसत होता. त्यानं कार्यालयातील शिपायाचा तपकिरी रंगाचा शर्ट आणि पँट घातली होती. त्यानं डोकं बाहेर काढल्याबरोबर मोठमोठ्या आरोळ्या ठोकल्या जाऊ लागल्या. शिपाई पुन्हा आक्रसल्यासारखा घरात आत गेला. जणू काही त्याला अंतःप्रेरणेनंच तसं करावंसं वाटलं होतं. गोगलगायीच्या प्रतिक्रियेसारखी त्याची प्रतिक्रिया अगदीच सौम्य होती. ते पाहून त्या जमावाचा नेता मोठ्यानं हसला. जमावातील प्रत्येक जणच त्याच्याबरोबर लगेच हसू लागला. बाकीचे सगळे हसत असताना एकही शब्द न बोलता इंडियन क्लबमधील कुस्तीगीरांप्रमाणे जमावाच्या प्रमुखानं त्याच्या माणसांना आपल्या भोवती गोळा करण्यास सुरुवात केली. तो एक इशारा होता. लोक झपाट्यानं गोळा होत होते. त्याच्या चेहऱ्यावर पिसाट उन्माद साचला होता आणि त्याच्याभोवती गोलाकारांमध्ये जमलेल्या जमावातही तसाच उन्माद वाढायला सुरुवात झाली होती. बालपणी बघितलेल्या टेलिव्हिजनवरच्या कार्यक्रमांत रथांतून सोनेरी मुकुट घातलेले लोक जोरात ओरडतात, 'आक्रमण...' ते दृश्य माझ्या नजरेसमोरून तरळून गेलं; पण इथे आक्रमण करण्याचं आवाहन करण्यात आलं नव्हतं. त्याऐवजी ते पुरुष प्रवेशद्वाराच्या भोवती रागानं खदखदत राहिले होते.

ज्या वेळी तो शिपाई पुन्हा बाहेर पडला, त्या वेळी त्याची गठडी वळून त्याला रस्त्यावर फेकून देण्यात आलं. स्वतःला सावरण्यासाठी तो जडपणानं काही पावलं चालला. त्या चिखलाच्या मार्गावर अर्ध्या अंतरावर आता तो उकिडवा बसला होता आणि त्यानं आपले खांदे वाकवले होते. त्याच्या चेहऱ्यासमोर त्यानं नमस्कार केल्यासारखे हात जोडले होते आणि त्याच्या पिवळ्या डोळ्यांत, वाकलेल्या गुडघ्यांमध्ये, त्याच्या ओठांवरच्या ऐकू न येणाऱ्या; पण अखंडपणे तो उच्चारत राहिलेल्या पुटपुटत्या शब्दांत आता दहशत दिसत होती. ज्या वेळी त्याच्या तोंडातून शब्द फुटू लागले, त्या वेळी त्याचा प्रत्येक शब्द थरथरत बाहेर पडत होता.

"सर, सर, कृपा करा," तो म्हणाला, "मॅडम आणि सर इथे नाहीत. ते गावातच नाहीत..."

"आमच्याशी खोटं बोलू नकोस," कोणीतरी ओरडलं. "ते इथेच आहेत हे आम्हाला माहिती आहे."

"कृपया, विश्वास ठेवा. ते इथे नाहीत. मी तुम्हाला सांगतो. ते कामासाठी गेलेत. खाणींवर."

नाझची नजर तो नेता आणि तो शिपाई यांच्यावर भिरभरत होती. त्यानं ओठ घट्ट दाबून धरले होते.

"नासीर, चल, इथून बाहेर पडू या," मी कुजबुजले. आपण दुसऱ्या प्रवेशद्वारातून बाहेर पडू या. मला लैलाला घरी न्यायचं आहे."

"दोन मिनिटं, दोन मिनिटं," नाझ म्हणाला.

रिपीटर्सचा प्रमुख जमावाच्या समोर गेला. तिकडे जात असताना त्यानं आपली कॉलर ताठ केली. "तुझं नाव काय आहे?"

"मोहन सर, मोहन."

"तू कुठून आलायस?"

"मी खाणीतूनच आलोय सर. मी तिथेच काम करतो. मॅडम-सरांनी मला गावात हे काम दिलं."

रिपीटर थेट प्रवेशद्वारापर्यंत चालत गेला. "बाहेर पड. आम्ही तुला काहीही करणार नाही." शिपायानं घरावर थोडा वेळ नजर टाकली. बहुधा वरच्या खिडकीकडे तो पाहत असावा. मला त्या काचेवर एक सावली पसरल्यासारखं दिसलं होतं का की ते एखाद्या पक्ष्याचं प्रतिबिंब होतं की झाडाची हालचाल होती? तो शिपाई हळूहळू प्रवेशद्वाराच्या दिशेनं चालू लागला.

"तुझं लग्न झालंय का?" रिपीटर्सच्या प्रमुखानं तो माणूस जवळ आल्यावर त्याला आस्थेवाईकपणे विचारलं.

"नाही सर. मी फक्त कामच करतो."

"त्यांनी तुला खूप काबाडकष्ट करायला लावले का?"

"काही वेळा सर. शहरातलं आयुष्य कठीण आहे. मला या भिंतींविषयीही माहिती नव्हतं." त्यानं उत्साहानं प्रवेशद्वार उघडलं आणि

झटकन रस्त्यावर पाऊल टाकलं. त्या सगळ्या सारख्याच दिसतात, त्यामुळे मी तिथे हरवत राहतो.''

रिपीटर आणि शिपाई आता एकमेकांसमोर उभे होते. शिपाई काळा आणि लहानखुरा होता. तो गयावया केल्यासारखा हात जोडून उभा होता. रिपीटर त्याच्या जमावाकडे वळला. ''तुम्ही हे ऐकलं का रे? या बारक्याचा भिंतींमुळे गोंधळ उडतो. त्याला शहरात काही समजत नाही,'' त्याच्या या वाक्यावर सगळ्यांनीच हसायला सुरुवात केली. त्या शिपायाच्या चेहऱ्यावरही एक अनिश्चित स्वरूपाचं स्मित उमटलं. आता ते दोघेही एकमेकांशेजारी उभे होते आणि दोघांचीही तोंडं जमावाकडे होती. त्या दोघांच्याही खांद्यांच्या मध्ये एका लाठीच्या लांबीहून कमी अंतर होतं. अचानकच एका पिळदार हातानं त्या शिपायाला धक्का देऊन खेचलं. रिपीटरनं शिपायाची कॉलर पकडली होती आणि त्यानं त्याला हवेत वर उचलून फिरवायला सुरुवात केली होती. जणू काही त्या शिपायाला वजनच नव्हतं. त्यानं त्या विव्हळणाऱ्या माणसाला रस्त्यावर आपटलं. ''तुझे सर आणि मॅडम काय करतात ते तुला माहिती आहे का?'' तो ओरडला. सूर्यप्रकाशात चंदेरी गोळ्यांप्रमाणे त्याच्या तोंडातून बाहेर उडालेले थुंकीचे थेंब चमकले. ''ते विश्वासघातकी आहेत. देशद्रोही आहेत. या शहराला श्रीमंत बनवणारं, आपल्याला ताकदवान बनवणारं काम थांबवून ते परदेशी पैशाचा वापर करतायत. देशद्रोही!''

बहुधा त्या शिपायाला हे अपेक्षित असावं. तो जेवढ्या झपाट्यानं रस्त्यावर आदळला होता, त्याहूनही अधिक वेगानं उसळून तो त्या नेत्याच्या पायांवर पडला. मी लैलाच्या डोळ्यांवर आणि कानांवर हात ठेवला. आता त्या शिपायानं पुन्हा एकदा हात जोडले होते आणि त्या रिपीटरच्या शूजवर हात ठेवत तो म्हणत होता, ''सर, मला कृपा करून जाऊ द्या. मी गरीब माणूस आहे. मला यातलं काहीही माहिती नाही.'' जमाव जवळ आला. मी त्याला जास्त काळ बघू शकत नव्हते. एका माणसानं त्या शिपायाला हवेत उंच उचललं आणि सोडून दिलं. तो सूं सूं आवाज करत खाली आला आणि त्याबरोबर मला तिथे एक जोरदार, आर्त किंकाळी ऐकू आली. ''ते कुठं आहेत ते आम्हाला सांग,'' कोणीतरी किंचाळलं. ''ते आत आहेत का? ते

आत आहेत का?'' त्यानंतर लाठ्यांच्या फटक्यांचा वर्षाव झाला. त्यानंतर तो प्रमुख काही पावलं मागे झाला. त्याच्या चेहऱ्यावर अहंमन्य स्मित होतं. तो त्या शिपायाकडे निरखून पाहत होता.

मी नाझला कोपरानंच ढोसलं. ''मला हे सहन होत नाही. मला मळमळतंय. मी चाललेय. तुला हवं तेव्हा तू ये,'' मी म्हटलं.

''नक्की ना? तुझी खात्री आहे? कदाचित, एकटीनं असं जाणं सुरक्षित असणार नाही. तू थोडा वेळ थांबू शकत नाहीस का?''

''मला खात्री आहे. मी जाईन. तुला हे सगळं का बघायचं आहे?''

''ते आत आहेत का?'' कोणीतरी विचारलं.

''मग ते कुठं आहेत?''

''ते इथेच असले पाहिजेत,'' कोणी ना कोणी असंच ओरडत राहिलं होतं.

''मला काय होतंय ते बघायचं आहे,'' नाझ म्हणाला. मी लैलाचा हात घट्ट पकडला आणि आम्ही बगिचाच्या दुसऱ्या टोकाला झपाझप निघालो. सपनानं खेळणी उचलली आणि तीही आमच्या पाठोपाठ निघाली. किंकाळ्या, अवमान, लाठ्यांचे आवाज आणि जिवाच्या आकांतानं विव्हळणं या सगळ्यातून आम्ही मागच्या प्रवेशद्वाराजवळ पोहोचलो होतो, तेवढ्यात हताश झालेल्या त्या शिपायानं अडखळत्या आवाजात, हुंदके देत उच्चारलेले शब्द आमच्या कानांवर पडले, ''वरच्या मजल्यावर, वरच्या मजल्यावर ते दोघंही वरच्या मजल्यावर आहेत.''

२

लैलाला शाळेत घालायचं होतं. शाळेच्या प्रवेशासाठी आम्ही गेलो होतो, त्या सकाळी हवा खूपच उष्ण होती. खिडक्यांतून ऊन नुसतं ओतलं जात होतं. आरशात दिसणारं ज्यूसच्या बाटलीचं चित्र हेलकावे खात असल्यासारखं दिसत होतं आणि नाष्ट्याच्या एका बाजूला असलेल्या शांत जागी ठेवलेलं वर्तमानपत्र एखादं इंधन ज्वालाग्राही बनावं तसं तप्त झालं होतं. मूर्खपणा आणि

आत्ममग्नता यांमुळे ते सगळं काय होतं हे मी बघू शकले नव्हते. ते एक अरिष्ट होतं. आम्ही तिघंही पृथ्वीच्या अंतापर्यंत असेच धावत राहिलो असतो आणि तरीही मी त्याविषयी कसलाही विचार केला नव्हता. आम्ही सगळ्या अनिष्ट गोष्टी आमच्या घराच्या पलीकडे ठेवण्यात यश मिळवलं होतं; पण लैलाचं पोट बिघडलं होतं. उष्णतेनं तिच्यावर हल्ला केला होता. मला त्या दिवशी जावंच लागणार होतं. तिथे जी सगळी कागदपत्रं द्यावी लागणार होती आणि फॉर्म वगैरे भरावे लागणार होते, ते सगळं मीच व्यवस्थित केलं असतं. आपण लैलाला आयाबरोबर सोडून जाऊ शकत नाही, असा आग्रहच मी धरला होता. रिझनं काही फोन केले आणि त्या दिवशी तो घरातूनच काम करेल, असं त्यानं सांगून टाकलं. मी सपनाला माझ्याबरोबर न्यायचं ठरवलं, जर त्यांना आणखी काही झेरॉक्स हव्या असत्या, नोटरीच्या काही सह्या घ्याव्या लागल्या असत्या आणि आणखीही काही लागलं असतं तर शाळेजवळच असलेल्या लहानशा बाजारपेठेतील दुकानांमध्ये ती धावाधाव करून ते आणू शकली असती.

यलोस्टोन तसं फार दूर नव्हतं. शाळेत आत जाताना मी अखेरचेच ते प्रसिद्ध मनोरे, घड्याळ असलेला मनोरा, दुसऱ्या मजल्यावरून बाहेर डोकावणारे आणि पोर्टिकोच्या त्रिकोणी हॅटसारख्या भागावर असलेले चार काळपट लालसर रंगाचे खांब बघितले. झुलाबाडी रिकामी होती. चमकत्या बर्मुडा गवतानं बनलेली नदीही रिकामी होती. सगळीकडे फवारे उडत होते. अशा अत्यंत दुःखद उन्हाळ्यात या कारंज्यांच्या रूपानं तिथे केवढी चैन सुरू होती. स्फटिकासारखं शुभ्र पाणी त्या झोतांमधून गोलाकार मार्गावरून उडत होतं; पण हे सगळं नंतर फार काळ टिकू शकलं नव्हतं. जमावानं भेदभाव जाणवणारी ठिकाणं नष्ट करायला सुरुवात केल्यामुळे आगामी काही आठवड्यांतच यलोस्टोन उद्ध्वस्त झालं.

रिझ आणि मी विद्यार्थीदशेत असताना शाळा स्वतंत्र होत्या; पण लैला शाळेत जाण्याच्या वयाची होईपर्यंत शहरातील जवळजवळ प्रत्येक शाळाच एका विशिष्ट विभागाशी संलग्न बनली होती. अधिक श्रीमंत समाजांनी अधिक चांगल्या शाळा मिळवल्या होत्या आणि त्यांना एखाद-दुसऱ्या भिंतीच्या मागे झाकून टाकलं होतं. यलोस्टोन जुनी आणि

उत्तम शाळा होती. त्यांच्या तावडीतून सुटलेली ती या शहरातील अखेरची मिश्र शाळा होती.

लैलाच्या प्रवेशाच्या वेळी मी नर्व्हस झाले होते. मी शाळा सोडून सोळा वर्षं उलटली होती; पण मला अनेक गोष्टी आठवत होत्या. इतर पालकांच्या बरोबर प्रवेशद्वाराजवळ वाट बघत उभं राहणं, माझ्या कारपर्यंत मी जात असताना रिझला एखादी बातमी सांगण्यासाठी हाक मारणं, बुटांच्या अणकुचीदार टाचांखाली चिरडली जाणारी रेती...सगळं सगळं मला आठवत होतं. आम्ही दोघंही हसत होतो, रडत होतो आणि आमच्या मुलीचा आम्हाला अभिमान वाटत होता. तिनं त्या सगळ्यांवर चांगलाच प्रभाव टाकला होता. माझ्या पाठीवरून घामाचे ओघळ खाली वाहत असले आणि पार्किंग लॉटमधील माती धूळ बनून उडत असली आणि खिडकीमागच्या एसीतून येणारा वारा स्फोटक वाटत असला तरीही आम्ही खूश होतो. मी घाईघाईनं कारकडे आले. तिथे सपना माझ्या कागदपत्रांपैकी एका गुळगुळीत कागदानं स्वतःला वारा घालून घेत उभी होती. तिच्या घामाचा वास कारमध्ये भरून राहिला होता. अगदी सपनाही खूश होती. तिच्या चेहऱ्यावरचं नर्व्हस स्मित झाकण्यासाठी माझा हात तिच्या तोंडावर ठेवून मी तिला ते सांगितलं, त्या वेळी ती त्या अतिशय प्रशस्त असलेल्या शाळेच्या इमारतीकडे आश्चर्यचकित होऊन मान डोलवत राहिली होती.

रस्त्याच्या टोकाला असलेल्या वाहतुकीच्या सिग्नलला आम्ही पोहोचेपर्यंत दुपार झाली होती. कारच्या डॅशबोर्डवर तापमान पन्नास अंशांपर्यंत पोहोचल्याचं दिसत होतं. कामरूपी ब्राह्मणांच्या विभागात तयार होत असलेल्या नवीन निवासी संकुलांच्या सीजीआय प्रतिमा रस्त्यावरील भिंतीच्या अर्ध्या भागातील डिजीटल होर्डिंग्जवर दाखवल्या जात होत्या. तिथे बांधकाम पूर्ण होण्याच्या तारखा निश्चित नव्हत्या. चमकत्या पाचूच्या रंगाच्या हिरवळींवर बाबागाडी घेऊन चालणारी जोडपी, घरांमधले आणि संकुलातील पोहण्याचे तलाव, खासगी मंदिरं... सगळं अगदी परिपूर्ण-आधुनिकीकरणानं परिपूर्ण होतं. गोल्फ खेळाडूंसाठी खास मैदानांची व्यवस्था, चोवीस तास पाणी, सगळं काही होतं. माझी नजर त्या होर्डिंगखाली होणाऱ्या हालचालीनं वेधून घेतली. हवेतील उष्णतेच्या चमकत्या प्रवाहानं समोरची एक पिवळी झाक अंधूक बनली

होती. लिंबाच्या रंगाचा कुर्ता-पायजमा घातलेला एक माणूस उठून उभा राहत होता. मला आश्चर्य वाटलं. कारण, भिकाऱ्यांना दिवसाच्या या वेळी आजूबाजूला फिरणं म्हणजे काय असतं ते अधिक चांगलं माहिती होती. तो माझ्याकडे रोखून पाहत होता. माझी नजर त्याच्या नजरेला भिडताच माझ्या लक्षात आलं की, ती माझी चूक होती. सिग्नलमध्ये बदल होण्याचीही वाट न बघता वाहनांच्या अडथळ्यातून वाट काढत तो थेट आमच्या कारच्या दिशेनं आला. रस्त्याच्या दोन्ही बाजूचे टायर्स घासले गेल्याचा कर्कश आवाज आला. एक ड्रायव्हर त्याच्या कारमधून बाहेर पडला होता. भराभरा करकचून ब्रेक लावल्याचे आवाज ओळीनं घुमले आणि तिथे भराभरा अनेकांनी शिव्या हासडल्याचे आवाज ऐकू आले. तो म्हातारा माणूस आता शांत होण्याच्या पलीकडे गेला होता, हे तो अधिक जवळ आल्यावर स्पष्ट झालं. त्याचे खांदे रंगाच्या मिक्सरसारखे खाली-वर थरथरत होते.

"काय विचित्र माणूस आहे," मी सपनाला म्हटलं. "तो काय करतोय तेच मला कळत नाही."

"तो सरळसरळ आपल्याकडेच बघतोय दीदी," सपना म्हणाली.

त्यानं वाहनांची अखेरची ओळ ओलांडली. आता तो सिग्नलच्या जवळ पोहोचला होता. आम्ही हलूच शकत नव्हतो. आमच्या सगळ्या बाजूंनी कार, दुचाकींनी आम्हाला वेढलं होतं. मी सेंट्रल लॉकिंग तपासून बघितलं. त्या माणसानं सायकलवाल्यांच्या गर्दीतून व्यवस्थित वाट काढली आणि नंतर त्यानं आपली जागा नक्की केली. लाल आकडे दाखवणाऱ्या डिजीटल डिस्प्लेखाली हात पसरून तो सिग्नल बदलेपर्यंत उभा राहिला. तो तिथे होता, याकडे आमच्या भोवती असलेल्या कोणाचंही लक्ष गेल्यासारखं दिसत नव्हतं. तो आमच्याजवळ पोहोचल्यावर चटकन कारच्या बॉनेटवर बसला. बंपरवर गुडघे टेकवून तो माझ्याकडे रोखून पाहत राहिला. त्याच्या कानांवर साधूंसारख्या पांढऱ्या केसांची झालर होती. सपना किंचाळली आणि तिनं निरुपाय होऊन दरवाजाचं हँडल पकडलं. त्याच्या वजनासह कार अतिशय मंदपणे पुढे सरकली. मी हलूही शकले नव्हते. तो स्वतःशीच जप करत होता. कदाचित, प्रार्थनाही करत असावा. त्याच्या शर्टातून येणाऱ्या घामामुळे एक जाडजूड, घोड्याच्या नालेसारखा छाप उमटला होता. सपना माझी डावी बाही ओढत होती. मी त्याचं हे बेकायदेशीर कृत्य

थांबवण्यासाठी हॉर्न वाजवण्यासाठी खाली वाकले; पण मी हालचाल करत असल्याचं बघितल्याबरोबर त्यानं मागे उडी मारली आणि घाईघाईनं तुरुतुरु धावत गेला. काहीही झालं तरी माझा हात हॉर्नवर पडलाच होता आणि त्यामुळे वेगवेगळ्या प्रकारचे आवाज निर्माण झाले होते... एक निराधार, दुःखी स्वरूपाचा किंवा कदाचित तो दिलासा देणारा आवाज होता, त्यामुळे आम्ही दोघीही हसलो.

मिनिटभरातच तो पुन्हा एकदा आमच्या समोर आला. आता तो त्याच्या नितंबांवर घासत आला होता. माझ्यासमोरच असलेल्या पांढऱ्या कारच्या मागच्या दरवाजासमोर तो गेला होता. त्या कारमध्ये एक स्त्री आणि ड्रायव्हर होता. त्या स्त्रीचं त्याच्याकडे बिलकूल लक्ष नव्हतं. तिची नजर तिच्या फोनवर होती. तो म्हातारा माणूस आश्चर्यकारक वेगानं झटकन उडी मारून उभा राहिला. त्यानं आपलं डोकं झटका देऊन मागे नेलं आणि तो थेट आकाशात रोखून पाहू लागला. जणू काही तो तिथून ताकद मिळवत होता. एका अत्यंत सहज हालचालीनं त्यानं त्या कारचा दरवाजा उघडला आणि त्या स्त्रीच्या मनगटाला धरून तिला बाहेर ओढलं. ती धडपडत, लोंबकळत बाहेर पडली. तिचा चेहरा आमच्या बाजूला चमकत होता. गाल आत गेले होते. भुवया विस्फारल्या होत्या. काही क्षणांपूर्वी तिला सहज लाभलेली सुरक्षितता आता एकदम असह्यपणे दूरवरची वाटत होती. मी हॉर्न वाजवला. ती किंचाळली. त्याच वेळी ड्रायव्हर झेप घेऊन बाहेर पडला. हे सगळं एकाच वेळी घडलं; पण त्या म्हाताऱ्यानं यांपैकी कुठल्याही हालचालीकडे लक्ष दिलं नाही. त्यानं तिला पुढे ओढत नेलं. त्यानं तिला तसंच वर उचलून भिरकावलं, त्यामुळे ती त्या कारच्या बॉनेटवर पडली. त्याच चपळाईनं त्यानं मागच्या सीटवर उडी मारली आणि सगळे दरवाजे लॉक करून टाकले.

ती स्त्री हुंदके देत रस्त्याच्या कडेला थांबली होती. इंजिन तसंच सुरू ठेवून गाडीला चावी तशीच ठेवल्याबद्दल लोक ड्रायव्हरच्या अंगावर ओरडत होते. तो वृद्ध माणूस कुठेही चालला नव्हता. त्यानं त्याची मान वर केली होती, त्यामुळे त्याचा गळा थेट एअर कंडिशनिंगची हवा बाहेर पडत असलेल्या मार्गासमोर आला होता. त्यानं कुर्त्याच्या कॉलरला हिसका देऊन ती खाली

खेचली आणि समोरच्या बाजूला हवा येऊ दिली. त्यानंतर उत्साहानं आणि रोमहर्षित होत, त्यानं त्याचं डोकं मागे पुढे करत हेलकावे खायला सुरुवात केली. तो इतक्या जोरजोरात उड्या मारल्यासारखा वर-खाली होत होता की, त्यामुळे कार हलू लागली. हे असंच सुरू राहिलं. नंतर दुसऱ्या कारच्या ड्रायव्हरनं ड्रायव्हरच्या बाजूच्या दरवाजाचं लॉक उघडण्याचा मार्ग शोधून काढला. दर वेळी तो ते उघडू लागला की, तो वृद्ध माणूस छानपैकी जोरजोरात खिदळत ते लावून टाकत होता. ती स्त्री अजूनही हुंदके देत होती. कारचे हॉर्न एखादा सेकंदही वाजायचे थांबले नव्हते. अखेरीस त्या सर्वांचा एकत्रितपणे मोठा आवाज निर्माण झाला होता आणि त्यामधून हैराण झाल्याचा सूर उमटत होता. अखेरीस ड्रायव्हरच्या घोळक्यानं समोरचे दोन्ही दरवाजे एकाच वेळी उघडण्याचं नाटक केलं आणि त्या वृद्ध माणसाचं लक्ष विचलित झालं. दरवाजा उघडला गेल्यावर तो तसाच आपल्या जागेवर चिकटून बसून राहिला. त्यानं त्याचं बूड तसेच सीटमध्ये रुतवून ठेवलं होतं. जणू ते त्याचा नांगर होते आणि त्याचे हात हे त्याचे आधारस्तंभ होते. ते तो कारच्या छपराच्या दिशेनं वर घेत होता. त्याला बाहेर ओढून काढायला चार माणसांची गरज लागली. त्यांनी त्याला पाय धरून बाहेर ओढलं. एका माणसानं त्याला नाइलाजानं थप्पड मारली. तो वृद्ध खरं म्हणजे भिकारी नव्हता, हे आम्ही सगळ्यांनीच बघितलं होतं; पण उष्णतेमुळे तो वेडापिसा झाला होता. रस्त्याच्या काँक्रीटच्या दुभाजकावर आम्ही त्याला तसाच बसलेल्या अवस्थेत सोडला. त्याचा पिवळा कुर्ता त्याच्याभोवती पसरला होता. डोकं हलत होतं. मानेच्या मागे हात नेऊन त्यानं बोटं एकमेकांत गुंफली होती.

आम्ही पुन्हा पुढे निघालो त्या वेळी व्हीलवर पुन्हा पकड मिळवणं कठीण होतं. माझी बोटं थरथरत होती. ''हे खूपच झालं, सपना अतिच झालं,'' मी म्हणाले.

''ते खूपच भीतिदायक होतं, दीदी,'' सपना म्हणाली.

''ते किती सोपं दिसत होतं. त्यानं तिला कारमधून सहज, एका सेकंदात बाहेर खेचलं.''

ती काहीच बोलली नाही. काही सेकंदांनंतर मी पुटपुटले, ''तुम्हाला माहिती आहे, आम्हाला त्याचं काहीच वाटत नाही...''

''काय दीदी, काही म्हणालात का?''

“कोणी माझ्याकडे पैसे मागायला आलं तर मी त्याला ते नेहमीच देते, हे तुला माहितीच आहे. तू ते पाहिलंच आहेस. मी नेहमीच देते.”

माझं अवसान गळालं होतं. माझं डोकंही दुखत होतं. ऊन रस्त्यांवरून आणि विंडशिल्डवरून उसळी मारून परत येत होतं. आम्ही शांततेत गाडी चालवत होतो. गेल्या काही महिन्यांत असह्य उष्णतेमुळे शहरातील सर्व रस्त्यांवरच्या भेगा रुंदावल्या होत्या, त्यामुळे वृद्ध व्यक्तीच्या तोंडात दात पडल्यांमुळे निर्माण झालेल्या खळग्यांसारखे सगळे रस्ते दिसत होते. आम्ही दूरवरच्या प्रशस्त मार्गानं ईस्ट एंडला निघालो.

अचानकच आम्ही कारनी वेढले गेलो. अधिक रहदारी होती. माझ्या कपाळावरचा दाब वाढत चालला होता. आता मला झपाट्यानं पुढे जाण्याची इच्छा झाली. आम्ही घराच्या इतक्या जवळ पोहोचलो होतो आणि आता हे. नैराश्यानं माझ्या पायाची बोटं वाकडीतिकडी होऊ लागली. ॲक्सलरेटर जोरात वाढवून आपला आपण मार्ग काढून निसटून जावं, असं मला तीव्रतेनं वाटू लागलं. माझ्या डावीकडून माझ्या रांगेत घुसण्याचा प्रयत्न करत एक बस कोनात वळली. तिच्यातल्या थकलेल्या, घाणेरड्या चेहऱ्यांनी हावरटपणानं खाली डोकावून बघितलं. रस्ता दुभाजक माझ्या उजवीकडे होता. त्याच्यावरचे काळे पट्टे उन्हात आरशांसारखे वाटत होते. त्यावरचा एक लांबलचक चौकोनी भाग एवढा कोरडा पडला होता की, त्यालाही भेगा पडल्या होत्या आणि त्या विजेच्या रेषांसारख्या दिसत होत्या. कुणा आशावादी माणसानं कित्येक जाळीदार सिलिंडर जमिनीत घट्ट बसवले होते; पण म्हणून काहीही घडलं नव्हतं.

“आता हे आणखी काय आहे?” मी विचारलं.

“मला माहिती आहे,” थोड्या अंतरावर एक खूप मोठ्या लाल कापडाची कनात हवेत तरंगत होती. त्याच्याकडे एकटक पाहत सपना म्हणाली. तो बांबूच्या खांबांवर बसवण्यात आला होता. एक खांब दुसऱ्या खांबाला जिथे मिळत होता तिथे चंदेरी हॉर्न खाली लोंबकळत होते. आमच्या आजूबाजूची हवा अगदी पूर्णपणे स्तब्ध असली तरीही तिथे झुळकीबरोबर त्या कापडावरची बाटिकची नक्षी छान हलत होती. “ही राजकीय मिरवणूक

आहे,'' सपना म्हणाली. स्मित करत ती पुढे सांगत राहिली, ''बघा, बघा दीदी. आशिषसुद्धा तिथे असेल. अगदी माझ्या वस्तीतले लोकही तिथे आहेत. ते सगळे पाणीप्रश्नासाठी आलेत.'' पदपथापलीकडच्या घाणीत बसलेल्या स्त्री-पुरुषांच्या झुंडीकडे तिनं खांदे उडवत निर्देश केला. लोकांची रांग त्या कनातीपर्यंत गेली होती आणि बांबूंच्या अडथळ्यांनी ती रोखली गेली होती. प्रत्येकानं आपल्या शेजारी आपापल्या हातातलं भांडं ठेवलं होतं. महिलांनी त्यांच्या पदरांनी तोंडं झाकून घेतली होती. काही पुरुषांनी त्यांच्या डोक्यांना रुमाल बांधले होते. तिथे लहान मुलंही होती. ती पाठीवर उताणी झोपली होती आणि त्यांच्या आया त्यांच्यावर देखरेख करत होत्या. ॲल्युमिनियमची भांडी हिऱ्यासारखी चमकत होती.

''आशिष? हा आशिष कोण आहे?''

''आशिष माझा मित्र आहे, दीदी. मी तुम्हाला कितीतरी वेळा त्याच्याबद्दल सांगितलंय.''

त्यांना अशा प्रकारे रस्ता अडवण्यास परवानगी देण्यात आली होती, हे अगदीच मूर्खपणाचं आणि हास्यास्पद होतं. हा ईस्ट एंडकडे जाणारा मुख्य रस्ता होता. बस आम्हाला ओलांडून पुढे जाण्याचा प्रयत्न करत असल्यामुळे मी कारमधल्या सपनाकडे पाहून काहीशा संतप्तपणे पाहिलं. लवकरच गणवेशातील ड्रायव्हर मर्सिडीज आणि बीमर्समधून खाली उतरले आणि घोळक्यानं तंबूच्या दिशेनं निघाले. त्यांच्या टोकदार टोप्यांवरचा धातू चमकत होता.

''होय, होय. बरोबर आहे,'' मला एकदम आठवलं. ईस्ट एंडच्या प्रवेशद्वाराजवळ बहुतेक संध्याकाळी तो सपनाची वाट बघत उभा असे. तो काळा होता आणि त्याचे केस बाजूनं आणि समोरून जास्त कापलेले असले तरी पाठीवर चांगलेच लांब होते. सतत गळ्यापर्यंत वाढलेल्या दाढीतून तो त्याची बोटं फिरवत उभा असे. ''पण तो इथे का आहे?''

''तो जोशीजींबरोबर काम करतो. पाणी गेलंय तेव्हापासून गेली तीन वर्षं तो जोशीजींबरोबर काम करतोय. जोशीजींनी आमच्या वस्तीला पुन्हा पाणी मिळवून द्यायचं वचन दिलंय.''

''तीन वर्षं? तुमच्याकडे तीन वर्षं पाणीच आलेलं नाही?'' माझ्या आवाजातून संशय डोकावू नये, याची मी काळजी घेतली होती. सहानुभूती

मिळवण्यासाठी आणि काही प्रकारे पैसाही मिळवता यावा, यासाठी आपली दुःखं मोठी करून सांगण्याची त्यांची वृती असते.

"होय दीदी. वस्तीवर आमच्याकडे चार हातपंप होते. पहिल्यांदा एक हातपंप नादुरुस्त झाला, नंतर बाकीचेही नादुरुस्त झाले. ते खरोखरच वाईट झालंय. गेली तीन वर्षं बिलकूल पाणी येत नाही."

"मग तुम्ही कसे काय राहता?"

"आम्ही तग धरून कसेबसे राहतो एवढंच. मी अशा नशीबवानांपैकी एक आहे. तुमच्या दयेमुळे मला नोकरांसाठीचं स्वच्छतागृह वापरता येतं."

मला एक हलक्या प्रकारची कुजबुज हळूहळू जाणवू लागली. रस्त्याच्या कडेला रांग लावून उभे असलेले लोक काहीतरी ओरडत होते. पुढच्या ओळीपासून ते सुरू झालं होतं आणि एखादा प्रवाह गोलाकारात वाहावा तसं ते सगळीकडे पसरलं होतं. आमच्या पुढे असलेले सगळे स्त्री-पुरुष त्यात सहभागी झाले. ते एक गाणं होतं. त्यात प्रश्न आणि उत्तरं असलेली कडवी होती. मी त्या उष्णतेत खिडकीची काच खाली करण्याचं धाडस केलं.

"यह आजादी झूटी है," पुढे उभा असलेला किंचाळला.

"झूटी है, झूटी है," बाकीचे सगळे जण ओरडले.

"यह आजादी झूटी है।"

"झूटी है, झूटी है।"

"काय विचित्र गाणं आहे," मी खिडकीची काच वर घेत म्हटलं. "त्यांना काय म्हणायचं आहे? स्वातंत्र्य खोटं आहे?"

"हे पाण्याबद्दलचं आहे दीदी, त्यामुळे प्रत्येक जणच ठार वेडा झालाय. हे फक्त माझ्या वस्तीतील लोक आहेत. त्यांना आणायला जोशीजींनी आशिषला सांगितलं होतं."

"हा जोशी... म्हणजे टीव्हीवर सदा सर्वकाळ असतो तोच काय?"

"होय दीदी. ते बातम्यांत दिसतात ना?" ती म्हणाली. तिच्या आवाजातून संशय जाणवत होता.

"तेच त्यांचे नेते आहेत? मला नक्की खात्री नाही; पण आशिष त्यांच्यासाठी काम करतो. त्यांना गरज असलेल्या प्रत्येक गोष्टीत तो त्यांना मदत करतो."

"तुझा हा मित्र कौन्सिलसाठी काम करतो?"

''नाही, नाही. आशिष माझ्यासारखाच आहे. तोही झोपडपट्टीतला
आहे. तुमच्या सगळ्यांसारखा शिकलेला नाही. तो जोशीजींसाठी काम करतो.
त्यांचा साहाय्यक आहे. जोशीजी अधिक महत्त्वाचे अधिकारी बनल्यानंतर
आशिषच्या जबाबदाऱ्याही वाढल्यायत,'' ती अभिमानानं हसली. ''आता
तो अनेक कामं करतो.''

''तू त्याच्याशी लग्न करणार आहेस का?''

''आशिष म्हणतो की, लग्नासाठी ही योग्य वेळ नाही, दीदी. जोशीजींनी
या उन्हाळ्यात काही गोष्टी करायचं नियोजन केलंय. एकदा त्या पार पडल्या
की, आम्हाला लग्न करता येईल.''

मागच्या बाजूला वर उघडणारं आणखी एक दार असलेल्या लाल
मोटरगाडीतून म्हणजेच हॅचबॅकमधून काही फुटांवरच एक जोडपं आलं. त्या
गाडीतला मुलगा त्याच्या तळहातावर काही गोष्टी लावून ठेवत होता. त्या
वेळी ती मागच्या सीटवर बसून राहिली होती. तिच्या डाव्या खांद्यावरच्या
गोलाकार टॅटूवरून एक जांभळा शेवयीसारखा पट्टा वर सरकला.

''तुम्ही पाण्यासाठी काय करता?''

''टँकर येतात.''

'' रोज? तुम्हाला ते आणणं कसं काय परवडतं? अगदी मलाही रोज
टँकर मागवणं परवडणार नाही.''

''आम्ही एका टँकरचं पाणी सगळ्यांत वाटून घेतो, दीदी. प्रत्येक
माणसाला दोन बादल्या पाणी मिळतं. ते कधीच पुरेसं नसतं. रांगा एवढ्या
लांबलचक असतात की, लोकांना कामावर उशिरा जावं लागतं. त्यांचे
रोजगारही जातात. काही म्हाताऱ्या बायका तर भांडायलाच उभ्या राहतात.''

तिच्या काखेतून बाहेर पडणारा घामाचा डाग वांग्याएवढा मोठा झाला
होता आणि आता एसीमुळे सुकला होता, तरीही त्यामुळे कपड्याचा रंग
तिथे उडाल्यासारखा चट्टा पडला होता. ''टँकर माफियांबरोबर पहिल्यांदा
आशिष भांडला. मी त्याला त्यात पडू नको, असं सांगितलं होतं; पण त्यानं
ऐकलं नाही.''

''तो काय करतो?'' मी विचारलं.

''एक विचारू का दीदी,'' तिनं आमच्या आजूबाजूला असलेल्या
कारकडे बघितलं आणि विचारलं, ''मी पाच मिनिटांसाठी तिकडे गेले, तर

तुम्हाला चालेल का? काही वेळ कोणालाही इथून हलता येईल, असं मला वाटत नाही. मला आशिषला व्यासपीठावर बघायला आवडतं. एवढ्या मोठ्या लोकांबरोबर तो तिथे असतो. जोशीजी, कौन्सिल विभागातले सगळे महत्त्वाचे लोक असतात.''

आमच्या लग्नापासूनच कौन्सिल, शुचिता, त्यांनी ठरवलेले ते विभाग हे शब्द ऐकले की, माझं डोकं उठत होतं. नेहमीच मला त्याबद्दलचं बोलणं बंद करावंसं वाटे; पण आज मलाही तो जोशी बघायचाच होता. हिंसेची अशी स्पंदनं निर्माण करणाऱ्या त्याच्या दणकट लोकांच्या टोळ्यांना तो सगळीकडे पाठवत होता. तो कोण होता ते मला बघायचंच होतं.

"ठीक आहे. आपण जाऊ या; पण थोडी थांब," आकाश निरभ्र निळं होतं. एका बाजूला स्पष्ट कडा दिसत होती. सूर्य फसव्या, कावेबाज नजरेनं खाली बघत होता. "त्या बॅगेत दुपट्टा आहे का ते जरा बघ बरं," मी म्हटलं.

मी डोक्याभोवती दुपट्टा गुंडाळला आणि आम्ही बाहेर पडलो. एसीच्या तुलनेतील बाहेरचा विरोधाभास प्रचंड होता. मी जेमतेम काही पावलं चालले असेन, नसेन तोच माझं डोकं गरगरू लागलं. मी एका वाहनावर आडवी झाले. त्या वाहनाच्या तप्त धातूनं माझी पाठ भाजली. सपनानं माझ्याकडच्या चाव्या घेतल्या आणि ती धावतच कारकडे गेली. ती परतली त्या वेळी तिच्या हातात थर्मास होता. हॅचबॅकमधलं तरुण जोडपं आमच्याकडे निळ्या धुराच्या त्या चेंबरमधून निर्विकारपणे रोखून बघत होतं. मला थोडं बरं वाटल्यावर आम्ही कारच्या झुंडीतून वाट काढत पदपथावर पोहोचलो. आम्ही कुठे सावली दिसते का ते बघत होतो. काही झोपडपट्टीवासीयांकडच्या घागरींवर, कळश्यांवर प्राण्यांच्या आणि वनस्पतींच्या चित्रांची नक्षी होती. कटाक्षांपासून आणि भिरभिरणाऱ्या नजरांपासून स्त्रियांनी आपले चेहरे झाकून घेतले होते. मी रोजच या रस्त्यावरून कार घेऊन जात होते; पण फक्त आताच माझ्या लक्षात आलं की, इथल्या वृक्षांनाही उन्हाचा मोठा त्रास होत होता. त्यांच्या साली कीटकांनी पोखरल्या होत्या. फांद्या वाळून चालल्या होत्या किंवा जमिनीवर खाली पडल्या होत्या. पानं तपकिरी झाली होती. पुन्हा एकदा ते गाणं सुरू झालं, 'यह आजादी झूटी है', 'झूटी है, झूटी है।' माझ्या पायाला डेनिम अगदी घट्ट चिकटून बसली होती. मी शेवटची काही पावलं

टाकली होती, त्या वेळी माझं डोकं मला पुन्हा हलकं झाल्यासारखं वाटलं. मला तिथेच उभ्या करण्यात आलेल्या एका मोठ्या पंख्यासमोर थांबण्याची गरज पडली. त्याच्या जोरदार हवेमुळे माझ्या बटा सैरभैर झाल्या. माझ्या शरीरावरून घाम ओघळला.

त्या व्यासपीठावर फडफडणारे चकाकते फलक लावलेले होते. तिथे पुढे एकुलता एक मायक्रोफोन होता. त्याच्या मागे काही प्रौढ पुरुष रांगांमध्ये बसले होते. काहींनी औपचारिक सूट घातले होते. एक-दोन पुरोहित, इमाम, बिशपही तिथे आले होते. त्यांच्या अंगावर परस्परविरुद्ध दिसणारी वस्त्रं होती. शिवाय महत्त्वाच्या समाजांचं प्रतिनिधित्व करणाऱ्या उच्च विभागांतील प्रौढ लोकही होते.

कनातीखाली प्रेक्षक अनेक भागांत विभागले गेले होते. प्रत्येक दोन भागांमध्ये लोकांच्या कमरेइतक्या उंचीचे दोरखंड बांधलेले होते. सर्वोच्च विभागांतील लोकांसाठी खुर्च्या मांडलेल्या होत्या. मध्यम दर्जाच्या समाजांसाठी ऑलिव्ह ग्रीन रंगाच्या चादरी घालण्यात आल्या होत्या. आम्ही जिथे पोहोचलो होतो, तो विभाग झोपडपट्टीवासीयांसाठी होता. तो खरं म्हणजे कनातीखाली येतच नव्हता. आम्ही उन्हात बसलो. समोर जमिनीवर उभे करण्यात आलेले पंखे आमच्या दिशेनं वळले होते.

माझ्याभोवती किमान तीन हजार लोक तरी होतेच. उकिडव्या बसलेल्या लोकांच्या रांगेतून सपना मला घेऊन जात असताना त्या घाणेरड्या कपड्यांच्या आणि सामुदायिक घामाच्या दर्पानं माझे डोळे मिटू लागले. आम्ही कोणाच्या गुडघ्यांवर किंवा खांद्यांवर आदळलो की कण्हल्यासारखा, ओरडल्यासारखा आवाज येत असे. काही प्रौढ महिलांच्या एका गटानं माझ्या जीन्सबद्दल, ब्रेसलेटबद्दल आणि इअररिंग्जबद्दल काहीतरी म्हटलं. मला त्यांच्या बोचऱ्या नजरा जाणवत होत्या.

अखेरीस सपनाला एक रिकामी जागा दिसली. "ती बघा," ती कुजबुजली. आम्ही तिथे खाली बसलो. आता सपना अगदी चमकत होती. आम्ही खाली बसल्यावर ती थोडीशी पुढे झुकली. तिच्या बोटांनी ती तिच्या टॉपची बटणं काढत आणि लावत बसण्याचा चाळा करत होती. व्यासपीठावर

बसलेल्या लोकांमधून चालताना तिचा मित्र कमरेतून वाकला होता. तिथे लावलेल्या खूप मोठ्या पंख्याच्या वाऱ्याच्या झोतासमोर आल्यानंतर त्याची दाढी फडफडल्यासारखी हलली. कोणीही काहीतरी कुजबुजलं की, तो लगेच जोरजोरात मान हलवून संमती देत होता. पहिल्या रांगेतील चमकत्या हिरव्या रंगाचा सूट घातलेल्या एकानं त्याच्याकडे बघून बोटांनीच काहीतरी इशारा केला. आशिषनं लगेच मायक्रोफोन त्याच्याकडे घेतला. त्याची उंची वर-खाली करून त्यानं तो एका ठरावीक उंचीवर स्थिर केला. त्यानंतर माईकवर थोडा वेळ चापट्या मारल्या आणि तो म्हणाला, ''च्यैक'' त्यानंतर तो व्यासपीठाच्या मागे दिसेनासा झाला.

थोडा वेळ तिथे गुंगी पसरल्यासारखं झालं होतं. काही रांगांच्या पुढे एक वृद्ध माणूस बसला होता. त्याची मान सापाच्या कातडीसारखी दिसत होती. त्यानं मान हलवून स्वतःची गुंगी घालवण्याचा प्रयत्न केला. एका स्त्रीनं तिची साडी थोडी वर सरकवली आणि डास चावल्यामुळे घोट्यावर आलेली पुटकुळी खाजवायला सुरुवात केली. तिनं माझ्याकडे अजिबात लज्जित न होता, न गोंधळता बघितलं. तिथे तिनं आपलं नख लावलं. तिथे थोडीशी जखम झाली होती. जखमेच्या मध्यभागी पांढरा चट्टा पडल्यासारखा दिसत होता. तिच्या काळ्या त्वचेवर तो पांढरा चट्टा अगदीच घाणेरडा दिसत होता. त्याच्या मध्यभागातून एक बुडबुड्यासारखा थेंब बाहेर पडला. तो पू होता. तिनं आपल्या बोटानंच तो पुसून टाकला. मी दुसरीकडे बघू लागले. अचानकच मला मळमळू लागलं. मला याहून जरा अधिक चांगल्या विभागात जावंसं वाटू लागलं. निदान जिथे पुरुषांनी असले वास मारणारे पॉलिस्टरचे कपडे घातले नसतील, अशा विभागांत तरी आपण जावं, असं मला वाटू लागलं.

समोर चादरींवर बसलेल्या लोकांच्या पलीकडे प्रत्येकाकडे त्यांची स्वतःची पत्र्याची, घडी करता येणारी खुर्ची होती. अधिक फॅशनेबल साड्यांमधील महिला तिथे बसल्या होत्या. काहींनी मागच्या बाजूला खूपच लो कट असलेले ब्लाऊज घातले होते. त्या विभागातील शेवटच्या रांगेत बसलेल्या स्त्रीच्या मानेवरून घामाचा ओघळ खाली आला आणि खुर्चीवर पडला. तिच्या पाठीच्या कण्यावर त्यामुळे पांढऱ्या पूडीसारखी झाक आली होती. एक लहानसा पिवळसर रंगाचा माणूस व्यासपीठावर पुढे आला. कनातीखालील

प्रेक्षक त्याचे अगदी गुलाम असल्यासारखे एकदम हरखून गेले. जोशी माईकजवळ आल्याबरोबर त्यांनी टाळ्यांचा गजर केला. तेच भाषण त्यानं त्या उन्हाळ्यात शेकडो वेळा केलं होतं. अगदी टीव्हीवरूनही ते सारखं त्याचं तेच भाषण दाखवत होते.

''माझ्या मित्रांनो,'' जोशीनं एवढे शब्द उच्चारले न् उच्चारले तोच पुन्हा एकदा टाळ्यांचा कडकडाट झाला. ''आपण एका लांबलचक शिडीच्या पायऱ्या चढण्यास सुरुवात केली आहे. आपण पुन्हा एकदा त्या पर्वताचं मोजमाप घेऊ आणि मी तुम्हाला हे सांगू इच्छितो की आपण आता आपली भूमी, आपल्याला स्वतःला शुद्ध बनवण्याच्या अगदी जवळ आलो आहोत. आपल्या पूर्वजांची भूमी जितकी पवित्र, शुद्ध होती तितकी आपण आता ती बनवत आहोत. लवकरच आपण मानसिक, भावनिक आणि सांस्कृतिकदृष्ट्याही पूर्वीसारखे होऊ. लवकरच जगाच्या पाठीवरची आपली सर्वोच्च हक्काची जागा आपण पुन्हा काबीज करू.''

तो क्षणभर थांबला आणि त्यानं आजूबाजूला पाहिलं. ''आपण आपल्या महान तत्त्वांप्रमाणे आणि उज्ज्वल इतिहासाप्रमाणे जगलंच पाहिजे. आपण तडजोड करत का जगायचं? आपली शुचिता, आपली शुद्धता ही शतकानुशतकं अपवित्र करण्यात आली आहे. तिला विकृत बनवलं गेलं आहे. बाहेरच्या लोकांच्या शतकानुशतकांच्या राजवटीमुळे आपलं आध्यात्मिक दमन झालं आहे; पण या काळातील छळाच्या विरोधात आपण लढा देऊ शकतो. हे छळ म्हणजे एक न टिकणारा टप्पा आहे. आपली सांस्कृतिक मूळं अत्यंत दृढ आहेत. अमरत्वाच्या वसंतात ती अगदी घट्ट रुतलेली आहेत. आपण पुन्हा एकदा ती शुचिता, ती शुद्धता मिळवू. ही शुचिता शिस्तीतून, आदरातून, प्रत्येकानं आपल्या समाजाला लक्षात ठेवण्यातून येते. आपल्या भूमिका आपण पार पाडल्या पाहिजेत. त्या आपल्या रक्तातून वाहत असतात.

माझ्या मित्रांनो, तुमच्या उजवीकडे बघा. तुम्ही सर्वांनी उजवीकडे मान वळवावी, असं मला वाटतं. तिथे बसलेल्या दुर्दैवी लोकांकडे पाहा.'' त्यानं मोठ्या अर्धगोलाकारात आपला हात उंचावला आणि मी आणि सपना बसलेल्या विभागाकडे त्यानं तो नेला. ''हे लोक कोणत्याही विभागातील नाहीत. ते झोपडपट्टीतील आहेत. मला वाटतं की, तुम्ही विचार केला

पाहिजे. इथे माझ्याबरोबर एक तरुण काम करतोय. त्याचं नाव आशिष आहे.'' लगेच तिथे जोरदार आरोळ्या घुमल्या. अगदी गुदमरवून टाकणारे जोरदार चीत्कार उमटले. सपनाच्या डोळ्यांत आता वेगळीच चमक आली. ''आशिष या बाहेरच्या विभागात जन्मलेला असू शकतो; परंतु अनेक वर्षांच्या त्याच्या कामातून त्यानं स्वतःला सिद्ध केलं आहे. तो मला सांगतो की, त्याच्या घराचा पाणीपुरवठा थांबलेला आहे. त्या भागातल्या सगळ्यांच्या घरांना पाणीपुरवठा होत नाही. आज या लोकांकडे पाहताना तुमच्या हृदयात कळ उमटत नाही का? मला तर खूपच दुःख वाटतं. आपण त्यांनाही मदत केलीच पाहिजे. त्यांनाही मागे सोडलं जाणार नाही, याची आपण खात्री करून घेतलीच पाहिजे.''

पुढच्या विभागांतील खुर्च्यांवर बसलेल्या लोकांनी आणखी एकदा उठून टाळ्यांचा गजर केला. मधल्या भागातून थोड्याशाच टाळ्या वाजल्या. आमच्या विभागात शांतता होती. आमच्यापासून थोड्या मागे असलेल्या रांगेतील एक जण ओरडला, ''कशी? तुम्ही आम्हाला कशी मदत करणार?'' पण जोशींना त्याचं वाक्य ऐकूच गेलं नसावं.

''लवकरच आपण या दुर्दैवी लोकांचा समाचार घेणार आहोत; परंतु त्या आधी आपल्याला आपलं काम पूर्ण करावंच लागेल,'' तो ओरडला. त्यानं आपले हात 'व्ही'च्या आकारात उंचावले होते. ''अजूनही या शहरात काही जागा आहेत आणि तिथे सीमांचा, मर्यादांचा आदर राखला जात नाही. काही जण आपले नियम पाळत नसतील तर आपण खरोखरचा एकसंध एक समाज म्हणून नांदू शकतो का? या शहरातील काही लोक बेशिस्तपणे वागतात. याच लोकांनी तुमच्यावर इतका दीर्घकाळ राज्य केलं आहे. राजकारणी, न्यायाधीश, नोकरदार, प्रसारमाध्यमं... ते सगळे एकत्रितपणे काम करतात. ते सगळेच्या सगळे असं एकत्रितपणे काम करतात. त्यांच्या अशुद्ध नियमांनी त्यांनी आपल्यालाही अशुद्ध केलं आहे. आपल्या सर्वाधिक जुन्या नियमांविषयी त्यांच्या मनात आदर नाही म्हणूनच मी तुम्हाला आज इथे, या ठिकाणी बोलावलं आहे. माझ्या मागे असलेल्या विभागात कोण राहतं ते तुम्हाला माहिती आहे? या ईस्ट एंडला ते काय म्हणतात ते तुम्हाला माहिती आहे का? त्यांना असं वाटतं की, ते आपल्याहून खूपच चांगले

आहेत. आपल्या आदरणीय पूर्वजांहून त्यांना जास्त माहिती आहे, असं ते समजतात. शतकानुशतकं आपण पाळत असलेल्या नियमांहून त्यांना स्वतःला जास्त समजतं, असं त्यांना वाटतं.''

मला धक्का बसला होता. सपनानं मान झुकवली होती आणि ती स्तब्ध होती. मला मळमळ होत होती. माझं डोकं गरगरत होतं. माझ्या कोपरापासून पुढच्या हातापर्यंत आणि नंतर माझ्या बोटांपर्यंत पहिल्यांदा टाचणी टोचल्यासारख्या तर नंतर सुया टोचल्यासारख्या तीव्र वेदना झाल्या. आम्ही कसे जगत होतो, त्याची काळजी हे लोक का करत होते?

''ही आपली संस्कृती नाही,'' जोशी पुढे बोलत होता. ''ही आपली परंपरा नाही. मी तुम्हाला परिपूर्ण घर देण्याचं वचन दिलं आहे. तिथे शिस्त, सुव्यवस्था, स्वच्छता आणि शुद्धता असेल. जे लोक आमचे नियम पाळत नाहीत, त्यांना आपल्या इतिहासाची ताकद समजलीच पाहिजे.''

प्रौढ लोक एकदमच उठून उभे राहिले. भगव्या रंगाचे पोशाख केलेले धर्मगुरू, पुरोहित, ठेंगू आणि लठ्ठ इमाम, सडपातळ बिशप आणि त्याचे प्रोटेस्टंट सहकारी आणि ज्यांचं मूळ स्थान मला सांगता येणार नाही, असे सूट व कुर्ता–पायजम्यातील उर्वरित लोक उठून उभे राहिले. त्यांनी आपल्या डोक्याच्याही वर हात नेऊन त्याला टाळ्या वाजवून दाद दिली. इथेही रिपीटर्स होतेच. त्यांच्या पांढऱ्या जाकिटांत ते कोपऱ्या-कोपऱ्यांवर उभे होते. एकमेकांबरोबर तलवारींप्रमाणे लाठीचे डाव खेळत ते जोरजोरात आवाज करत उभे होते. काही वेळा ते आपल्या हातातील लाठ्या हवेत उंच उडवतही होते. माझं डोकं अगदी गरागरा फिरल्यासारखं मला वाटलं. एकच विचार, एकच रंग अस्पष्टपणे मला दिसत होता. मला एकदम गरगरलं.

''मला एक संधी द्या. मी आपल्या सर्वांना शुद्ध बनवेन,'' जोशी ओरडला. त्याचा आवाज भावनातिरेकाने फाटल्यासारखा झाला होता. ''प्रत्येकानं आपापल्या भिंतींचं, स्त्रियांचं, समाजाचं रक्षण केलंच पाहिजे. यापुढे त्यांना आपले नियम मोडता येऊ नयेत, याची खात्री करून घ्या. पुढे व्हा आणि आपलं काम पार पाडा. पुन्हा एकदा आपण जगात सर्वोच्च स्थानी, जगाच्या शिखरावर पोहोचू.''

मी कोसळले होते. उष्णता, भीती आणि आणखीही काही तरी दाटून आलं होतं. माझ्या समोर बसलेल्या माणसाच्या पाठीवर माझं कपाळ आपटलं. खाली पडताना मला वरच्या बाजूला आकाशाचा वक्राकार निळा घुमट दिसला. त्याच्या मध्यभागी एक लहानसं पांढरं विमान उडत होतं. एका स्पष्ट मिजासखोर कोनातून ते वर उडालं होतं, त्यामुळे ते अगदी अभिमानानं, उदात्तपणे, भारदस्तपणे उडत असल्यासारखं दिसत होतं. मी जमिनीवर कोसळले आणि नंतर पुढे काय झालं ते मला माहिती नाही.

३

त्या बारमधील कर्मचाऱ्याच्या चेहऱ्यावर ओळखीचं स्मित होतं. त्यानं बो टाय बांधला होता. मी आधीच प्यायले होते का? तो माझा तिसरा प्याला असावा. काळ मंदावला होता. त्या कर्मचाऱ्यापासून थोड्या फुटांवर बर्फात कोरून तयार केलेला एक भला मोठा मासा दिसत होता. ते लैलाच्या आवडत्या चित्रपटातलं एक पात्र होतं. ते हळूहळू ठिबकत माझी आठवण जागी करत होतं. ग्रेनाडीन आणि टेक्विला शँपेन, व्होडका, जिन आणि व्हाइट वाइन यांची स्फटिकासारख्या काचेच्या ग्लासांपासून तयार करण्यात आलेल्या पिरॅमिडच्या आकारात रचना करण्यात आली होती. हिरवळीच्या एका बाजूला आमचा छोटासा पोहण्याचा तलाव होता. त्याच्या फरश्यांवर लॅझुराईट क्षाराचा थर दिसत होता. जोरजोरात रडणारी लहान मुलं आणि तरुण मातांबरोबरच काही सुदैवी तरुणी बिकिनी घालून फिरत होत्या. तलावातील पाण्याचे शिंतोडे उडणाऱ्या भागाला लागूनच काळ्या रंगाच्या, कुरळ्या केसांच्या, सडपातळ नॅनी उभ्या होत्या. आपले उत्तम कपडे सांभाळत, स्मित करत, हातात टॉवेल घेऊन त्या अगदी तयारीत उभ्या होत्या. हिरवळीच्या दुसऱ्या बाजूला हवेनं फुगवता येणाऱ्या घसरगुंड्यांच्या रांगा होत्या. शिवाय उसळणारी आणि उड्या मारता येणारी किल्ल्यासारखी खेळणी होती. त्यांचा चमकता लाल आणि पिवळा रंग चार वाजताच्या उन्हात अधिक गडद दिसत होता. रिझनं आमच्या शेजाऱ्यांकडून परवानगी घेतली होती आणि त्यानुसार त्यानं ती हिरवळ त्या दिवशी आमच्यासाठी मिळवली होती. पोहण्याच्या तलावात पाणी भरलं जावं यासाठी त्यानं पाणी अधिकाऱ्यांना अगदी प्रचंड म्हणावी एवढी लाच दिली होती. बाकी

काहीही सुरू असलं तरी आम्ही आनंदात राहत होतो हे त्याला त्याच्या मित्रांना दाखवायचं होतं.

रिझ जवळ आला. ''तू ठीक आहेस ना? शरीरातलं पाणी कमी होऊ देऊ नकोस. ही जेमतेम दोन आठवड्यांची गोष्ट आहे. डॉक्टरांनी काय सांगितलं ते लक्षात आहे ना?''

माझ्याभोवती ट्रे घेऊन घिरट्या घालणाऱ्या वेटरकडचं पाणी मी घेतलं. ते खूपच गरम होतं. आमच्याकडे पाहुण्यांच्या गर्दीत फक्त पाण्याच्या बाटल्या घेऊन फिरणारा एक स्वतंत्र वेटर होता. त्या रॅलीत मला उन्हाचा त्रास झालेल्या प्रसंगानंतर मी उन्हापासून दूरत राहत होते. रिझनं माझा हात दाबला आणि बिअर उचलली. स्क्वॅशच्या खेळात सतत त्याच्याबरोबर असलेल्या दोघा मित्रांबरोबर तो ग्लास हातात घेऊन फिरत होता. माझा पुन्हा भरलेला ग्लास माझ्या समोर ठेवून मी त्यांच्याकडे बघत होते. ते सगळे हिरवळीवर बाहेर होते. तिथे पाण्यानं भरलेल्या छोट्याशा खंदकात दगडी मासे रांगेनं गोलाकार फिरत होते. रिझ तिथेच त्याच्या दिवसाच्या पार्टीच्या पोशाखात उभा होता. त्या वेळी त्यानं गुलाबी पट्टे असलेला शर्ट आणि करड्या रंगाची शॉर्ट घातली होती, त्यामुळे त्याच्या पोटऱ्या दिसत होत्या. तो त्यांच्या संभाषणात नुकताच सहभागी होत होता, तोच तिथे एक महिला आली. मी तिला ओळखलं नव्हतं. तिनं गॉगल लावला होता आणि पट्ट्या-पट्ट्यांनी तयार करण्यात आलेला ड्रेस घातला होता. ती फिदीफिदी हसत होती. तिनं तिचा हात रिझच्या मनगटावर ठेवला. अगदी किरकोळ का असेना; पण ते प्रणयाराधन होतं. तिच्या पसरलेल्या बोटांचं वजन त्याच्या मनगटांवर पडलं होतं. रिझ त्याची मूठ हलवत होता, त्यामुळे तिच्या तावडीतून त्याचं मनगट सुटेल, असं त्याला वाटत होतं. त्यानंतर ते सगळे हसू लागले आणि मी ते बघत असल्याचं त्यांना समजलं होतं, अशी माझ्या मनात भावना निर्माण झाली.

''अगदी वाईट गोष्ट शाल. तू अशा प्रकारे तुझ्या स्वतःच्या नवऱ्याकडे टक लावून बघू शकत नाहीस,'' दीपनीता माझ्या मागे येत म्हणाली. तिनं झिरझिरित पांढरा शर्ट घातला होता आणि त्यातून तिची केशरी रंगाची ब्रा

दिसत होती. शर्टाला सुसंगत अशी पांढरी शॉर्ट तिनं घातली होती आणि तिच्या पायात अमेरिकन पेन्नी शूज होते.

''मी खरं तर त्याच्या पलीकडे बघत होते. जेवणाच्या स्टॉल्सकडे,'' मी म्हटलं. तीन केशरी आणि रेड शामियाने तिथे उभारण्यात आले होते. त्याखाली पांढरे कोट आणि शेफच्या हॅट घातलेले लोक शाकाहारी आणि मांसाहारी पास्ता, हॉट डॉग्ज, बर्गर आणि विविध प्रकारचे चाट, पाणीपुरी तयार करत होते. वास्तविक, गवताचं संरक्षण करण्यासाठी तिथे उभारण्यात आलेल्या लाकडी डान्स फ्लोअरवर अजूनही कोणीच गेलं नव्हतं, तरीही हेडफोनवर डीजेचा आवाज आदळत होता. त्याच्या शेजारी एक सडपातळ साहाय्यक उभा होता.

''अं बरोबर आहे म्हणजे असं आहे तर; पण ती बाई कोण आहे?''

''दीप तुला बघून बरं वाटलं. तू खूपच छान दिसतेयस.''

''लैलाला प्रवेश मिळाला ते ऐकून मला खूपच बरं वाटलं.''

''तू यलोस्टोनचा विचार केला नव्हतास. बरोबर ना? म्हणजे तुझ्या स्वतःच्या मुलांसाठी.''

''अतुलला नको होतं. आपण तिथेच त्यांना का घालावं हे त्याला काही केल्या कळत नव्हतं आणि तो किती हट्टी आहे ते तुला माहितीच आहे.'' तिनं एक हात तिच्या नितंबांवर ठेवला आणि दुसऱ्या हातानं चष्मा वर सरकवण्याचा अभिनय केला. ''आपल्याला इतक्या चांगल्या शाळा उपलब्ध असतानाही तुला रोजच त्यांना त्या गलिच्छ भागात पाठवण्याची इच्छा आहे का?'' त्याच्या अनुनासिक आवाजाची तिनं इतकी तंतोतंत नक्कल केली होती की, त्यामुळे मी खिदळलेच. ''ती आपल्या शाळांमध्ये सुरक्षित असतील. इथे कोणीही काहीही करणार नाही. इथे कसलाच धोका नाही.'' आम्ही दोघीही शांतपणे हसलो. ''मला माहिती नाही शाल; पण कदाचित त्याचं बरोबर असेल. इतर कोणतीही आई पहिल्यांदा सुरक्षिततेचाच विचार करेल.''

''तू त्याला अशा प्रकारच्या गोष्टी तुला सांगू देता कामा नयेस,'' मी म्हटलं. पार्टीच्या दुसऱ्या टोकाला नकुल हा आमचा एक शाळेपासूनचा मित्र त्याच्या रिकाम्या मोजिटो ग्लासच्या आतल्या भागात बोटं फिरवत होता.

ग्लासातली मिंटची पानं तो बाहेर काढत होता आणि स्वतःच्या तोंडात टाकत होता. ''परी आणि अंशूचं काय? त्यांना ते सगळं आवडतंय ना?''

''ते ठीक आहेत. त्यांच्या ते लक्षातही आलेलं नाही. अर्थातच अतुल त्याच्या आई-वडिलांसारखाच आहे. त्यांना सर्वांना असं वाटतं की, हे सगळे त्या देवमाणसाचे आशीर्वाद आहेत. चल, आपण ड्रिंक घेऊ या.''

''मला हे सगळं पचवलं पाहिजे. तू घे. मला वाटतंय की, माझा नवरा पुन्हा मला शोधतोय. त्याचा चेहरा बघ. त्याला कशाचा तरी राग आलेला दिसतोय.''

रिझनं दीपनीताकडे बघून हात केला. तिथून जाण्यापूर्वी तिनंही त्याच्याकडे पाहून छानशी हसत मान डोलावली. तो माझ्याकडे स्मित करत आला; पण माझ्या कानात खेकसला, ''नाझ आणि गझालाला तू आमंत्रण दिलं होतंस का? ते इथे का आलेयत?''

ते प्रवेशद्वाराजवळ होते. कार उभ्या केल्यानंतर गाड्यांचे ड्रायव्हर गाड्यांच्या किल्ल्या ज्या खिळ्यांना अडकवत त्या लाकडी फलकाजवळ ते उभे होते. थंड हवेच्या ठिकाणी आणि जत्रेच्या ठिकाणी तुम्ही नेमबाजीचा खेळ पाहता तसाच तो फलकाचा प्रकार होता. एखाद्या पांढऱ्या कागदाच्या चौकटीवर व्यवस्थित रांगांमध्ये रंगीत फुगे लावून ठेवलेले असतात आणि तुम्हाला बंदुकीतून त्यांच्यावर नेम धरून गोळ्या झाडायच्या असतात. एका चुणीचा, घोळदार अबाया घातलेली शेलाटच्या बांध्याची गझाला उभी होती. तिचा अबाया काळ्या रंगाचा होता आणि त्याच्यावर तिच्या छातीच्या भागात करड्या रंगाचे सॅटिनचे पट्टे होते. तिनं धुळकट गुलाबी रंगाच्या सिल्कच्या हिजाबबरोबर तो घातला होता, त्यामुळे तिचा गोरा वर्ण खुलून दिसत होता. तिचे गाल रुज लावल्यासारखे गुलाबी होऊन चमकत होते. ती बहुधा जास्तीत जास्त तेवढ्याच उन्हात बाहेर जात असावी. नाझ तिच्या शेजारी एखाद्या खवळलेल्या ॲक्शन हिरोसारखा उभा होता. पार्टीतील इतर स्त्री-पुरुष गप्पा मारत उभे होते. त्यांच्याकडे नजर गेली की, तो त्याचे ओठ मुरडत होता. त्यानं थोड्या लोकांकडे पाहून मान हलवून अभिवादन केलं. त्याच्या हातात एक लहान सायकल होती. तिला गुलाबी रंगाची ट्रेनिंग व्हील होती आणि तिच्या हँडलबारपासून एक गुलाबी रिबन हेलकावत होती.

“मी काय करायला हवं होतं रिझ? त्यांना बोलवायला नको होतं का? ते लैलाचे काका-काकू आहेत. आज तिचा वाढदिवस आहे ते त्यांना माहिती आहे. त्यांना बोलावलं नसतं तर ते खूप अस्वस्थ झाले असते.”

“मी त्याला कधीच आमंत्रण दिलं नसतं! तो तुझ्याशी ज्या प्रकारे बोलला होता, त्यावरून तो आता अगदी नालायकपणानं वागतोय हे दिसून आलं होतं.”

“मला त्याचं काहीच वाटलं नाही. मी तसं तुला म्हटलं का? तो भूतकाळ झालाय. तू आता तो पुन्हा कशाला उकरून काढतोयस?”

“कारण, त्याला माझ्या बायकोबरोबर अशा प्रकारे बोलण्याचा कसलाही हक्क नाही. तुला अशा गोष्टी सांगण्याचा त्याला काय हक्क आहे? त्याला जर काही समस्या होतीच, तर त्यानं तसंच माझ्याकडे यायला हवं होतं.”

“*तुझी* बायको?” आता मलाही राग आला. “हा तुझ्या मुलीचा वाढदिवस आहे. हा पुरुषी अहंगंड ताबडतोब बाजूला ठेव.”

“तू त्याची बाजू का घेतेयस? तूच तर किती चिडली होतीस...आपल्या मुलीला कसं वाढवायचं हे तुला त्यानं सांगणं बरोबर होतं का? ते सगळं तो बोलला होता ते बरोबर होतं?”

“मला असं म्हणायचं नव्हतं, हे तुलाही माहिती आहे. फक्त लैलासाठी. एक मोठा भाऊ हो.”

“तो इथे का आलाय ते मला माहिती आहे. कारण, अब्बूंना बरं नाही. त्याला मालमत्तेबद्दलचा मार्ग काढायचाय म्हणूनच फक्त तो इथे आलाय. तो आठवड्यातून तीन वेळा तरी मला फोन करतो.”

खाण्याची व्यवस्था बघणारा व्यवस्थापक घाईघाईनं आमच्याकडे आला. बर्फाची तातडीची गरज होती आणि तो प्रश्न सोडवायला मी त्याच्याबरोबर शामियान्याकडे गेले. सूर्य जवळजवळ मावळलाच होता. पिवळ्या आणि केशरी रंगछटांनी आकाश उजळून गेलं होतं. रिकाम्या ढगांचे हलकेसे फटकारे आकाशात दिसत होते. त्यांचे पुढचे भाग चमकत्या सोनेरी रंगांचे होते; पण मागचे भाग अगदी चिखलासारख्या करड्या रंगाचे होते.

==

अंधार होईपर्यंत प्रत्येक जण खूपच प्यायलेला होता. पाण्याखालच्या शेड असलेल्या दिव्यांमुळे तलाव आता हिरवा दिसत होता. त्याच्या पृष्ठभागावर दिसणारी पानं, फांद्या, फुलांची नक्षी हेलकावे खात होती. आता फक्त थोडेच लोक पाण्यात होते. हुडहुडी भरू नये म्हणून ते खांद्यापर्यंत पाण्यात बुडाले होते. पाण्याच्या पार्श्वभूमीवर त्यांचे फिकट चेहरे जणू वर्णपट असल्यासारखे दिसत होते. डान्स फ्लोअरचा लाकडी पृष्ठभाग त्याच्यावर आदळणाऱ्या पावलांमुळे गिटारच्या तारांसारखा थरथरत होता. डीजेचा ठेका हवेत घुमत होता. आता मूठ आवळली गेली होती आणि बोटं वर करण्यात आली होती. कारण, लैला आणि तिच्या मित्र-मैत्रिणी वरच्या मजल्यावर आल्या होत्या. क्लोरीन शॉवरचा कार्यक्रम झाला आणि नंतर लगेच त्यात बदल झाला. मोठ्या पडद्यावर ॲनिमेटेड चित्रपट सुरू झाला. एका कोपऱ्यात मुलांच्या आया गप्पा मारत उभ्या होत्या. आता मुलांना एका पाठोपाठ एक झोपायला नेण्यात येणार होतं. मुलांसाठी व्यवस्थित अंथरुणांची सोय झाली आहे का ते पाहायला मी वर गेले आणि आयांना केक दिला गेला.

खालच्या मजल्यावर येताना माझ्या हळूहळू लक्षात आलं की, मी काहीच खाल्लं नव्हतं. माझं पोट अगदी रिकामं होतं आणि मला भुकेनं कसंनुसं होत होतं. जिन्याजवळच्या जाडजूड सागवानी कठड्याला धरून मी कसंबसं स्वतःला सावरलं आणि धप्कन दुसऱ्या पायरीवर बसले. मी एवढी काही मळमळ होण्याएवढी आणि गरगरण्याएवढी प्यायले नव्हते. मला बसल्यावर थोडं बरं वाटलं आणि माझ्या शरीरात तरतरीतपणाही आला. सगळं काही चांगलं चाललं होतं. आता आम्ही थोडे सैलावणार होतो. नंतर गुलाबी आणि निळे शॉट घेतले गेले असते आणि सेल्फीही काढल्या गेल्या असत्या. त्यानंतर गेल्या दहा वर्षांत आमच्या सगळ्यांची आयुष्यं किती बदलली होती, यावर आमच्या गप्पा झाल्या असत्या.

मी पुन्हा पार्टीत जाण्यासाठी वर बघितलं. नाझ माझ्या समोरच उभा होता. मला पहिल्यांदा एखाद्या न पिकलेल्या पपईसारख्या दिसणाऱ्या त्याच्या मांड्या दिसल्या. डोक्यावरचे लाइट संगमरवरावरून परावर्तित होत होते आणि हवेत गर्द पिवळसरपणा भरून राहिला होता.

"तुला कसं वाटतंय?" त्यानं विचारलं.

“तू अजूनही इथेच आहेस? त्या दिवशी तू मला ते लेक्चर दिलं होतंस त्यानंतरही? तुला असं वाटत नाही का की तू तो अगदी तमाशा केला होतास?”

त्यानं आपलं डोकं कराकरा खाजवलं. “भाई टाळाटाळ करतोय.”

“गझाला कुठे आहे?”

“ड्रायव्हरनं तिला घरी नेलं.”

“तू असं का केलंस?”

“मला ती इथे नको होती. हे असं सगळं आजूबाजूला सुरू असताना तर नकोच होती.” त्याची हनुवटी किंचित वर झाल्यामुळे त्याचे ओठ पातळ आणि एखाद्या शेंदरी रेषेसारखे दिसू लागले. “रिझ माझा फोन का उचलत नाही? मी त्याच्याबरोबर बोलायला गेलो, त्या वेळी त्यानं माझ्याकडे साफ दुर्लक्ष केलं. जणू काही मी तिथे नव्हतोच, अशा पद्धतीनं तो वागत राहिला.”

“माझ्याबरोबर अशा प्रकारे बोलायचं नाही, हे तुला माहिती असायला हवं होतं.” दारूमुळे मला अवसान चढलं होतं. “आम्ही डेटिंग करत होतो, तेव्हापासूनच अशा प्रकारच्या अगदी खालच्या दर्जाच्या गोष्टींचा आम्ही सामना करत आलोय.”

“कसलं लेक्चर आणि काय! मी फक्त तुमची काळजी वाटली म्हणून तुम्हाला भेटायला आलो होतो.”

“मला खरोखरच असं वाटत होतं की, मी तुला आवडते.” मी बरळणं टाळण्याचा जास्तीत जास्त प्रयत्न करत होते. माझे शब्द कमी महत्त्वाचे वाटू नयेत, असाही माझा प्रयत्न होता. “नंतर बाहेर गेल्यावरही तू तेच सगळं पुन्हा बोललास. जाऊ दे ना नाझ.”

त्याचे डोळे आणि तोंड एका टोकाला वाकडं झालं होतं; पण त्याच्या दिलगिरीत कसला तरी नाटकीपणा होता. “माझ्यासाठी तू रिझबरोबर बोलशील का?”

“तो काय करतोय ते त्याला माहिती आहे. त्यानं काय करायचं हे मी त्याला कशाला सांगायला पाहिजे?”

प्रशस्त संगमरवरी खोलीतून एक स्त्री आणि पुरुष एकमेकांच्या हातात हात घालून हसत, झोकांड्या खात आले. तो रिझच्या विक्रेत्यांपैकी एक होता.

आमची काही तासांपूर्वीच ओळख करून देण्यात आली होती, त्या वेळी त्यानं सांगितलं होतं की, त्याची पत्नी बाहेरगावी गेली होती. त्याच्या पोहण्याच्या शॉर्टवर त्यानं सोडून दिलेला शर्टाचा भाग भिजलेला होता. ते पायऱ्या शोधत होते; पण आम्हाला बघितल्यावर ते लगेच थांबले. अजूनही ते हसत होते. नाझनं त्यांच्याकडे उबग आल्यासारखं पाहिलं. तो पुरुष वाकला. त्यानं आपला उजवा हात फिरवला, त्यामुळे ती दोघंही गोल गोल फिरली आणि रात्रीच्या अंधारात बाहेर पडली.

काही सेकंद तिथे फक्त जोरदार संगीताचा आवाज ऐकू येत होता. अखेरीस नाझ म्हणाला, ‘‘रिझला तो काय करतोय हे माहिती आहे, होय ना?’’

‘‘तुला काय म्हणायचं आहे?’’

‘‘फक्त तेवढंच. माझ्याशी न बोलणं त्याच्या हिताचं आहे. तुम्हा दोघांच्या हिताचं आहे!’’

संतापत त्यानं आपले दोन्ही हात पसरल्यावर मला खूप जोरात हसू आलं.

‘‘छान. हस, हस. तुला काय वाटतं मी तुला हे सगळं असंच घेऊ देईन?’’

‘‘तू वेडा आहेस का नाझ? तुझ्या अंगात काय शिरलंय?’’

‘‘माझ्या ते लक्षात आलंय. जर अब्बूंचा मृत्यू झाला तर रिझला सगळं काही मिळेल. तोच सगळ्यात मोठा आहे. मग कसली आलेय वाटणी? तो सगळं हडप करेल. फॅक्टरी, सगळा जमीनजुमला.’’

‘‘तुला असं वाटतंय? आम्ही असं काही करू असं तुला वाटतंय?’’

‘‘मला माफ कर शालिनी,’’ तो म्हणाला. त्यानं त्याच्या खिशातून फोन बाहेर काढला आणि हिरवळीकडे जाणाऱ्या दरवाजाकडे जाता जाता काही नंबर फिरवले. पायऱ्यांच्या तीक्ष्ण कडांवर मी पाठ टेकवली. कानाला लावलेला फोन खांद्यावर ठेवून त्यानं हात पुढे करून दरवाजा उघडण्यासाठी दरवाजाचं हँडल दाबलं. तो मागे वळला आणि हळूच पुटपुटला, ‘‘लैलाचा अधिक चांगल्या गोष्टींवर हक्क आहे. तिला तिची संस्कृती माहिती असली पाहिजे. अशा प्रकारे ती वाढता कामा नये.’’

दहाच्या सुमाराला संगीत बदललं. चित्रपटातील नृत्याच्या संगीतापासून आता ते अधिक तीव्र बनलं. त्याचा ठेका वाढला होता. गती वाढली होती. अचानकच ते चक्राकार गती आल्याप्रमाणे झपाट्यानं बदललं होतं. दीपनीता हिरवळीवर शूज काढून बसली होती. इतरांवर छाप पाडण्यासाठी बसल्याचा आविर्भाव स्पर्श तिच्या त्या बसण्यात होता. तिनं शर्टाची फक्त तीन बटणं लावली होती. डोळे मिटून घेतले होते. तळवे गालांवर दाबून धरले होते. अगदी निष्काळजीपणे, थोडासा आवाज करत ती पाय एका बाजूकडून दुसरीकडे वळवत होती. तिच्या तांबूस त्वचेवर जागोजागी तांबूस चमक उसळून बाहेर पडत होती. तिच्या ब्राच्या दोन्ही बाजू संत्र्याच्या टरफलासारख्या दिसत होत्या. आता डान्स फ्लोअर आणि हिरवळ यांच्यादरम्यान बहुधा चाळीस लोक उरले होते. त्या छोट्याशा खंदकाजवळ ते दारू पीत होते. तिथले ते खळखळ आवाज करत फिरणारे मासे आता दगडफुलासारखे काळपट-हिरवट दिसत होते. बगिचा आणि घर यांच्या मध्ये असलेल्या लहानशा पायऱ्यांवर रिझ एकटाच होता. तो शांतपणे सगळ्यावर देखरेख करत होता. त्याचे डोळे सेलोफेनच्या चमकत्या कागदासारखे दिसत होते, त्यामुळे त्याच्या एका मित्रानं डोप हे गुंगी आणणारं मादक द्रव्य विकत आणलं होतं, ते मला आठवलंच.

केसांना जेल लावलेल्या आणि अर्ध्या गालावर जन्मखूण पसरलेल्या एका वेटरला मी पोहण्याच्या तलावातील फेकून दिलेले शँपेनचे आणि व्हिस्कीचे प्लॅस्टिकचे ग्लास शोधून बाहेर काढायला सांगितलं. त्याच वेळी मला प्रवेशद्वाराजवळ आरडाओरडा ऐकू आला. सुरक्षारक्षक कशाला तरी नकार देत होता. जोरजोरात ओरडत होता; पण त्याच वेळी त्याचा गयावया करणारा आवाज दाबून टाकणारे जमावाचे कर्कश, जोरदार, संतप्त आवाज माझ्या कानांवर पडले. तिथे प्रचंड संताप उसळला होता. तो वृद्ध, जुना सुरक्षारक्षक जोरजोरात ओरडत, रडत होता. आम्ही कार घेऊन येत होतो, त्या वेळी प्रवेशद्वार उघडणं, कुरिअरमधली पाकिटं घेणं, जनरेटर सुरू करणं ही त्याची कामं होती. अरे बापरे. ते फक्त एवढंच नव्हतं. त्या आवाजापाठोपाठ बारा, पंधरा पुरुष आत घुसले. त्यांच्या हातातील लाठ्या माझ्या डेझीच्या आणि पेट्युनिआच्या कुंड्यांवर गोल्फच्या स्टिकप्रमाणे फिरवत ते आत घुसले. त्या मार्गावरच्या कमी उंचीच्या हॅलोजन दिव्यांवरही ते लाठ्यांचे आघात

करत होते. अचानकच सगळं स्वप्नवत घडत होतं. जणू काही झोपडपट्टीतलं दृश्य आमच्यासाठी लागू करण्यात आलं होतं. मला मळमळ होऊ लागली. माझ्या पोटात ढवळू लागलं. आमच्या भिंतींवर आघात करणाऱ्या त्या कडवट लोकांविषयी माझ्या मनात एकदम जाणीव निर्माण झाली. प्रत्येक गोष्ट ढासळत होती; पण त्याच वेळी आत कुठेतरी ठामपणा होता. चिंता, भीती आणि संतापामुळे स्पष्टता येत होती. मद्यधुंद जग झपाट्यानं निवळत चाललं होतं. रिपीटर्सच्या बुटांचा खाड्खाड् येणारा आवाज, धक्का बसल्यामुळे विव्हळणारे आमचे पाहुणे, हवेतून बसणारे लाठ्यांचे फटकारे, काही वेळा ते फटकारे पानांवर आदळत होते. काही वेळा मोठ्या झुडपांना तडाखे मारून मोडून टाकत होते. हे सगळं अगदी मंद गतीनं, स्लो मोशन दृश्यासारखं सुरू होतं. जणू काही घर, बगिचा आणि त्यात असलेला प्रत्येक जण तपकिरी पिवळ्या रंगाच्या तैलस्फटिकात बंदिस्त झाला होता. ते फुलांच्या ताटव्यांतून जात होते. त्यांच्या बुटांनी दमट घाणेरडी ढेकळं उकरून वर येत होती. त्या पांढऱ्या पँट आणि पांढरे शर्ट घातलेल्या लोकांना मी पहिल्यांदा बगिचाजवळच्या घरात राहणाऱ्या जोडप्यासाठी ते आले होते, तेव्हा बगिचात बघितले होते. आता रिझ पायऱ्यांजवळ नव्हता. तो कुठेच दिसत नव्हता. तो आम्हाला सोडून गेला होता? त्यानं तसं करायला नको होतं. *तो ते कसं काय करू शकला होता?* मी आता घामानं निथळत होते आणि त्याच वेळी थरथरतही होते.

त्यांनी बागेला घेराव घातल्यावरच डीजे गौरवचं त्यांच्याकडे लक्ष गेलं. एक रिपीटर कमी उंचीच्या व्यासपीठावर चढला. गौरवनं आपले हात जवळ घेतले. त्या प्रकाशामुळे त्याचे डोळे हिरवे दिसत होते. रिपीटरनं त्याच्या कर्मचाऱ्याला गौरवच्या छातीवर ढकललं. त्यानंतर रिपीटरनं गौरवच्या डोक्यावर हातातील लाठीनं क्षणार्धात विजेच्या वेगानं प्रहार केला. त्यानंतर त्यानं पुन्हा एकदा प्रहार केला. त्रिकोणाकृती दिवे अंधारले. नृत्यासाठी वापरले गेलेले लाइट विझले. आम्ही जवळजवळ अंधारातच होतो. फक्त बगिचातील काही दिवे तेवढेच सुरू होते.

आमचे मित्र एकमेकांच्या अगदी घट्ट जवळ गोळा झाले होते. त्यांच्यापैकी अर्धे डान्स फ्लोअरवर होते आणि अर्धे दुसरीकडे होते. पुरुषांनी सैलसर रिंगण तयार

केलं. काही जण त्यांच्या फोनवरून ओरडत होते. प्रत्येक चेहऱ्यावर खासगी विव्हळपणा दिसत होता. मी त्या हवा भरण्याच्या घसरगुंडीकडे जाण्याच्या मार्गावर अर्ध्यापर्यंत चालत गेले होते. मी पूर्ण गोठून गेले होते. वेटर आणि बारमधील कर्मचाऱ्यांना अन्नाच्या शामियान्यात शेळ्या-मेंढ्यांसारखं कोंबलं गेलं होतं. एक रिपीटर खाद्यपदार्थाच्या प्रत्येक ट्रेमध्ये नाक खुपसून वास घेत होता. तिथे कायद्यानं निर्बंधित केलेल्या मांसाचा एखादा पदार्थ आहे का हे तो शोधत होता. ते झाल्यानंतर संतापानं आणि तिरस्कारानं बेभान होत, त्यानं ते सगळे ट्रे लाथेनं जमिनीवर पाडले.

त्यानंतर तिथे माझ्या नवऱ्याचा आवाज आला. त्याला मोठ्या आवाजात बोलायचं होतं, त्यामुळे तो ओरडत होता आणि त्यात त्याचा आवाज फाटला होता. ''इथे हा सगळा काय तमाशा चाललाय?''

प्रत्येकानंच वळून बघितलं. एका हातात पिवळसर रंगाची मेणबत्ती आणि दुसऱ्या हातात कशीबशी मुलांची क्रिकेटची बॅट पकडून रिझ पायऱ्यांवर उभा होता. त्या वस्तू त्याला कुठे सापडल्या होत्या ते माझ्या लक्षात येत नव्हतं. त्या प्रशस्त भागातील लाइटमुळे त्याचा चेहरा चमकत होता. त्याच्या हातातील बॅट त्यानं त्याच्या पायाजवळ टाकून दिली. त्यानंतर सेलफोन वर उचलून झळकवत तो ओरडला, ''तुम्ही कोणाच्या घरात आहात याची तुम्हाला काही कल्पना आहे का?'' त्यानं छाती पुढे काढली होती. रागानं त्याचे पाय थरथरत होते. ''मी कोणाला फोन करू शकतो हे तुम्हाला माहिती आहे का? मी तुम्हा सर्वांना तुरुंगात टाकण्याच्या आत इथून चालते व्हा.''

काही क्षण कोणीच काही बोललं नाही. हिरवळीवरच्या त्या गुंडांना रिझला पकडण्याची घाई झाली होती; पण कुठल्या तरी गोष्टीमुळे त्यांची हिंमत होत नव्हती. कशामुळे तरी त्यांचे पाय जखडले गेले होते. बेफाम घोड्यांना अदृश्य लगामानं अडवलं होतं. ''पण तू कोणाला फोन करणार आहेस रे नवाबजाद्या?'' एक अगदी मुलायम; पण प्रक्षुब्ध आवाज माझ्या मागच्या बाजूनं किणकिणला. तिथे नुकत्याच पसरलेल्या शांततेचा त्या आवाजानं भंग झाला. मला पहिली गोष्ट दिसली ती पांढऱ्या केसांचा झुबका. ''मला आता सांग, तू कोणाला फोन करणार आहेस?'' नक्कीच तो तोच रिपीटर होता.

त्यानंच त्या दिवशी प्रमुख भूमिका बजावली होती आणि नेतृत्व केलं होतं. बगिचाच्या मार्गावरून तो खाली चालत आला. जणू काही सगळे शिपाई हतबल झाल्यानंतर सम्राटानं युद्धक्षेत्रात प्रवेश केला होता.

रिझनं कसलाही प्रतिसाद दिला नाही. त्याच्या फोन नंबर लिहिलेल्या डायरीतून तो नंबर शोधत होता. त्याच वेळी एका रिपीटरनं त्याच्या सर्व शक्तिनिशी रिझवर पाठीमागून प्रहार केला, त्यामुळे तो उसळून पुढे पडला. त्याच्या हातातून मेणबत्ती गळून पडली. तो वाकडातिकडा होऊन पडला होता. त्याची मान झटका बसून मागे गेली होती. त्याच्या तोंडातून अस्फुट किंकाळी बाहेर पडली. त्याला कुठेही स्थिरपणे पाय ठेवायला जागा मिळाली नाही. तो पायऱ्यांवरून धडपडून पडला. मी आणि रिपीटर्सचा तो प्रमुख नेता एकाच वेळी हिरवळीच्या विरुद्ध टोकांकडून माझ्या नवऱ्याकडे धावलो, ही गोष्ट तशी विचित्र होती. नकुल हा आमच्या खूप जुन्या मित्रांपैकी एक होता. तो नेहमीच रिझचा स्क्वॅशमधील जोडीदार होता. तोही पायऱ्यांच्या दिशेने झपाट्यानं निघाला होता. तेवढ्यात हवेतून भिरभिरत एक लाठी आली आणि त्याच्या गळ्याच्या पुढे आलेल्या हाडावर जोरात आदळली. तो जमिनीवर पडला. त्याला किंकाळी फोडण्याचाही अवकाश मिळाला नाही. तो कण्हत होता. मुसमुसत होता. त्यानं त्याचा गळा पकडला होता. त्याची पत्नी त्याच्याकडे धावत निघाली होती; पण तिला पोनीटेल धरून मागे खेचलं गेलं, त्यामुळे ती गुडघ्यावरच कोसळली.

मी रिझजवळ पोहोचले तेव्हा रिझ धापा टाकत होता. मी त्याचं डोकं मांडीवर घेतलं. त्यानंतर मला जवळ येणाऱ्या आणि धाड्धाड् पडणाऱ्या पावलांमुळे धरणीकंप झाल्यासारखा वाटू लागला. मला जवळून संतप्त उग्र घामाचा भपकारा येऊ लागला. चारही बाजूंनी आपटल्या जाणाऱ्या पावलांचा आवाज, घामाचा भपकारा, हळूहळू आवाजातील अपमानास्पद, निर्भर्त्सना करणारी भाषा या सगळ्या गोष्टी आणखी आणखी जवळ येऊ लागल्या. अगदी आम्हाला येऊन भिडल्या. ते आम्हाला ढोपरांनी, पावलांनी आणि मुठींनी मारत होते. अक्षरशः लाथा-बुक्क्यांनी तुडवत होते. त्यांनी आम्हाला जमिनीवर ढकलून दिलं. डोळ्यांवरच्या अश्रूंच्या पडद्यातून मी किंचित डोळे उघडून बघितलं त्या वेळी मला रिझच्या डोळ्याच्या वरच्या

बाजूला भळभळती जखम दिसली. त्याचा शर्ट रक्तानं भरला होता आणि कमरेजवळ फाटला होता. आमच्या पाहुण्यांना महिलांची एक आणि पुरुषांची एक अशा दोन रांगांत उभं करण्यात आलं होतं. त्या गटापासून मला वेगळं करण्यात आलं होतं.

"तुम्हाला काय वाटलं होतं?" तो नेता ओरडला. तो पाहुण्यांच्या त्या दोन रांगांमधून पुरुषांच्या चेहऱ्याकडे पाहत आणि महिलांचं मूल्यमापन करत चालत होता. "सगळीकडे आम्ही पाण्यासाठी मरत आहोत आणि तुम्ही असे जगता? तुम्हाला नियम लागू होत नाहीत? तुम्ही लाच देता?"

एक कमकुवत, हडकुळा, उभट कपाळाचा रिपीटर माझ्या मागे थांबला होता. मी वळल्यावर त्यानं लाठी उगारली. माझ्या मांडीवर त्यानं ती मारली. मी माझे पाय मोकळे केले होते आणि त्याच वेळी त्यानं काठी मारली होती. ती माझ्या लांबलचक ड्रेसच्या फटीतून आत घुसली. अचानक माझ्या बेंबीच्या खालची वाघाची प्रिंट असलेली त्रिकोणी आकाराची पँटी सगळ्यांना दिसली. त्याबरोबर रिपीटर म्हणाला, "हिनं तर हॉटेलमधल्या वेश्यांसारखा ड्रेस घातलाय." तो जोरजोरात हसत होता. मी लगेच माझ्या मांड्यांवर पुन्हा कपडा घेतला; पण प्रत्येकानं ते बघितलं होतंच. हे सगळं खरं नाही, सगळं खोटं आहे, असं मला सारखं वाटत होतं आणि तसं वाटणं कमी होत नव्हतं. मला अचानकच लाज वाटली. कारण, आधी मला भीतीनं, तणावामुळे लघवी झाली होती, त्या वेळी माझी पँटी ओली झाली होती.

"तिला इकडे आणा," त्या नेत्यानं आदेश दिला. मला एका रिपीटरनं ओढत नेलं. त्यानं माझ्या नितंबावर हात ठेवून मला ओढलं होतं. त्याची जाडजूड बोटं माझ्या पातळ कॉटन ड्रेसमधून मला खुपत होती.

"तुला मी आठवत नाही?"

"नाही."

तो कदाचित नाझच्या लक्षात असू शकतो; पण माझ्या तो लक्षात नव्हता. – *नाझ, नाझ कुठे होता? तो मदत करू शकला असता. तो असा सोडून कुठे गेला होता?* मला त्या माणसाभोवती असलेली प्रभावळ फाडायची होती. त्याला छोटा बनवायचं होतं. मी म्हणाले, "तुला काय वाटतं की, मी तुझ्यासारख्या एखाद्याला लक्षात ठेवेन?"

"तुला ठेवावं लागेल. मी तुला एखाद्या लहान मुलासारखं सुरक्षित ठेवलेय. सगळ्या घाणेरड्या लोकांना बाहेर ठेवलंय. तुझ्या भिंतींवर पहारा ठेवलाय. कारण, आपलं रक्त एकच आहे.''

"मी तुम्हाला काहीही करायला सांगितलं नव्हतं. माझं तुम्ही संरक्षण करावं असंही मला वाटलं नव्हतं.''

"पण मी तुला लक्षात ठेवलंय...''

मला जोरात किंचाळावंसं वाटलं. माझे सर्वांत जुने मित्रही माझी नजर चुकवत होते. ते आता खूपच वेगळे वाटत होते. मला ते चेहरे जणू माहितीच नव्हते. मी त्यांना ओळखतच नव्हते. नकुल जमिनीवरून उठला होता. औरी गुडघ्यांवर बसली होती. ती हुंदके देत होती. त्याच्या गालांवर थोपटत होती. आधी तो सुरुवातीला गडाबडा लोळल्यासारखा करत होता. इंटरनेट व्हिडिओ बफरिंगसारखा.

"तुझा नवरा हा हिंसाचारी माणूस होता,'' रिपीटर त्या हिरवळीवर सगळ्यांना ऐकू जाण्याएवढ्या आवाजात ओरडला. "ते त्याच्या रक्तातच असलं पाहिजे. त्यांना फक्त एकच गोष्ट समजते.'' त्यानं एकदा झटकन रिझच्या एका बाजूला लाथ हाणली. "तू कुठलीही गोष्ट घेऊ शकशील, असं तुला वाटतं की काय?'' त्यानं रिझकडे खाली वाकून बघत विचारलं.

"तुला आमच्याकडून काय हवंय?'' मी ओरडून विचारलं. "प्लीज. तुला हवं ते ने. आम्ही तुझ्यासाठी काय करू शकतो?''

एक रिपीटर पाठीमागून पुढे आला. "आम्हाला असं सांगण्यात आलं की, तुला एक मुलगी आहे.''

त्याच्या डोळ्यांभोवतीची त्वचा सुरकुत्या पडून लोंबकळत होती. जणू काही त्याला कधीच चांगली झोप लागली नव्हती. आता फक्त मी आणि तो माणूस होतो. इतर कोणीही महत्त्वाचं नव्हतं.

मी त्याच्या दिशेनं एक पाऊल टाकलं. हात जोडले. त्याच्या चेहऱ्याकडे रोखून बघितलं. त्याच्याकडे प्रेमानं बघितलं आणि म्हटलं, "प्लीज सर, ती निष्पाप आहे. प्लीज.''

“मला माहिती आहे की, ती निष्पाप आहे म्हणून तर आम्ही तिला आमच्याबरोबर नेत आहोत.”

“नको सर. प्लीज, असं करू नका.”

“तिची काळजी घेतली जाईल.”

माझं डोकं गरगरू लागलं. माझे विचार मला शब्दांत मांडता येईनासे झाले. लैला माझ्याकडे धावत येत असल्याचं दृश्य अचानकच माझ्या नजरेसमोर तरळू लागलं. पुनःपुन्हा माझ्या तोंडून एक कण्हल्यासारखा आवाज बाहेर पडत राहिला. दीपनीता माझ्या बाजूला आली. मी तिच्या अंगावर झुकले. मी खाली जमिनीवर पडले. काही सेकंदांनी माझी शुद्ध परतली, त्या वेळी माझ्या मैत्रिणीला माझ्यापासून फरपटत दूर नेण्यात आलं होतं. तीही किंचाळत होती. तीन रिपीटर त्यांच्या नेत्याभोवती चर्चेसाठी गोळा झाले होते.

“ती तिथे नाही.”

“म्हणजे काय? तुम्ही काय बोलताय?”

“ब्रदरनं जो फोटो पाठवला, तशा चेहऱ्याची एकही मुलगी वर नाही.”

त्या नेत्यानं माझ्याकडे पाहिलं. “तिची आया कुठं आहे?”

“आम्हाला तीसुद्धा कुठेच दिसली नाही,” रिपीटरनं उत्तर दिलं. “आम्हाला वाटलं की, त्या दोघी स्वयंपाक्याच्या खोलीत लपल्या असतील; पण तीसुद्धा रिकामी होती.”

त्या नेत्यानं शिव्याशाप दिले आणि हातातील लाठी ताड्कन झाडाच्या बुंध्यावर आपटली. “एकजात सगळे मूर्ख लेकाचे! इथून ज्या वेळी निघाल त्या वेळी लगेच हिला ट्रकमध्ये टाका,” तो म्हणाला.

चार लोक रिझला घेऊन निघाले होते. तो माझ्याकडे टक लावून बघत होता. त्याच्या म्लान नजरेत क्षमायाचना होती, तरीही काय घडत होतं, काय घडलं होतं ते माझ्या लक्षात आलं नव्हतं. असा चेहरा सुजलेला असताना माझा नवरा उद्याच्या मोठ्या मीटिंगला कसा काय जाणार होता? मी उद्या त्याच्यासाठी येणाऱ्या मिश्रांना काय सांगणार होते?

ते रिझला तिथून दूर घेऊन चालले होते. मला त्याचा दिसलेला अखेरचा चेहरा भयानक वेडावाकडा झाला होता. त्याचा चेहरा मला ओळखीचा वाटत होता;

पण मला जशी अपेक्षा होती तसा तो नव्हता. आरशात बघून तुम्ही तुमचा चेहरा वेडावाकडा करता तसा तो दिसत होता.

मग मी एकटीच होते. लैला एकटी होती. माझ्या एकमेव कामात मी अपयशी ठरले होते. माझ्याकडच्या एकमेव कामात.

पाण्याचा ग्लास. मला गोळी घ्यावीच लागणार होती.

प्युरिटी कॅम्प

माझं जे गेलं होतं, ते माझ्याकडून मागून घेतलं गेलं नव्हतं, तर माझीच, माझ्यातलीच कोणती तरी गोष्ट गेली होती. माझ्या अस्तित्वाचा एक भाग काढून घेतला गेला होता. त्या भागात माझा आपलेपणा, मायेचा ओलावा, आनंद, इच्छा असं सगळं काही होतं. कदाचित, माझ्या स्वतःमधून मी ते काहीतरी निर्माण केलेलं होतं.

ट्रक एका तारेच्या कुंपणापर्यंत आला. त्याची वरची तावदानं वाऱ्यानं लव्हाळ्यासारखी वाकली होती. निम्मं आकाश जुन्या कार्बन पेपरसारखं डागाळलं होतं. ट्रकच्या केबिनमध्ये आमच्याकडे तोंड करून रिपीटर बसले होते. आम्ही बाकड्यांवर बसलो होतो आणि आमच्या पाठी त्यांच्याकडे होत्या. ट्रकच्या खुल्या कॅनव्हासची फडफड सुरू होती. त्या कॅनव्हासकडे भकास नजरेनं आम्ही पाहत होतो. आमची पार्टी केव्हाच अंधूक, धूसर बनली होती. ती भूतकाळात नजरेआड बंदिस्त झाली होती; पण काही क्षणांत किंवा अगदी क्षणार्धांत एखाद्या तप्त लोखंडासारख्या माझ्या मनात सावल्या उमटत होत्या. रिझच्या डोळ्यांवरची भळभळती जखम, तिचं भळभळणं कधीच थांबणार नव्हतं. त्याच्या चेहऱ्यावर जमा झालेला चिखल, केस आणि रक्ताचा थर. वरच्या मजल्यावर असलेली आणि पांघरुणात झोपून तिच्या जिवलग मैत्रिणीशी कानगोष्टी करणारी लैला. रोमहर्षित झालेली. चित्रपटाकडे दुर्लक्ष करणारी. माझ्याकडे दुर्लक्ष करणारी लैला. तिचा केक घराच्या आकाराचा होता. त्यात धूर ओकणारं धुराडं, नागमोडी रस्ता होता. तो खिडकीपर्यंत जात होता. तिचे पक्ष्यांसारखे हात माझ्या हातात होते. प्लॅस्टिकच्या सुरीनं आम्ही ती सुरी केकमध्ये दाबून केक कापला होता.

संपूर्ण रात्रभर रिपीटर्स त्यांच्या हातातील लाठ्या, काठ्या ट्रकच्या धातूच्या चौकटीवर आपटत होते. त्यांनी आम्हाला पाणीही दिलं नव्हतं. इंजिनचा मोठा आवाज आणि छतातून येणारी उष्णता माझ्या क्वचितच लक्षात येत होती. माझ्या पावलांवर आलेले फोड अगदी नंतरच माझ्या लक्षात आले होते.

माझ्या मनात फक्त एकच विचार पुनःपुन्हा डोकावत होता. तो एक गैरसमज होता हे आता मला समजतंय. तो माझ्या मेंदूत सतत येत होता. रस्त्याचे दोन भाग करणाऱ्या आणि ट्रकच्या खालच्या भागातून निसटून आमच्या मागच्या काळ्या खोल दरीत जात असल्यासारख्या दिसणाऱ्या पांढऱ्या पट्ट्यांच्या मालिकेसारखाच तो विचारही अखंड, अविरत होता. मी जर हा ट्रक परत फिरवला तर मी पुन्हा पार्टीत रिझकडे, लैलाकडे पोहोचेन. आता ती दोघं आणि तिथल्या त्या सगळ्या गोष्टी कशा होत्या ते मला पाहता येईल. लैलाला उद्याची सकाळ तिची प्रेझेंट्स उघडून बघण्यात घालवता येईल. रिझ अजूनही उद्याच्या मीटिंगला जाऊ शकेल. आम्ही रात्रीच्या जेवणासाठी बाहेर जाऊन संध्याकाळ साजरी करू शकू. मला जर माझं घर पुन्हा परत मिळवता आलं असतं, तर रिझ परत आला असता. तिथे लैला असती म्हणून मला जे काही अगदी करावंच लागणार होतं, ते होतं माझ्या घरात मी परत जाणं. मला परतणं भाग होतं. जसजसं आमच्यातलं अंतर वाढत चाललं होतं, तसतसा मला माझ्या खांद्यांवरचा भार वाढत चालल्याचं जाणवू लागलं. मला रोखणारा बंध, लैला. ते मला पुढे जाण्यास भाग पाडत असताना लैला मला मागे खेचत होती.

माझ्या डोळ्यांतून ओघळणारा कोमट आणि खारटपणामुळे जड झालेला अश्रू माझ्या तोंडापर्यंत पोहोचला होता. एका स्त्रीनं तिथेच लघवी केली, त्यामुळे तो प्लायवूडचा बाक भिजला. पहिल्यांदा प्रतिक्षिप्त क्रिया म्हणून मी बाकावरून उडी मारून कडेला सरकले; पण नंतर तेही फारसं महत्त्वाचं वाटेनासं झालं. हट्टीपणानं मी अलिप्त बनले, तरीही माझा ड्रेस त्या द्रवात भिजल्याचं आणि माझ्या मांडीवर त्याचा ओलेपणा जाणवत असल्याचं माझ्या लक्षात आलं. आणखी एक तरुणी ट्रकच्या एका बाजूला बसली होती. रस्त्यांवरच्या दिव्याच्या प्रकाशात ती अधूनमधून दिसत होती. तिचा चेहरा कोरा होता. कावेबाजपणामुळे सर्वस्व लुबाडलं गेल्यानं ती अतिशय दुर्बल, सहज भेद्य

असल्यासारखी, हळवी दिसत होती. ती भकास नजरेनं समोर बघत होती, खरं तर काहीच बघत नव्हती. जणू काही मला तिच्या रूपानं माझंच चित्र दिसत होतं. आम्ही प्रवेशद्वाराजवळ आलो. संपूर्ण प्रवेशद्वारभर असलेल्या कुंपणावर साईनबोर्डवर लाल रंगाच्या कवट्या चितारलेल्या होत्या. याचा अर्थ त्या कुंपणात विद्युतप्रवाह सोडलेला होता, हे स्पष्ट होतं, त्यामुळे तिथून रस्त्यावर जाणं कधीही शक्य नव्हतं.

जमिनीवर खुरटी झाडंझुडपं होती. त्यांच्यावरच्या गडद करड्या रंगाच्या प्रकाशामुळे अंधार थोडा कमी झाला होता. आम्ही एकूण चौदा स्त्रिया होतो. बहुतेक सगळ्याच तरुण होत्या. जवळजवळ माझ्याच वयाच्या. एका मुलीच्या हातावर बँडेज बांधलेलं होतं. त्यावर लाल आणि आयोडिनचे पिवळे डाग होते. आम्ही ट्रकच्या बाहेर पडलो त्या वेळी माझ्या अंगावर असलेली लांब निळी चादर फाटली. तेव्हा पार्टीतून अनेक प्रकाशझोत बाहेर पडले होते; पण ते आठवल्यावर पुन्हा एकदा मला ते सगळं खूप लांब गेल्याची जाणीव झाली. माझी मोलकरीण माझ्या आवडीची चादर माझ्या पलंगावर घालत होती. शामियान्यासारखे तंबू उभारणारे लोक आमच्या हिरवळीवर नारिंगी आणि लाल रंगाचे शामियाने उभारत होते. केक कापण्याच्या थोडाच वेळ आधी लैलानं तिचा फ्रॉक तिच्या कमरेपर्यंत वर घेतला होता. प्रत्येक जण हसत होता. प्रत्येक जण गात होता. *तिनं कशाची इच्छा केली होती?*

आकाश मोतीया निळसर रंगानं निस्तेज झाल्यासारखं दिसू लागल्यावर पक्ष्यांना जाग आली. ते वाऱ्याच्या प्रवाहांवर उंचावर तरंगत होते, झेपावत होते. त्यांचं स्वातंत्र्य हानिकारक, अवास्तव वाटत होतं. रिपीटर्सनी ट्रकमधून आम्हाला एका लहानशा पांढऱ्या इमारतीच्या बाहेर असलेल्या मातीच्या पटांगणावर नेलं. त्यांनी आम्हाला एका रांगेत गुडघ्यावर बसायला लावलं. माझ्या ड्रेसची फडफड होत होती आणि त्याची टोकं माझ्या मांड्यांपर्यंत आली होती. माझे हात आणि खांदे उघडे होते. पण सकाळी थोडा दिलासा मिळाला. संकट टळल्याची जाणीव झाली. सूर्य वर आला तशी त्या पुरुषांना त्यांच्या जबाबदारीची जाणीव झाली. रात्री ते काहीही करू शकले असते. जणू काही त्यांच्यातील क्षुद्रपणा, अधमपणा, त्यांची अधिकाराची अतिलालसा हे फक्त दिवसाच्या झगझगीत प्रकाशातच दिसू शकत होतं.

आम्ही दुबळ्या होतो. एकट्या होतो आणि परिपक्क होतो. आम्ही कुटुंबाच्या, प्रौढांच्या इच्छेविरुद्ध जाऊन, समाजाच्या हेतूंच्या विरोधात जाऊन लैंगिक संबंधांची निवड केली होती. रात्रीच्या वेळी रिपीटर्सनी आम्हाला त्यांच्या लाठ्या-काठ्यांनी झोडपून काढलं होतं. त्यासाठी त्यांनी मांसल मांड्या, पोटाच्या कडेचे भाग यांची निवड केली होती. त्यांच्या लाठ्या-काठ्यांची धारदार टोकं तिथे खुपसली होती.

आम्ही गुडघ्यावर बसून वाट पाहत होतो. पहिल्या रांगेतील महिला ओरडत होती. त्यांनी तिला फरपटत इमारतीत नेल्यावर तर ती किंचाळू लागली. लांडग्यांच्या आक्रोशासारखा ती आक्रोश करत होती. ते तिचं नशीब नव्हतं. ते कधीही तिचं नशीब नव्हतं. मी अवसान गोळा करण्याचा प्रयत्न केला. त्या इमारतीच्या कंपाउंडच्या सभोवताली कमी उंचीच्या टेकड्या, ग्रॅनाईट आणि तांबंमिश्रित माती होती. तिथूनच खाणकाम करून खनिजं बाहेर काढली जात होती. अगदी तेव्हासुद्धा तुम्हाला जमीन खुदाई करणारी दोन पिवळी यंत्रं दिसली असती. सुमारे साडेसहा कोटी वर्षांपूर्वीच्या म्हणजेच क्रिटॅशियस काळातील जमीन उकरणाऱ्या पक्ष्यांप्रमाणं ती यंत्रं जमिनीला भिडत होती. खोदकाम करणाऱ्या यंत्रांनी ढगांसारखे जाडजूड, लाल ढिगारे बाजूला केले. माझ्या ते आधीच म्हणजे त्या पहिल्या दिवशीच्या सकाळीच लक्षात आलं होतं की, ही जागा इतर सर्वांपासून स्वतंत्र, अलग आणि दूरवर होती. अगदी काही महिने उलटल्यानंतरही बाह्य अस्तित्वाचं कोणतंही चिन्ह तिथे नव्हतं. तिथे रोज एकसारख्याच गोष्टी सुरू होत्या. पक्षी होते, दूरवरच्या उंचवट्याच्या भागावरून जाणारी एखादी मोटरसायकल, खाणीतून उडणारे सुरुंग सगळं सारखंच होतं. आम्ही खोऱ्यात येण्यापूर्वीचे या टेकड्यांभोवती गुंफलेले अहवाल आता मला विचित्र, अवास्तव असल्याचं दिसत होतं.

अचानकच माझ्या नजरेसमोर एक दृश्य आलं. लैला एका रुंद, रिकाम्या रस्त्यावरून चालत निघाली आहे. तिची माझ्याकडे पाठ आहे. माझी व्याकूळता शीगेला पोहोचल्याचं मला जाणवतं. मी ते दृश्य माझ्या डोळ्यांसमोरून बाजूला भिरकावते; पण ते पुन्हा माझ्या समोर येतं. सतत येत राहतं. हळूच कमकुवतपणे येणाऱ्या आणि अपराधी भावनेनं गुपचूपपणे निघून जाणाऱ्या धुरासारखं.

लांब, पांढरा सैलसर झगा आणि सैलसर पायजमा घातलेली एक उंच, धिप्पाड नर्स आमच्याकडे आली. मी आतापर्यंत पाहिलेल्या महिलांमध्ये ती सर्वांत धिप्पाड महिला होती. ती सहा फूट उंच होती. तिचा कोपरापासून मनगटापर्यंतचा हात लोखंडी कांबीसारखा होता आणि तिच्या हातात एक भली मोठी प्लॅस्टिकची पाण्याची बाटली होती. त्या बाटलीचा वरचा उंच भाग तिनं आपल्या दोन बोटांत पकडला होता. जणू काही त्या बाटलीला कसलंच वजन नव्हतं. द्रवीभवनामुळे बाटलीच्या तोंडाशी वाफ साचली होती. मला किती भरपूर तहान लागली होती! आम्ही सगळ्याच अपेक्षेनं पुढे झुकलो. ती नर्स रांगेच्या एका टोकाला आली. ''वाया घालवू नका,'' ती म्हणाली आणि नंतर ओळीनं तिनं प्रत्येक स्त्रीच्या ओंजळीत पाण्याची धार सोडली. सूर्यप्रकाशात ती पाण्याची धार चंदेरी दिसत होती. ती माझ्यापासून दोन स्थानं मागे होती, त्याच वेळी कोणीतरी तिचा गुडघा पकडला.

''आम्ही कुठे आहोत?'' अगदी लाजऱ्याबुजऱ्या वाटणाऱ्या एका मुलीनं विचारलं. तिचा आवाज बसला होता. ती रात्रभर रडत, ओरडत होती. ती अगदी सडपातळ, छोटीशी होती. तिची पातळ जीन्स तिच्या नितंबावरून खाली घसरली होती. ''ही कुठली जागा आहे?''

''तुमच्या सगळ्या प्रश्नांची उत्तरं दिली जातील,'' ती नर्स म्हणाली.

''थांब,'' ती मुलगी थरथरत्या आवाजात म्हणाली. त्या नर्सच्या झग्याला एखाद्या भिकाऱ्याप्रमाणे तिनं अतिशय दुःखानं घट्ट पकडून ठेवलं होतं. ''तुला समजत नाही. मला परतावंच लागेल. तुम्हाला मला परत जाऊ द्यावंच लागेल.'' त्या नर्सच्या चेहऱ्यावर लडिवाळ स्मित होतं. माझ्या डावीकडे असलेल्या महिलेनं खोल, कर्कश आवाजात गुरगुरल्यासारखं म्हटलं, ''ते राहू देत. तिला आमच्यापर्यंत पुढे येऊ दे.'' त्याबरोबर तिथे होकारार्थी हुंकार भरून राहिले. ''तुला लवकरच पुरेशी माहिती समजेल,'' ती नर्स म्हणाली. तिनं तिच्या तावडीतून स्वतःची सुटका करून घेतली आणि चेहऱ्यावर तेच स्मित ठेवत ती रांगेतून पुढे येत राहिली. ती मुलगी हुंदके देऊ लागली.

पाणी गोड आणि थंड होतं. माझ्या छातीत बर्फाळ प्रवाह गेला, त्यामुळे माझा श्वास अडकल्यासारखा झाला. त्या नर्सनं पाणी ओतणं थांबवेपर्यंत मी पाणी पीत राहिले. त्यानंतर मी पुन्हा एकदा आजूबाजूला पाहू शकले. ती रचना एल आकाराची होती. तिला चार मजले होते. सर्वसामान्यपणे समान अंतरावर वर

आणि खाली खिडक्या आणि दरवाजे होते. अनेकांना एकत्रितपणे झोपता, राहता यावं यासाठी बांधलेली ती खोली होती हे स्पष्ट होतं. दंडगोलाकार काँक्रीटच्या टाकीच्या मध्यभागी एक जल मनोरा होता आणि त्याला एक भलामोठा तडा गेला होता. पुढे बरीचशी काटेरी झाडं होती. त्याच्या पुढेच चांदई असलेलं बराकींसारखं शेड होतं. त्या बराकींना अगदी जमिनीपर्यंत लांब असलेल्या कित्येक खिडक्या होत्या. आमच्याबरोबर रात्री त्या प्रवासात असलेले रिपीटर्स आता त्या शेडकडे चालले होते. प्रत्येकाच्या पाठीवर एक लहानशी बॅग होती. ते सगळीकडे होते. आमच्या समोरच्या इमारतीच्या सभोवताली होते. छपरावरून त्या संपूर्ण परिसरावर ते पहारा ठेवून उभे होते.

पांढरे कपडे घातलेल्या काही महिला त्या झोपण्याच्या सामाईक मोठ्या खोलीतून बाहेर पडल्या. दोन खूप उंच नर्स त्यांचं नेतृत्व करत होत्या. त्यांची सुरू असलेली दैनंदिन कामं, त्यांच्या शिस्तबद्ध हालचाली आम्ही मूकपणे पाहत होतो. सुरक्षारक्षक मला नेण्यासाठी येईपर्यंत माझे पाय आतून जडावले होते. पायांतून स्थिरपणे रक्त उसळत असल्यासारखं वाटत होतं. आकाशात सूर्य चांगलाच वर आला होता. सुरक्षारक्षकानं त्याच्या बुटाचा अंगठा माझ्या मांडीवर ठेवला. मी त्याच्याकडे दुर्लक्ष केलं. त्यानं माझं कोपर पकडलं आणि हिसडा देऊन मला वर उठवलं. माझ्या गुडघ्यांमध्ये खूपच वेदना होत होत्या, त्यामुळे मी जवळजवळ जमिनीवर कोसळलेच. मी त्याला जोरात बाजूला ढकलून दिलं. त्यासाठी मला मिनिटभर लागलं; पण मी स्वतःच तिथून चालत कार्यालयाच्या त्या लहान इमारतीत गेले.

==

खुल्या कॉरिडॉरला हिरव्या रंगाचे शटरचे अनेक दरवाजे होते. मधल्या खोलीत एक टक्कल असलेला माणूस बाकाच्या पलीकडे बसला होता. त्यानं शिंगांच्या किंवा कासवाच्या पाठीवरच्या कवचाच्या रंगाचा चष्मा लावला होता. त्याच्या चेहऱ्यावर खरं तर बुजरं स्मित होतं. एअर कंडिशनरचा आवाज घुमत होता. माझ्या ड्रेसच्या पाठीमागच्या बाजूवर घाम येऊन सुकला होता, त्यामुळे मला हुडहुडी भरली. रिपीटरनं लाकडी खुर्चीकडे निर्देश केला. त्या खुर्चीवरून तागाचं कापड लोंबकळत होतं. त्यानंतर तो पुन्हा आक्रसल्यासारखा झाला.

‘‘मी डॉ. अय्यर,’’ तो टकलू म्हणाला. जणू काही मी तिथे त्याच्याकडे सल्ला मागायला आले होते, अशा आविर्भावात त्यानं माझ्याकडे बघून त्याचा हात सहज पुढे केला. त्याच्या डेस्कवर कसलेही फोटो नव्हते किंवा तिथे भिंतीही नव्हत्या. ‘‘तुझा प्रवास ठीक झाला का? काही उपाययोजना...’’ योग्य शब्दांच्या शोधात असल्याप्रमाणे तो चाचरला. ‘‘काही उपाययोजना तशा दुर्दैवी स्वरूपाच्या असतात,’’ तो म्हणाला आणि त्यानं दुःखानं मान हलवली. ‘‘पण त्या आवश्यक असतात. खूपच गरजेच्या असतात. समजलं? मला सांग, तुझ्या शेवटच्या पाळीची तारीख काय होती?’’

‘‘माझ्या काय? ही कुठली जागा आहे? तुम्ही मला कुठं आणलंय?’’

‘‘आम्ही याला प्युरिटी कॅम्प म्हणजे शुचिता छावणी म्हणतो.’’ त्याच्या चेहऱ्यावरचं स्मित अधिकच रुंदावलं. त्याच्यात परोपकाराची झाक होती. ‘‘हे सगळं तुम्हा सगळ्यांसाठी आहे.’’ त्यानं स्वतःसाठी ग्लासात पाणी ओतून घेतलं आणि एका घोटातच ते पिऊन टाकलं. ‘‘ही तुमची अखेरची आशा आहे.’’

याचा काय अर्थ होतो, असा विचार मी करत होते. माझ्या नजरेचा चुकीचा अर्थ काढून त्यानं डेस्कवरची घंटी दाबली. ‘‘मी तुला ग्लासभर पाणी देतो,’’ तो म्हणाला. त्यानंतर त्यानं ड्रॉवर उघडला आणि एक चमकता लाकडी बॉक्स बाहेर काढला. तो वहीच्या आकाराचा होता. त्यात निकेलच्या कुलपाची प्रतिकृती होती. ‘‘तुम्ही इथे का आहात ते तुला माहिती आहे का?’’ त्यानं विचारलं.

माझ्या आवाजात संतापाची झाक येऊ नये, असा मी प्रयत्न केला. ‘‘तुम्ही स्वतःला वेगवेगळ्या नवनवीन नावांनी बोलवत आहात; पण तुम्ही कोण आहात ते मला माहिती आहे,’’ मी म्हटलं.

‘‘तुला समजत नाही,’’ तो म्हणाला. ‘‘आम्ही ही हिंसाचाराची चक्रं थांबवू. एकदा का समतोल साधला गेला की, शिस्त आणि शुचिता म्हणजेच शुद्धता येईल. मग हे थांबवलं जाईल.’’ त्याच्या तर्जनीच्या नखानं त्यानं ते कुलूप उघडलं. त्या बॉक्सला आतून सगळ्या बाजूंनी सोनेरी मखमल लावलेली होती आणि त्याच्यात निळ्या आणि पांढऱ्या रंगाच्या गोळ्या होत्या. त्यानं त्यातल्या काही गोळ्या काढून घेऊन मला दाखवण्यासाठी त्याच्या तळहातावर ठेवल्या. ‘‘या काय आहेत ते तुला माहिती आहे का?’’

त्यांना प्लॅस्टिकचा मंद वास येत होता. ''यांच्यामुळे तुला झोप यायला मदत होईल. तुला शांतता मिळायला साहाय्य होईल. आम्ही खूप प्रयत्नपूर्वक त्या तयार केल्या आहेत. अगदी हुशारीनं, कल्पकतेनं. कारण, आम्हाला तुमची काळजी आहे.''

नर्स आत आली. तिच्या हातात रिकामे ग्लास असलेला एक ट्रे होता आणि तिच्या रुंद मनगटावरून लोंबणाऱ्या एका स्वच्छ पॉलिथीनच्या पिशवीत एक जाडजूड टाचांच्या रबरी स्लिपरचा जोड होता. त्याच्यावर घडी केलेले कपडे होते. ''माझा तुमच्यावर विश्वास नाही,'' मी म्हणाले. डॉक्टर उपरोधानं आणि तुच्छतेनं हसला. त्यानं त्याच्या हातातील गोळ्या पुन्हा बॉक्समध्ये टाकल्या आणि त्याचा चष्मा काढला. आता तो एखाद्या बेडकासारखा दिसत होता. त्याचे डोळे त्याच्या कपाळाच्या मानानं खूपच मोठे होते.

''तू माझ्यावर विश्वास ठेवण्याची गरजच नाही,'' अखेरीस तो म्हणाला. ''पण तुला कोणावर ना कोणावर विश्वास ठेवावाच लागेल. तू कोणावर विश्वास ठेवशील शालिनी?'' आता त्याच्या चेहऱ्यावरच्या सौम्य स्मिताची जागा कडवट हास्यानं घेतली होती, त्यामुळे मला प्रचंड संताप आला. ''तुला हे माहिती नाही का आता तुझ्यासाठी फक्त आम्हीच उरलो आहोत. फक्त तुझ्याकडे आता आम्हीच आहोत. तू विश्वास ठेव किंवा ठेवू नकोस; पण मला खोटं बोलण्याची गरजच नाही. तुझ्याशी बोलताना माझ्या बोलण्याची मी पर्वा करण्याची गरजच काय?''

मी बहुधा ओरडले असावी. बहुतेक मी उभं राहण्याचाही प्रयत्न केला असावा.

''आता ते शक्य होणार नाही. आता लगेच नाही,'' तो शांतपणे बोलला. माझ्या डोळ्यांत उष्ण अश्रूंची दाटी झाली होती. ते डोळ्यांना झोंबत होते.

''तुला काय झालं ते माहिती आहे; पण मी तिथे नव्हतो. मी कोणाशीही बोललो नाही; पण तरीही मला काय घडलंय ते माहिती आहे.''

मला टेबलावर झेप घ्यावीशी वाटत होती. त्याचा गळा धरावा आणि तो मरेपर्यंत तो दाबावा, त्याच्या मांसात दात घुसवावेत, असं मला वाटत होतं. माझा अक्षरशः तिळपापड होत होता. ''माझी मुलगी कुठे आहे?'' मी ओरडले. ''लैला! तुमचे लोक तिला का शोधत होते?''

"तुझ्या मुलीला योग्य प्रकारे वाढवलं जाईल. तिच्या स्वतःच्या हितासाठी. आम्हाला एक शिस्तबद्ध समाज हवा आहे. तुझ्यासारखे पालक असतील तर आमच्या जीवनपद्धतीतील मूल्यं तिला कधीच दिसणार नाही. ती त्यात कधीच चपखल बसणार नाही. ती त्यात चपखल बसावी, असं तुला वाटत नाही का?"

माझ्या गालांवरून अश्रू ओघळले. मी त्यांना रोखू शकले नाही. "ती तुला मिळणार नाही, ती तुला मिळणार नाही," तो हळुवारपणे म्हणाला. "तिला वाचवण्यात आलंय. ती लपली होती. तिनं स्वतःला वाचवलंय." मी खांद्यानं माझा चेहरा पुसण्याचा प्रयत्न केला. रस्त्यावरच्या धुळीनं माझी त्वचा माखली होती. मी दिलेल्या ढेकरातून ट्रकचा धूर बाहेर पडल्यासारखं वाटलं. माझ्या काखेत घाम जमा झाला होता. तो व्हिनेगरसारखा वाटत होता.

"अगदी आता तुला खूपच राग आलाय शालिनी. ते ठीक आहे. रडू नकोस. मी ते समजू शकतो... मी ते समजू शकतो." नर्स तिथेच ठेवून गेलेल्या कपड्यांकडे आणि स्लिपरकडे त्यानं बोट दाखवलं. "तू त्यापेक्षा जरा शांत, आरामशीर का राहत नाहीस? मी बाहेर वाट पाहतोय. काळजी करू नकोस. तुला कोणीही पाहणार नाही."

मला नवीन अंडरवेअरची गरज होती; पण मी खिडकीपासून दूर असलेल्या अंधाऱ्या कोपऱ्यात गेले आणि स्टार्च केलेला कुर्ता आणि पायजमा घातला. माझ्या ड्रेसची मी घडी केली आणि तो माझ्या चेहऱ्यासमोर धरला. त्याच्या विणीत मी रिझला शोधत होते. लैलाला शोधत होते. अचानकच अंतःस्फूर्तीनं मी तो अय्यरच्या रिकाम्या खुर्चीसमोरच्या त्याच्या बाकावर ठेवून दिला. माझं एक मन मला तो ठेवून घ्यायला सांगत होतं; पण आता तो ड्रेस यापुढे माझ्यासाठी नव्हताच. आम्ही इमारतीच्या एका बाजूनं भाजीपाल्याचा मळा ओलांडून बाहेर पडलो. अय्यर एका कुत्र्यावर ओरडला – 'हौफ, हौफ' – तो कुत्रा पळून जाईपर्यंत तो ओरडत राहिला. कार्यालयाच्या समोरच्या घाणीत आम्हाला गुडघ्यावर बसवून निघून गेलेल्या चार स्त्रिया अजूनही तिथेच होत्या. त्या तशाच उन्हाचे चटके सोसत उभ्या राहिल्या होत्या. मला त्यांची फिकीर नव्हती. मला लैलाबद्दलची शक्य होईल तितकी कुठली ना कुठली माहिती काढून घ्यायचीच होती. त्यांचा काय हेतू होता आणि त्यांनी आधी काय काय तयारी केली होती, ते मला हवं होतं. डॉ. अय्यरनं काहीही सांगितलं

नसतं. आम्ही चिकणमातीनं भरलेल्या भागातून जात असताना मला एकदम आपण अधीरपणानं प्रश्न विचारणारं मूल झाल्यासारखं वाटलं. मी अधूनमधून त्याला त्याविषयी प्रश्न विचारत राहिले होते; पण तो फक्त गूढ स्मित करत होता आणि पुढे चालत होता. आता आम्ही एका झुडपांच्या जंगलाजवळ आलो होतो. तिथली झाडं काटेरी तारांसारखी वाटत होती. त्यानंतर अनेक महिन्यांनी आम्ही ज्या महिलेला लेडी पोलीस असं नाव दिलं होतं, तिचा मी या काटेरी वृक्षवाटिकेपर्यंत पाठलाग केला होता. तोपर्यंत त्या छावणीतील आयुष्याला मी एवढी सरावले होते की, माझ्यात पुन्हा एकदा चौकसपणा आणि दुसऱ्याविषयी फाजील चौकश्या करण्याची वृत्ती निर्माण झाली होती.

त्या कम्पाउंडमध्ये तो जल मनोरा एका बाजूला एकटाच उभा होता. ती अय्यरची मुक्कामाची जागा होती हे माझ्या लक्षात आलं होतं, तेव्हाही आम्ही जवळजवळ तिथेच राहत होतो. त्या दिवशी त्याला पाण्याच्या समस्येविषयी बोलण्याची इच्छा होती, असं मला वाटत होतं. तरीही एवढ्या उन्हात तो संपूर्ण रस्ताभर चालत फिरणं हा एक विचित्र प्रमाणात केलेला प्रयत्न होता. अय्यरनं दिलासा देण्याला प्राधान्य दिलं होतं. तो खूपच मृदू आणि आरामदायकपणे वागत होता. त्यानंतर असं समजलं की, गेली अनेक वर्षं तो मनोरा कोरडा ठणठणीत होता. डॉ. अय्यर त्याचा वापर खूपच वेगळ्या गोष्टीसाठी करत होता.

आम्हाला एका कमी उंचीच्या प्रवेशद्वारातून आत ढकलण्यात आलं. माझ्या घामेजलेल्या तळव्यावर फवारल्यासारखा गंज पडला. लालसर तपकिरी रंगाच्या हरणासारखा तो चमकत होता. त्या छोट्याशा बंदिस्त जागेत ब्लॅकबेरीची काटेरी झुडपं भरपूर प्रमाणात वाढली होती. त्याबरोबरच विविध प्रकारची खाजकुयलीची झाडंही होती. कोणीतरी तिथेच काटेरी तारांची लांब गुंडाळी टाकली होती. अय्यर त्या झाडाझुडपातून काळजीपूर्वक पावलं टाकत चालला होता. तो पुढे जात असताना अर्धवट पुरलेल्या आणि वाकड्यातिकड्या पडलेल्या तारांच्या टोकांकडे बोट दाखवत होता. खूप मोठ्या खांबाच्या पायथ्याभोवती एक नागमोडी जिना बांधण्यात आला होता. त्याच्या पायऱ्या मोडल्या होत्या आणि जुनाटपणामुळे काजळीनं माखल्या होत्या. अय्यर जिन्यावरून उड्या मारत चालला होता. मी त्याच्या पाठोपाठ जात आहे का

ते पाहण्यासाठी त्यानं एकदा मागे वळून बघितलं. त्यानंतर तो झपाझप वर चढू लागला. तिथे वर चढणं भीतिदायक होतं. मी त्या खांबाच्या पायथ्याच्या शक्य तितकं जवळ राहण्याचा प्रयत्न करत होते. काही पायऱ्या अर्धवट मोडल्या होत्या. इतर अनेक पायऱ्या बिलकूलच नव्हत्या. त्या साफ कोसळलेल्या होत्या. आम्ही उंचावर पोहोचल्यावर अनेक ठिकाणी तर दोन दोन पायऱ्या कोसळलेल्या होत्या, त्यामुळे आम्हाला खालचा भोवळ आणणारा रिकामा भाग बघत स्वतःवर विश्वास ठेवत उड्या मारत पुढे जावं लागत होतं. पायाखालचं काँक्रीट घसरणार नाही, यावरही भरवसा ठेवावा लागत होता. मला वाटलं होतं त्याहून अय्यर अधिक चपळ आणि जलद गतीनं चालणारा होता. आम्ही तसेच चढत पुढे चाललो होतो. जोरदार वारा सुटला होता. तिथे वरच्या बाजूला हवा कोरडी नव्हती. तिथे आता उष्ण वाळूचे फटकारे मारणारे कणही नव्हते. वरचेवर अचानकच वाऱ्याचे जोरदार झोत अंगावर येत होते, त्यामुळे माझं प्रत्येक पाऊल लटपटत होतं. मी घाबरले होते. मी अय्यरला हाक मारली; पण बहुधा त्यानं ती ऐकली नसावी म्हणून मी हळूहळू चढावं असं ठरवलं. आतापर्यंत मी कधीही जितकी दक्षतेनं वागले नव्हते, तितकंच आता अधिक काळजीपूर्वक राहण्याची गरज होती. सुरक्षित, निरोगी आणि खरं तर फक्त जिवंत राहण्यासाठी मला ते करणं आवश्यक होतं. लैला या लबाड लोकांच्या दयेवर अवलंबून होती. तिला शोधून काढण्यासाठी तिला माझी गरज होती. कठडा आला. तो डझनभर पायऱ्यांपर्यंत होता. त्याच्यामुळे एखादी हरवलेली कुबडी सापडल्यासारखं वाटत होतं. मी खाली बघू शकले नव्हते; पण आम्ही किती उंचावर आलो होतो ते मला माहिती होतं. फक्त सभोवतालच्या टेकड्या सोडून आजूबाजूच्या जवळजवळ सगळ्याच गोष्टींच्या वर आम्ही आधीच पोहोचलो होतो.

अखेरीस त्या प्रचंड मोठ्या टाकीच्या पायथ्याभोवतीच्या संरक्षक भिंतीजवळ आम्ही पोहोचलो. आता आम्ही नक्कीच सुमारे शंभर फूट उंचीवर होतो. ती भिंत रुंद नव्हती. फक्त दोन फूट रुंद होती; पण तिथे तिचा किमान कठडा तरी शिल्लक होता. अचानकच माझ्या मनात सगळ्या गोष्टी उफाळून आल्या. तो दिवस, ती पार्टी, ते रिपीटर्स, त्यांनी उकळलेली किंमत. मला भोवळ आल्यासारखं वाटू लागलं. माझ्या प्रत्येक स्नायू-स्नायूत भीती भरून राहिली. आता वारा आणखीच दुष्ट बनला होता आणि तेवढ्या उंचावर पोहोचल्यामुळे

आणि दमल्यामुळे माझं डोकं गरगरू लागलं. मी त्या भिंतीवरून हात-पाय टेकत, रांगत पुढे जाऊ लागले. तशी मी तीन-चार पावलंच चालले असेन. माझा नवीन कुर्ता त्या वाऱ्यात डोलकाठीसारखा फडफडू लागला; पण रांगत जाणं धोकादायकही वाटत होतं. कारण, तो कठडा माझ्यापेक्षाही उंच होता. जर अचानक जोरदार वाऱ्याचा झोत अंगावर आला असता तर मी त्यावरून घरंगळत, गडगडत खाली गेले असते. वक्राकार होत गेलेल्या टाकीवर माझे तळहात ठेवून मी पायांवर उभी राहिले. मी हळूहळू दीर्घ श्वास घेण्याचा प्रयत्न केला; पण तेही अल्पकाळच टिकलं. मी उभी राहिल्यावर कठड्याला पकडलं; पण तो धोकादायकपणे हलत होता आणि त्याचा खडखड आवाज येत होता. एका भयानक अनुभवातून आपण पार पडलो, असा विचार झटकन माझ्या मनात आला; पण तेवढ्यात तो कठडा त्याच्या खोबणींमधूनच थरथरू लागला. कठड्यावरून ती थरथर पाण्याच्या टाकीभोवती पसरत गेली. अय्यरनं ते ऐकलं. तो सहज पावलं टाकत पाठीमागून आला. त्याची नजर बाहेर क्षितिजाकडे होती. ऊन डोळ्यांवर पडू नये म्हणून त्यानं एक हात आपल्या डोळ्यांवर धरला होता. जणू काही एखादा छोटासा, लठ्ठ, बुटका दर्यावर्दी जहाजाच्या डोलकाठीवरच्या टेहळणी करण्याच्या मजल्यावर उभा असावा, तसा तो वाटत होता.

"तुला इथून दिसणारं दृश्य आवडलं का?" त्यानं विचारलं.

कॉंक्रीटच्या टाकीवर मी त्या भिंतीला पाठ चिकटवून उभी होते. "तुम्ही मला हे दाखवायला इथे आणलंय का? इथे आजूबाजूला काहीही नाही हे दाखवायला? इथून कुठेही पळून जाता येणार नाही, असं तुम्हाला दाखवायचं आहे काय?"

"तू खूपच विचार करतेस शालिनी. तू राग सोडून दिलाच पाहिजेस म्हणूनच आपण इथे आलोय."

मला त्याच्या अंगावर जोरात ओरडायचं, किंचाळायचं होतं; पण मी त्या भिंतीपासून एक पाऊलही दूर टाकू शकले नाही. तिला पाठ टेकून उभी राहिल्यामुळे मला सुरक्षितपणा मिळाला होता. मला शांत व्हावंच लागलं. त्यानंतरच मी बोलू शकले. "डॉ. अय्यर तुमची माझ्याकडून काय अपेक्षा होती? मला सांगा मी काय केलं पाहिजे?"

"रागाव. मी तुला तेच सांगतोय म्हणूनच आपण इथे आलोय. याला आम्ही संताप मनोरा म्हणतो."

"तुम्हाला काय म्हणायचंय?"

"ही माझी उपाययोजना आहे," त्याचा चेहरा आनंदानं उजळला होता. "तुला ती आवडली का? ज्या वेळी गोष्टी खूपच सतावू लागतील, तुला तुझ्या मुलीची, नवऱ्याची आठवण येईल, त्या त्या वेळी तू इथे वर ये." त्यानं खाली छावणीकडे निर्देश केला. "इथे तू काहीही करू शकतेस. तिथे खाली नर्स आहेत. त्यांना खूप बोलण्याची, तक्रार करण्याची परवानगी नाही. त्यांनी तुला रडताना बघितलं तर तुला अनेक अडचणींना तोंड द्यावं लागेल; पण इथे वर आल्यावर तू ओरडू शकतेस. तुला हवं तर आम्हाला शिव्या घालू शकतेस, लाथा मारू शकतेस. किंचाळू शकतेस. तू अगदी मलाही शिव्या घालू शकतेस!" अखेरचं वाक्य म्हणजे जणू काही अगदी हास्यास्पद, मूर्खपणाची गोष्ट आहे, अशा प्रकारे त्यानं उच्चारलं होतं.

"तुम्हाला काय वाटतं ही गोष्ट एवढी सोपी आहे. आम्ही सगळ्याच जणी सगळ्या गोष्टी इतक्या सहजपणे बाजूला सारू शकू, असं तुम्हाला वाटतं? एवढ्या सहजपणे, अगदी अशा प्रकारे?" मी विचारलं.

त्याच्या चेहऱ्यावरून रागाची वावटळ सरकत जावी, तसा त्याचा क्षोभ दिसून आला. "तुम्ही सगळ्या? तुझ्या ट्रकमधल्या त्या मुलींना विचार. बाकीच्यांना माहिती आहे. फक्त तूच अशी आहेस. तुझ्यासारख्या स्त्रियाच अशा असतात. तुम्ही आधीच आपण परदेशात राहत आहोत, अशा विचारसरणीत वाढता. तुम्ही एखाद्या टीव्हीवरच्या दुनियेत जगत असता. अशा गोष्टी हा तुमचा हक्कच आहे, असं तुम्हाला वाटतं; पण तुझ्याबरोबर आलेल्या मुलींच्याकडे बघ. त्या वेगवेगळ्या ठिकाणांहून आल्यायत. त्यांना विचार. त्यांना आश्चर्य वाटणार नाही. अशा प्रकारे जगण्याची त्यांनी निवड केली, त्या वेळी आपण काय करत आहोत, कोणता धोका पत्करत आहोत ते त्यांना माहिती होतं. त्या तू दाखवतेस त्याप्रमाणं अशा एवढा धक्का बसल्यासारख्या वागत नाहीत. त्यांच्याहूनही अधिक मोठ्या असलेल्या गोष्टी जगात आहेत, हे त्यांना माहिती आहे. नियम त्यांच्याहून मोठे आहेत म्हणूनच मी तुला इथे आणलं. पुढे जा. ओरड. किंचाळ. ही तुझी चूक आहे हे तुझ्या लक्षात येईल, तेव्हाच तू आरडाओरडा करायची, किंचाळायची थांबशील. तुझ्या स्वतःच्या घराबद्दलची, तुझ्या स्वतःच्या आयुष्याबद्दलची प्राथमिक गोष्टच तुझ्या लक्षात आली नव्हती. त्या ते मान्य करतात, स्वीकारतात. तुला मात्र लढा द्यायचा आहे, भांडायचं आहे."

''तुम्ही वेडे आहात,'' मी ओरडले. ''म्हातारे आणि वेडे. तुम्ही काय बोलत आहात ते तुम्हाला कळत नाही. त्याही माझ्याइतक्याच संतप्त झालेल्या आहेत.''

''तू हे स्वतःच बघू शकशील, शालिनी. ते तुला सांगण्याची मला गरज नाही.''

एवढं बोलून तो पायऱ्यांच्या दिशेनं गेला. तो पायऱ्यांजवळ पोहोचल्यावर गर्रकन वळला. त्याच्या चेहऱ्यावर शिष्टपणाचा भाव होता आणि सांत्वनकारक स्मित होतं. माझ्या लगेच लक्षात आलं की, तो चांगला माणूस आहे, असा मी विचार करावा, असं त्याला वाटत होतं. ''अर्थातच इथे पाळंमुळं खणून काढून पूर्ण नष्ट करण्याचा प्रश्नच उद्‌भवत नाही,'' तो म्हणाला. ''आम्ही इतर काही जणांसारखे जनावरं नाही; पण तू एक प्रतीक असशील. एक उदाहरण. तू इतरांना ते दाखवून दिलंच पाहिजेस.''

मी तिथे काही वेळ एकटीच थांबले, मी शांत होण्याचा प्रयत्न करत होते. खाली गुदमरल्यासारखं होत होतं. तिथे हवाही निश्चल होती. इथे वाऱ्याच्या झुळकीत थांबणं ही गोष्ट चांगली वाटत होती. एखाद्या काठाच्या एवढं जवळ असणंही चांगलं असतं. छपराच्या कडेची अरुंद, कुजलेली भिंत, थरथरणारा कठडा आणि एवढी मोठी उंची. माझ्या ते नंतर लक्षात आलं. छावणीतील बहुतेक दिवशी मला आम्ही एकमेकांपासून अलग झालो होतो, त्यामुळे एक प्रकारचा पोकळपणा जाणवत होता; पण इथे वर मात्र दीर्घ बोथट वेदना वेगामुळे बाजूला सारली जात होती. माझं शरीर मला मी काम केलंच पाहिजे, याची जाणीव करून देत होतं. मला पुढे जाण्याची गरजच होती, याची मला आठवण करून देत होतं. त्या ठिकाणानं माझ्या संवेदनांना तजेला मिळत होता आणि त्या तीव्र बनत होत्या. जवळ येणाऱ्या सावल्यांतून माझ्या मनानं माझा मार्ग प्रज्वलित केला. छावणीत असताना बऱ्याच वेळा मला दमल्यासारखं वाटायचं; पण इथे तसं वाटत नसे. मृत्यूपासून एक पाऊल दूर राहण्यामुळे मला जिवंत असल्याची जाणीव व्हायची.

त्या भिंतीवरच्या त्या पहिल्या सकाळमुळे मी माझी कामाची यादी तयार केली होती का? माझी स्मरणशक्ती तरी तेच सुचवतेय; पण पहिल्या आठवड्यांतली माझ्या मनाची दुर्बलताही मला आठवते. प्रत्येक गोष्टीमुळे माझा कसा गोंधळ

उडत होता, ते मला आठवतंय. ती यादी तयार करून माझ्या डोक्यात ठेवण्याएवढी पुरेशी स्पष्टता माझ्याकडे होती का? (अशा प्रकारच्या गोष्टी कागदावर उतरवून काढण्याचं धाडस माझ्याकडे नव्हतं.) मी बनवलेली यादी अशी होती :

अधिक माहितीची गरज असलेले विषय :

– त्यांनी मला इकडे आणलं त्या वेळी त्यांना तिथे लैला सापडली नव्हती.

– मला मम्मीबरोबर कसं काय बोलता येईल?

– सपना कुठे गेली होती?

– हे नाझनं घडवून आणलं होतं का? शक्य होतं.

काँक्रीटच्या चौथऱ्यांवर तयार करण्यात आलेल्या कमी उंचीच्या पलंगांवर आम्ही झोपत होतो. बहुतांश गोष्टींसाठी आमच्यापैकी चौदा जणींना ते एकत्र ठेवत होते. जेवण, अय्यरबरोबरची गट-सत्रं, प्युरिटीसाठीचे व्यायाम, बागकामाची पाळी, स्वच्छता या त्या गोष्टी होत्या. मी झाडू घेऊन, उकिडवी बसून जमीन चांगल्या प्रकारे झाडायला शिकले. फरश्या पुसण्यासाठी त्यांनी दिलेलं काळं कापड घेऊन कोपऱ्यांतील घाण साफ करायला मी शिकले, हे काम करायला लागतं म्हणून उद्विग्न व्हायचं नाही हेही मी शिकले. झोपण्याच्या त्या लांबलचक खोलींचे चार मजले संध्याकाळी मी झाडत आणि पुसत होते. रात्री माझे गुडघे खूप दुखायचे. असह्य वेदना व्हायच्या. त्या वेळी अगदी पहिल्यांदा मला जाणवलं की ना रिझला, ना मला, ना आमच्या मित्र-मैत्रिणींना किंवा कुटुंबीयांना... आमच्यापैकी अगदी कोणालाही आमच्या घरांसाठी लांब दांड्याची झाडू आणि लांब दांड्याला अडकवलेलं फरशी पुसायचं फडकं आणायचं कधीच सुचलं नव्हतं. आमच्याकडच्या कामवाल्या महिलांची नाकं ही कामं करताना, फरश्या पुसताना जमिनीला घासली जाण्याची गंमत आम्ही घेत होतो का?

आम्हाला त्यात मौज वाटत होती? आम्ही घरांमध्ये टेलिव्हीजन आणि फोन आणत होतो. प्रत्येक गोष्ट परदेशातून मागवत होतो. मग या साध्या गोष्टी का घेतल्या नव्हत्या?

इतर तेरा मुलींमध्ये पहिल्यांदाच युती होण्यास सुरुवात झाली होती. मला त्यांच्यात कसं आणि कुठून जावं ते समजत नव्हतं. त्या खूपच वेगळ्या वाटत होत्या. काही जणी तर बिलकूल इंग्रजी बोलत नव्हत्या. सुरुवातीला बाकीच्या सगळ्या जणी माझ्याशी थोडं अंतर राखूनच वागत होत्या; पण जसजसा त्या छावणीत जास्त काळ उलटला, तसतसा आमच्या दैनंदिन कामकाजात, आमच्या परिस्थितीत समन्वय साधला जाऊ लागला. हा समन्वय जसजसा स्पष्ट होऊ लागला तसतसे आमच्यातील फरक फारसे महत्त्वाचे नसल्याचं आमच्या लक्षात येऊ लागलं. एके रात्री आम्ही नुकत्याच पलंगावर झोपलो होतो आणि तेवढ्यात मला आवाज होणार नाही, असं वाटलं असतानाही पोटातून बाहेर पडलेल्या गॅसचा मोठा आवाज झाला. काही सेकंद तिथे शांतता होती; पण नंतर ती लाजरीबुजरी मुलगी म्हणजे प्रार्थना हसू लागली आणि नंतर आम्ही सगळ्याच जणी हसलो.

प्रार्थना खरं तर बुजरी, लाजाळू नव्हती. ती एका कायस्थ विभागातून आली होती आणि छोटीशी पण खंबीर मुलगी होती. आम्ही सगळ्याच जणी त्या लांबलचक विचित्र खोलीत काळोखात छताकडे एकटक बघत पडलेल्या असताना तिनंच पहिल्यांदा बोलायला सुरुवात केली होती. आपल्या प्रेमिकेबरोबर लग्न करता यावं म्हणून तिनं न्यायाधीशाला लाच दिली होती. तिची ही प्रेमिका एका कार फॅक्टरीत उत्पादन विभागात काम करत होती आणि तिथेच त्या दोघींची भेट झाली होती. त्या आपण एकाच खोलीत राहत असल्याचं सांगत असत आणि त्याप्रमाणे त्यांनी त्यांच्या स्वतःच्या विभागात भाड्यानं एक जागाही घेतली होती. दोन्हीकडच्या पालकांनी अगदी नाइलाजानं आणि नाखुशीनं त्यांच्या निवडीचं स्वागत केलं. त्या दोघी शांतपणे, आनंदानं राहत होत्या. सहा महिन्यांनंतर मात्र सगळ्याच गोष्टी बदलू लागल्या.

''कोणीतरी आमच्या पालकांचे कान भरू लागलं,'' प्रार्थना आम्हाला म्हणाली. ''ते कोण होतं ते मला माहिती आहे. माझे वडील आमच्या फ्लॅटमध्ये माझी पत्नी नसताना पुनःपुन्हा येऊ लागले. ते मला हे सगळं सोडून

घरी परत येण्यासाठी विनवत असत. ते चांगले आणि दयाळू होते. माझ्याशी किंवा माझ्या बहिणीशी ते कधीही वाईट वागले नाहीत. *त्यांनी असं सांगितलं की, माझ्या आईला बाजारपेठेत, रस्त्यावर अवमानित करण्यात आलं होतं. त्यांनाही कामावर जाणं कठीण झालं होतं. लोकांना कसं कोण जाणे; पण आमचं नातं समजलं होतं. लोक हे सगळं तसंच सोडून द्यायला तयार नव्हते. मी त्यांना घरी परत येण्यास नकार दिला. ते अनेकदा आले आणि दर वेळी मी त्यांना 'येणार नाही' असंच सांगितलं. आमच्या स्वतःच्याही काही अडचणी आहेत, असं मी त्यांना सांगितलं, तरीही ते तसेच येत राहिले. एकदा तर त्यांनी मला इशाराच दिला. त्यांनी मला सांगितलं की, माझ्या परिस्थितीची प्रौढांना कल्पना आली होती आणि त्यामुळे रिपीटर्स आमच्या आवतीभोवती चोरपावलांनी घिरट्या घालत फिरत होते.''* ती रडू लागली. नंतर घसा खाकरून म्हणाली, *''मी त्यांच्यावर विश्वास ठेवला नाही. मला वाटलं की, मी घरी परत जावं म्हणून ते तसं म्हणत होते.''*

त्या सगळ्याच महिला कणखर होत्या. माझ्याहून खूपच कणखर होत्या. अय्यरचं म्हणणं बरोबर होतं. त्यांना त्या काय करत होत्या ते माहिती होतं आणि त्यांनी ते काहीही झालं तरी करून दाखवलं होतं. मला वाटत होतं की, आम्ही सुरक्षित होतो. कारण, आम्ही श्रीमंत होतो. आम्ही महत्त्वाच्या लोकांना ओळखत होतो. या सगळ्या स्त्रिया विलक्षण आणि सुंदर होत्या. त्यांच्याकडे प्रत्येक अपेक्षेवर सपासप घाव घालण्याचं, ती लाथाडण्याचं धाडस होतं. आमच्याबरोबरची एक मुलगी हरियानवी जाट विभागातील होती. तिचे डोळे फिकट तपकिरी रंगाचे होते. तिचं नाव सोनम. उन्हात तिच्या डोळ्यांचा रंग चमकत असे. सोनम खूप बळकट, तंदुरुस्त आणि उंच होती. ती त्यांच्याच गावातील एका मुलाच्या प्रेमात पडली. त्या दोघांचंही गोत्र एकच होतं. त्यांच्या समाजानं अनेक आदिवासी परंपरा तशाच अबाधित राखल्या होत्या. त्या वंशात प्रेमावर कडक बंधनं होती. सोनम तिच्या मित्राबरोबर चालत शाळेत जात होती. ते पंधरा वर्षांचे होईपर्यंत आपलं नातं कोणीही स्वीकारणार नाही, हे त्यांच्या लक्षात आलं होतं. एके दिवशी झोपडपट्ट्यांमधून जाणाऱ्या रेल्वे रुळांकडे ती दोघं गेली. आपल्या प्रेमावर गाढ विश्वास असलेली आणि ज्यांना एकमेकांशिवाय पुढची आयुष्यं काढायची नसत अशी त्यांच्या गावातील तरुण जोडपी त्या रुळांच्या वक्राकारावर उभी राहत. समोरून आलेली रेल्वे त्यांच्या

शरीराचे हजारो तुकडे करून जाईपर्यंत ती एकमेकांना घट्ट मिठी मारून रुळावर तिथेच राहत. सोनम आणि तिचा मित्रही त्या रुळापर्यंत गेले. तेही तिथे तसेच त्या वक्राकारावर उभे राहिले. त्या भल्या मोठ्या इंजिनाच्या वाफेमुळे त्यांना स्वच्छ, शुद्ध झाल्यासारखं वाटत होतं. ते इंजिन त्यांच्या बाजूनं सुसाट वेगानं धाड्धाड् करत गेलं, त्या वेळी त्यांना त्याच्या वजनाचा अंदाजही आला. त्यांनी आता आपल्या प्रेमासाठी तिथून पळून जायचं ठरवलं. रिपीटर्सना ते स्टेशनवरच्या एका हॉटेलमध्ये सापडले होते.

मोठं बँडेज बांधलेल्या एका मुलीबद्दल आम्हाला सगळ्यांना मोठं कुतूहल वाटत होतं. तिच्या चेहऱ्यावर गोंधळल्याचे आणि दुःखी भाव होते. वासंतीनं तिची गोष्ट आम्हाला कधी सांगितली होती, ते मला आता आठवत नाही. त्याच दरम्यान केव्हा तरी तिनं ती सांगितली असावी. कारण, तिनं आम्हाला तिची गोष्ट सांगितली होती, तोपर्यंत तिचं बँडेज काढून टाकण्यात आलं होतं. ती थेवर मुलगी होती. ती तिच्या महाविद्यालयातील एका दलित मुलाच्या प्रेमात पडली होती. ती म्हणाली, ''त्या दिवशी आम्ही बस स्टॉपवर उभे होतो. त्या आधी आम्ही जेव्हा जेव्हा प्रवास करत असू, त्या वेळी माझ्या पतीचे कुटुंबीय आमच्या सुरक्षिततेचा विचार करून आमच्याबरोबर येत असत; पण लग्नानंतर एक वर्षानं आम्ही असं ठरवलं की, आता एकट्यानं प्रवास करणं सुरक्षितपणाचं होतं. त्यांची टोळी होती. त्यांनी त्याला छिन्नविच्छिन्न करून ठार मारून टाकलं. त्याच्यावर ते कुऱ्हाडींनी आणि तलवारींनी वार करत होते, घाव घालत होते, त्या वेळी त्यांनी माझे हात आणि डोकं धरून मला ते सगळं पाहायला भाग पाडलं. तिथे माझे भाऊ होते. वडीलही होते. एका रिपीटरनं त्याची तलवार माझ्या खांद्यात खुपसली. त्यानंतर काय झालं ते मला फारसं काही आठवत नाही. त्यानंतर मला मी ट्रकमध्ये होते, तेच आठवतं.''

ते एक कंटाळवाणं, लांबलचक कथन होतं. आमच्या शरमिंदेपणाची कहाणी होती. तिथे एक मुस्लीम मुलगी होती. ती यादव जातीच्या मुलाबरोबर पळून गेली होती. दोन्ही समाजांच्या प्रौढांनी त्यांच्या मागावर आपापल्या टोळ्या पाठवल्या होत्या. एक यादव मुलगी दलित मुलाबरोबर पळून गेली होती. त्यांनी त्याला जबरदस्तीनं विष पाजलं होतं आणि तिला ते जबरदस्तीनं बघण्यास भाग पाडलं होतं. एकामागून एक अनेक रात्री मला चारही बाजूंनी माझ्या अंगावर शरणागतीची मागणी करत धावून येणाऱ्या त्या कथांमुळे

दडपून गेल्यासारखं होत होतं. तिथे आणखी एक गोबऱ्या गालाची, लाल ओठांची आमच्याहून जास्त तरुण आणि कमी आत्मविश्वास असलेली मुलगी होती. नंतर माझ्या लक्षात आलं की, त्यामागे ती कुमारिका होती, हेच कारण होतं. सना पहिले काही दिवस एवढी गप्प गप्प होती की, त्या वेळी मी असं म्हणूच शकले नसते की, ती माझ्यासारखी श्रीमंत कुटुंबात वाढलेली, छान बोलणारी मुलगी होती. ती बोहरा मुस्लीम होती. तिनं आम्हा इतरांसारखं तिच्या समाजाबाहेर तिचं प्रेम शोधलं नव्हतं. प्रौढांनी तिचा पाठलाग करून तिला शोधून काढलं होतं.

एके दिवशी खूप म्हणजे खूपच उकडत होतं. आमच्यापैकी दोघी जणी भाजीपाल्याच्या भागातून तण काढून टाकत होत्या. कदाचित, उष्णतेमुळे त्रासून विरंगुळा म्हणून असेल किंवा आम्ही केलेल्या कामामुळे असेल; पण सनानं मला तिची गोष्ट सांगायचं ठरवलं. बगिचात वापरावयाच्या चिमट्यांच्या धातूचे अणीदार दाते चमकत होते. आम्ही खणत होतो. तण काढत होतो. फावड्याचा सपाट पृष्ठभाग भुसभुशीत मातीत पुनःपुन्हा घुसत होता आणि माती वर-खाली करत होता.

''लोक माझा तिरस्कार करत होते. मी महाविद्यालयात जाऊ लागल्यापासूनच ते माझा तिरस्कार करत होते. मी नको एवढी हुशार होते, असं ते म्हणत होते. ते कसं म्हणायचे ते तुला माहिती आहे का? हुश्शार, ती खूपच हुश्शार आहे. जणू काही ते अपमान करत असावेत, अशा प्रकारेच ते म्हणत असत.''

''म्हणजे तू फक्त महाविद्यालयात गेलीस म्हणून?''

''फक्त तेवढंच नाही. तसं म्हटलेलं प्रौढांना आवडायचं, त्यामुळे ते आमच्या बाबतीत, तरुण महिलांच्या बाबतीत खूप औदार्यानं वागत आहेत, असं त्यांना वाटायचं. आम्हाला ते महाविद्यालयात जाऊ देत होते, याचा त्यांना अभिमान वाटायचा, त्यामुळे त्यांची छाती गर्वानं फुगायची. त्यांना आम्ही महाविद्यालयांत जावंसं वाटायचं, पण आम्ही विचार करावा, असं त्यांना वाटायचं नाही आणि तेच सगळ्यात धोकादायक होतं.''

''तुझ्या बाबतीत काय घडलं?''

''मी खातनाच्या विरोधात मोहीम उघडली होती.''

''खातना?''

“आमच्या समाजातील खूप जुनी परंपरा. मुली वयात येण्याआधी ते त्यांच्या योनींवर शस्त्रक्रिया करतात.” तिच्या चेहऱ्यावरचा घाम टिपून काढणं तिनं थांबवलं. “मी चळवळ सुरू केली. त्यांनी ती परंपरा बंद करावी, अशी मागणी केली, तेव्हापासूनच तो त्रास सुरू झाला.”

“त्यांनी काय केलं?”

“सगळं काही त्यांच्याच हातात होतं. सगळ्या गोष्टींवर त्यांचीच सत्ता होती,” ती शांतपणे म्हणाली. “पहिली गोष्ट म्हणजे त्यानंतर महाविद्यालयात आणखी जायचं नाही, असं बंधन आलं. त्यानंतर एकापाठोपाठ एक सगळ्यांच्याच बाबतीत हे घडलं. माझी आई सुरुवातीपासूनच माझ्या विरोधात होती; पण आता बदल घडवण्याची वेळ आलेय यावर माझ्या वडिलांचा विश्वास होता.” सनाची बोटं त्या घाणीत अर्धी बुडाली होती. तिनं जमिनीतून जोरात उपसून काहीतरी बाहेर काढलं. तिची नखं आणि त्यापुढचा भाग आता गडद तपकिरी रंगाचा झाला होता. एखादा चमचा उचलावा तितक्या सहजतेनं तिनं खुरपं उचललं आणि जमिनीत खोलवर घुसवलं. “त्यांनी माझ्या वडिलांचं जिणं हराम केलं, त्यांना जगणं मुश्कील करून टाकलं,” ती म्हणाली. “त्यांना ते कुठलंही काम देत नव्हते. त्यांना विश्वाघातकी, फितूर म्हणत होते. आम्ही सर्वांनीच तो विभाग सोडून निघून जावं, असं ते आम्हाला सांगत असत. त्या वेळी मी तिथून बाहेर पडले. मी स्वतःच रिपीटर्सना सांगितलं की, मला घेऊन जा.”

ध्रुव प्रदेशावरची रात्र

मला संध्याकाळी बसनं प्रवास करायला आवडायचं नाही. बस स्टॉपवर बसल्यावर मला अगदी नर्व्हस वाटायचं. माझ्या टॉर्चभोवती चिलटं आणि पतंग गरगरत, भेलकांडत फिरत राहत. थोड्या अंतरावरची रेषही मला पाहणं अशक्य होत असे. कौन्सिलनं आम्हाला पहिल्यांदा इकडे पाठवलं होतं, त्या वेळी मी रात्री इथे फिरत असे. कारण, त्या वेळी क्वचितच कोणी रस्त्यावर आजूबाजूला असे; पण आता मी असं धाडस करत नाही. कोणत्याही समाजाची नसलेली आणि बाहेरच्या रस्त्यावर फिरणारी एकटी स्त्री म्हणजे कोणीही नसते. ती सहज उपलब्ध असलेली स्त्री असते.

सूर मारल्यासारखी खड्ड्यांतून उडत बस आली. लालसर डोळ्यांच्या महिला रांगेनं बसमधून खाली उतरल्या. पाठीला कुबड असलेली, वाळलेल्या चेहऱ्याची आणि कमरेभोवती पदर घट्ट लपेटून घेतलेली एक मुलगी बाहेर पडली. एका तरुणीनं गळ्यात फोन अडकवला होता आणि त्याच्यावर चित्रपटातील गाणं लागलं होतं. एका महिलेला फक्त एकच हात होता आणि दुसऱ्या हातावर हिरव्या शिरा आणि स्नायू दिसत होते. कोणीही माझ्या नजरेला नजर भिडवली नाही. त्यांच्या समोरच उसळलेल्या धुळीच्या लोटाकडे त्या एकटक पाहत होत्या. महिलांना रोजंदारीवर आणलं जात होतं. बहुतांश वेळा नवीन बांधकाम प्रकल्पांवर त्या काम करत.

बसमध्ये तीन पुरुष आणि एक महिला उरली होती. मला मागच्या बाजूला एक जागा दिसली आणि म्हणून मला द्याव्या लागणाऱ्या साक्षीची मी मनातल्या मनात उजळणी सुरू केली. पाच मिनिटंसुद्धा झाली नव्हती, तेवढ्यात माझे डोळे चुरचुरू लागले. मी अंधूक उजेडात वाचत होते. इतक्या वर्षांत माझ्या डोळ्यांवरच्या चष्म्याच्या अंडाकृती फ्रेममुळे माझ्या डोळ्यांभोवतीच्या ऊती

सुजल्या होत्या. मऊ, गुलाबी, किंचित अधिक नरम त्वचेची काहीशी टोकदार वाकडीतिकडी लंबवर्तुळं तयार झाली होती. रकून या अमेरिकेतील मांसभक्षक प्राण्याच्या डोळ्यांसारखे माझे डोळे दिसत होते. तुम्हाला इथे बाहेर फिरणाऱ्या प्रत्येकाच्या डोळ्यांभोवती अशी लंबवर्तुळं आढळली असती. कारण, फॅक्टऱ्यांमधून, कारमधून बाहेर पडणाऱ्या कणांमुळे आणि पिकं जाळल्यावर येणाऱ्या धुरामुळे इथली हवा दाट बनली होती. ते कण हळूहळू टोचत असत, त्यांच्यामुळे खाज सुटत असे. बुब्बुळं आणि पापणी यांच्या मध्ये त्यांचा एक पातळ थर जमा होत असे, त्यामुळे डोळ्यांभोवतीची त्वचा न चोळणं कठीण असे. खरोखरच ते खूप, खूप कठीण होतं. तिथली त्वचा अधिकाधिक कडक बनत असे, जणू काही प्रत्येकाच्या डोळ्यांभोवतीच्या त्वचेवर एखादी लालसर पूड फवारली गेली असावी, असं दिसत असे.

आमच्या डोळ्यांभोवतीच्या या गोलाकार कडा म्हणजे आम्ही कुठे राहत होतो, त्याची तीव्रता दर्शवणारी प्रतीकं होती. ते आमचे जणू बॅजच होते. त्यांच्यापासून आपली कशी सुटका करून घेता येईल, याचे आम्ही प्रयत्न करत होतो; पण ते कसं शक्य होणार होतं? काकडी, कॅमोमाईल, दूध आणि मध सगळ्याचा आम्ही वापर करून बघत होतो; पण पाणी आणि बेकिंग सोडा यांच्यासारखा कशाचाही परिणाम होत नव्हता. अगदी सकाळी तो क्षारयुक्त द्रव माझ्या बुब्बुळावर चढावा म्हणून माझ्या चेहऱ्याची एक बाजू भांड्यात बुडवून मी डोळे उघडण्याचा जबरदस्तीनं प्रयत्न करत असे. दुसऱ्या डोळ्यासाठीही मी ते करत असे. यामुळे अत्यंत हळुवारपणे एखादा सूक्ष्म मासा डोळ्यात टोचावा तसं वाटत असे; पण त्यामुळे दाह शांत होत असे.

==

तीन व्यक्तींवर माझं सर्वाधिक प्रेम होतं. माझी मुलगी, नवरा आणि आई. त्यांच्यापैकी एकही जण सध्या कुठे होता ते मला माहिती नव्हतं. मी करत असलेली प्रत्येक गोष्ट मला उद्दिष्टहीन, कशीबशी उगाच केल्यासारखी वाटत होती. मोकाट सोडलेला एखादा फुगा हवेवर एखाद्या कोपऱ्यापासून दुसऱ्या कोपऱ्यापर्यंत जसा झेपावत राहतो, तसं जगल्यासारखं वाटत होतं. प्रत्येक क्षणी अधिक दुर्बलता, अधिक जास्त दुर्बलता जाणवत होती.

कौन्सिलच्या शाळेतून ज्या वेळी वार्तापत्रं काढली जात, त्या वेळी मी विव्हळतेनं फुटून जात असे. माझ्या आत खूप खोलवर रुतून बसलेली भीती त्याच्या तपशिलांतून उघड होत असे. तिथे वाईट वर्तणूक, शिवीगाळ या गोष्टी फैलावलेल्या होत्या. एका मुलाच्या शाळेनं तर अगदी खालची पातळीही ओलांडली होती. शिक्षक विद्यार्थ्यांचा, वरिष्ठ मुलं लहान मुलांचा लैंगिक छळ करत होती. मुलींच्या ज्युनिअर स्कूलच्या परिसरात तर अक्षरशः लैंगिक अत्याचार फोफावले होते. भिकाऱ्यांच्या टोळ्या, अवमान, रोगराई, मादक पदार्थांचं सेवन, चोऱ्या या प्रकारांचा शाळांच्या परिसरात सुळसुळाट झाला होता. त्या शाळांतील विद्यार्थ्यांची खरोखरच कोणालाही पर्वाच नव्हती. आपण कुटुंबात राहणारे, समाजात राहणारे लोक आहोत. पालकानंतर लगेच त्यांची जागा काका-काकू, मामा, मावश्य, आत्या घेतात; पण समाजच नसलेलं मूल कोणत्या प्रकारचं असणार? फक्त अगदी टोकाच्या अवस्थेतली, फाटकेतुटके कपडे घातलेली मुलं तिथे येत होती. कौन्सिल स्कूलमध्ये फक्त भिंतींच्या बाहेर राहणारी मुलंच येत होती.

लैला नाही. लैला वकील होईल. ती उंच आहे. तिच्या वडिलांसारखी, माँसारखी. ती गोरी आहे आणि तिच्या गालांवर खळ्या आहेत. कायदे शाखेत त्या वर्षी येणाऱ्या मुलांमध्ये ती असेल. तिनं जर दुसरा मार्ग पत्करला तर ती कलाकार असेल. केस व्यवस्थित मागे वळवलेली, खांद्यावर चुरगाळलेला कमीज, तिच्या हातांवर, गळ्यावर आणि हनुवटीवर वाळलेल्या मातीचे डाग असतील.

माँ? ती मरण पावली होती. दीपनीतानं मला ते काही वर्षांपूर्वीच सांगितलं होतं. त्यांनी तिचं दहन केलं होतं का की तिला नदीत सोडून दिलं होतं? त्यांनी तिचे अंत्यविधी पार पाडले होते की तिला तसंच फेकून दिलं होतं? ज्या पद्धतीनं दीपनं वर्णन केलं होतं, त्यावरून तिचं शरीर थंडगार पलंगावर तसंच थंडगार होऊन पडलं होतं. ओठ विषामुळे निस्तेज दिसत होते. आणि रिझ? तशी काही शक्यता होती का? तो जर जिवंत असताच तर त्यांनी त्याला मी मरण पावलेय, असंच सांगितलं असणार. त्याला मी जिवंत असल्याचं माहिती असण्याचा कोणताच मार्ग नव्हता. तो झोपडपट्टीत राहत असण्याची शक्यता होती. कदाचित, तोही लैलाचा शोध घेत असावा. कदाचित, तो मला विसरूनही गेला असेल.

कंडक्टर माझ्या बाजूला आला होता. तो पाच फुटांहून जास्त उंचीचा नव्हता; पण भक्कम शरीरयष्टीचा होता. त्याच्या मिश्या कोळशासारख्या काळ्या आणि चमकत्या होत्या. तो छाती पुढे काढून त्याच्या लहानखुऱ्या शरीरानं तोऱ्यात चालत होता. मला त्याची थोडी कीव आली. वयात आल्यापासूनच निराश बनलेला आणि आपली उंची वाढेल याची वाट पाहत असलेल्या त्या मुलानं बांधकामाच्या ठिकाणची कठीण नोकरी पत्करली होती. त्याच्या खाकी गणवेशाला सुकवलेल्या माशांचा वास येत होता.

''राजकीय विभाग,'' मी म्हणाले.

त्यानं नव्यानंच चौकसपणे माझ्याकडे पाहिलं. ''एवढ्या रात्री, या वेळी?'' माझ्या प्लेन पांढऱ्या साडीकडे त्यानं बघितलं. ''तुम्हाला त्या टॉवर्समध्ये जायचं आहे का?''

''होय.''

''आह! वेडी बाई. आता कुठलीही कार्यालयं उघडी नसतात. तुम्हाला खरोखरच कुठे जायचंय?'' त्यानं अगदी भेदक नजरेनं मला वरपासून खालपर्यंत न्याहाळलं. ''तुम्ही मैत्रिणींना भेटायला तिकडे चाललाय का?'' त्यानं विचारलं. ''तिथे तुमच्या मैत्रिणी राहतात? त्या राजकीय विभागात?'' त्याच्या शब्दावडंबर असलेल्या वाक्यात असलेली खोच लक्षात यायला एक क्षणभर जावा लागला. तो हसत होता.

''माझं काम आहे.''

''पण आता तिथे कुठलंच कार्यालय उघडं नसतं. मग कसलं काम?''

''ते मी तुम्हाला सांगण्याची गरज नाही. मी तुम्हाला ते सांगितलंच पाहिजे का?''

''फक्त तुम्हाला तिथे सोडावं असं तुम्हाला वाटत असेल, तर सांगा. नाही तर ठीक आहे. पुढे जा. बेल दाबा. मग बघा आम्ही थांबतो का ते!'' तो मोकळेपणानं खिदळला. त्याचे दात लहान आणि पांढरे होते; पण खालच्या जबड्यातील दात कमालीचे वेडेवाकडे होते. रोज संध्याकाळी वाहणाऱ्या जोरदार वाऱ्यांबरोबर झुंज देणाऱ्या कुंपणावरच्या खुंट्यांसारखे.

''लवादानं. लवादानं मला या वेळी बोलावलंय. माझ्याकडे दुसरा पर्याय नाही.''

त्यानं एक खोल श्वास घेतला आणि तो किंचितसा एक पाऊल मागे सरकला. त्याच्या चेहऱ्यावरचं स्मित लगोलग नाहीसं झालं. त्याचे डोळे विस्फारले. तो माझ्या खांद्याचा आधार घेणार असावा, असं दिसत होतं; पण तो पुटपुटला, "काही पैसे नाहीत." आणि तो तसाच घाईघाईनं पुढे गेला.

शहरात तुम्ही पोहोचलात की, तुम्हाला एका लहान विभागाभोवती बांधलेली पहिली भिंत दिसत असे. ती साल्सेट कॅथलिक लोकांची होती. रोज सकाळी मी तिथून जात असताना मला एखाद्या परीकथेत शोभण्यासारखा तिथे एक खूप मोठा स्फटिकाचा राजवाडा दिसत असे. त्याच्या भिंतीच्या करड्या पट्ट्यांवर, चर्चच्या मुख्य इमारतीवर, आरशांसारख्या काचा बसवलेल्या आणि वेगवेगळ्या आकारांच्या मनोऱ्यांसारख्या दिसत असलेल्या कार्यालयीन इमारतींवर सकाळच्या सूर्याचा कोवळा प्रकाश पसरत असे. रात्री एवढ्या उशिरा यांपैकी काहीही दिसत नसे. दुमजली किंवा तिमजली इमारतींच्या मध्ये भल्या मोठ्या जाहिराती होत्या. त्यांच्यावरून प्रतिबिंबित होणाऱ्या प्रकाशामुळे डोळे दिपून जात. जाहिराती खिळ्यांनी भिंतींवर ठोकलेल्या असत. गलिच्छ घोषणा आणि चालीरितींसाठीच्या याचिका तिथे असत. माजलेल्या बैलांसारख्या त्या रस्ताभर आणि नंतर थेट तुमच्या अंगावर धावून येत असल्यासारख्या वाटत. शाळेनंतरच्या घरगुती शिकवण्या : अहुरमाझ्द गॅस्ट्रिक बायपास, टिप-टॉप मेड्स (धर्म, जात, जन्म ठिकाण यांची निवड करा, सुरक्षित राहा आणि नीटनेटके राहा).

ईस्ट झोपडपट्टीजवळच्या बाह्य रस्त्यावर बस वळली, तेव्हा झोपडपट्टी म्हणजे आरोग्याला अपायकारक असलेल्या मानवी विष्ठा आणि कुजणारा भाजीपाला यांच्यापासून मांडलेला पत्त्यांचा डाव असावा, असं वाटत असलं तरी तिथे वळल्यावरच मला दिलासा मिळाला. कारण, त्या वेळी ते पिसाट, उन्मादपूर्ण संदेश दूर राहिले होते. साचलेल्या पाण्यावर डास पोसले गेले होते. दोन्ही बाजूंनी झोपडपट्टी आतल्या बाजूला दाबली गेली होती. फक्त चंदेरी रस्त्याचा एक वक्राकार तेवढाच बाहेर डोकावत होता. तिथेच ड्रायव्हरनं वळसा घेतला. आम्ही कोपऱ्यापर्यंत आलो होतो. तिथे एक माणूस रस्त्यावरच्या गटारावरच उकिडवा बसलेला होता. बस जवळ आल्यावर तो उडी मारून उठला. बसच्या दोन लाइटचा प्रकाश त्याच्या अंगावर पडला, त्या वेळी त्याचे पिंगट डोळे प्रकाशात चमकत होते. त्याच्या पँटच्या कमरेचा भाग चाचपडण्याचा

प्रयत्न तो करत होता. आम्ही तिथून वेगात पुढे येईपर्यंत त्यानं त्याच्या मुठीत पँट पकडून ठेवली होती आणि त्याची पँट जांघेच्याही वर घेतली होती आणि बेफिकीरीनं तो दुसरीकडे पाहत होता.

आम्ही पूर्ण वळसा घालून पुढे आल्याबरोबर आमच्या नजरेसमोर एक डोळे दिपवून टाकणारं दृश्य होतं. आकाशात पावसाळी समुद्राची छटा पसरली होती. ढग हलके आणि पांढरे होते. कसलंही ओझं नसल्याप्रमाणे त्यांच्या त्या बेटात ते स्वच्छंदपणे तरंगत होते. ते दृश्य अधिक चांगल्या प्रकारे पाहता यावं म्हणून मी खिडकीची काच सरकवली. झोपडपट्ट्यांतील दुर्गंधी माझ्या गालांना आणि मानेला झोंबली; पण मी त्याची पर्वा केली नाही. त्यानंतर अशा प्रकारचं आकाश पुन्हा कधीच दिसलं नसतं. दाट धुकं आणि औद्योगिक कण तरंगत असलेल्या ठिकाणी तर नाहीच नाही. मी तोपर्यंत एवढं चांगलं आभाळ कधीच पाहिलं नव्हतं. ...लगेचच मी रिझबरोबर खुल्या रस्त्यानं कार चालवत निघाले होते. वसंत ऋतूची सुरुवात होती. नुकतीच शाळा संपली होती. मान खाली करून पुन्हा एकदा वाचण्याची इच्छा होत होती. निरोप समारंभाच्या वेळी माझ्या गणवेशावर आमच्या वर्गानं टाकलेल्या शाईचे डाग पडले होते. रिझचे केस सूर्यप्रकाशात तपकिरी आणि सोनेरी दिसत होते. पूर्णत्वाच्या समाधानाची जाणीव होत होती. त्या दिवशीचे ढग काही औरच होते. छोट्या वलयांमध्ये विखुरलेला अर्धपारदर्शक पट्टा जवळजवळ निम्म्या आकाशात पसरला होता.

ती एखाद्या प्रकारची जाहिरात असल्यासारखं वाटत होतं. एखाद्या छपरासारखा काळपटपणा वर लोंबकळत होता आणि खाली दिवसाच्या प्रकाशाचा आणि दिवसाच्या ढगांचा पट्टा दिसत होता. उत्तर ध्रुवावरची असंगत गोष्ट. ध्रुवीय रात्र.

ईस्ट झोपडपट्टी मागे पडल्यानंतर तिथे काय चाललं होतं ते मला दिसलं. भिंतीच्या अगदी वरच्या टोकाला असलेल्या तावदानावर म्हणजे अगदी उड्डाणपुलांवरच्या रस्त्यांवरून पाहता येईल एवढ्या उंचीवर पांढऱ्या अक्षरांत अगदी आकाशाच्या उंचावर लिहिलेला मजकूर असा होता ः 'तुमच्या मुलांनी त्यांचं अवकाश तुमच्याशी वाटून घेतलंच पाहिजे का?' अखेरच्या तावदानाच्या मध्यभागी पुन्हा एकदा पांढऱ्या अक्षरांत उद्योगाचं नाव लिहिलेलं होतं आणि एक स्कायडोम होता.

==

आता लवादाच्या खोलीच्या बाहेर मला खोलीत बोलावलं जाण्याची वाट बघत मी उभे होते. त्या वेळी मी राजकीय विभागातील कमी उंच पांढऱ्या विटांचं कुंपण असलेल्या आणि बदकांचं तळं व त्याच्या समोरून जाणारी वाट दिसत असलेल्या अगदी दूरवरच्या टोकाच्या इमारतीत होते. ती अगदी कलाहीन रचना होती आणि तिला शोधूनही न सापडाव्यात अशा जहाजांवरच्या किंवा विमानातील खिडक्यांसारख्या खिडक्या होत्या. राजकीय विभागातील अनेक रस्ते एकत्र येऊन वर्तुळाकार मार्ग तयार करत असत आणि माझा अशा आडवळणी रस्त्यांमुळे नेहमीच प्रचंड गोंधळ उडत असे.

ग्रेट गेट नावाच्या प्रवेशद्वारातून तुम्ही आत वळलात की, प्रत्येक गोष्ट अतिशय वेगळी होती. जणू काही तिथे सगळ्या गोष्टी पार बदलून जात होत्या. माझ्या नोकरीमुळे मला रोजच्या रोज इथे यावंच लागत होतं आणि त्या वेळी सगळी कार्यालयं बंद झालेली असत. प्रशस्त, सुंदर वृक्षाच्छादित रस्ते, रिकामे पदपथ, दोन्ही बाजूंना दाट पसरलेले वृक्ष आणि झाडं-झुडपं. पामच्या वृक्षांवरून फिरणाऱ्या खारी आणि पानांमधून वेगानं पळापळ करणारी मध्यम आकाराची वन्य माकडं असं तिथलं वातावरण होतं. प्रत्येक घर म्हणजे आरामात पहुडलेले पांढऱ्या भिंतींचे बंगले होते. त्यांच्या भोवती टेकड्यांमध्ये बंदिस्त झालेली हिरवळ होती. सकाळी किंवा संध्याकाळी मंत्रालय आणि बस स्टॉप यांच्यामधून चालत जाताना पदपथ पूर्ण मोकळे असत आणि सगळीकडे खूपच हिरवाई असल्यामुळे अगदी मोकळेपणानं मी त्या खुल्या हवेत भरपूर श्वासोच्छ्वास करत असे. अगदी माझी फुफ्फुसं शुद्ध हवेनं भरून टाकत असे. दीर्घ, खोल श्वसन केल्यामुळे माझं डोकं हलकं होत असे. मी शांत होत असे. मग तिथे भरपूर प्रमाणात असलेल्या गाणाऱ्या पक्ष्यांचं मी जरा जास्तच कौतुक करत असे. स्पर्शाला प्रतिसाद देणारी माझी पावलं पदपथावर पुढे, पुढे पडत राहत. प्रत्येक चौरसाकृती फरशी सखोल खोबण्यांमध्ये बसवलेली होती. ते एक वेगळंच जग असावं असं वाटत असे. मी राहत असलेल्या पर्वतशिखरावरच्या ठिकाणाहून ते किती दूर होतं ते मला नेमकं सांगता आलं नसतं; पण ते बरंच दूर होतं. माझं राहण्याचं ठिकाण कदाचित पूर्णपणे बंदिस्त करण्यात आलं होतं. एका पाठोपाठ सगळे श्रीमंत विभाग असेच दिसू लागल्याचं मला सांगितलं गेलं होतं.

रात्रीच्या वेळी रिक्तपणाची जाणीव कित्येक पटींनी वाढत असे. इथेही बाहेरच्या बाजूच्या परिपूर्णतेच्या, झळाळीच्या आणि उद्वेगजनक वैपुल्याच्या अगदी विरुद्ध आतली स्थिती होती. रस्त्यावरच्या धूळभरल्या दिव्यांच्या रांगांच्या केशरी प्रकाशातून कार्सच्या केकाटण्याच्या आवाजात, जगण्याचं एखादं चिन्ह दिसेल का या विचारानं चिंताग्रस्त होत मी झपाट्यानं चालत पुढे निघाले होते. दर काही मिनिटांनी मी कार आत नेण्याच्या मार्गावरून पुढे जात होते. प्रवेशद्वाराला अगदी लागूनच हिरवट लाकडी छटेच्या चौकीवर पेंगुळलेले दोन मशीनगनधारी पहारेकरी उभे होते. मला त्यांना पुढे कसं जायचं हे विचारण्याची गरजच नव्हती म्हणून मी तशीच पुढे चालत राहिले. मला एक साळिंदर आणि लांबट लॉरींचे एखाद्या ग्रहासारखे सुंदर गोलाकार दिसणारे पिवळसर चमकते 'डोळे' दिसले. मी मान ठामपणे खाली घालून फांद्यांच्या त्या सळसळीतून आणि थरथराटातून तशीच पुढे गेले. यातली महत्त्वाची गोष्ट अशी होती की, मी तिथे वेळेवर पोहोचले होते. आता नुकतेच रात्रीचे १० वाजले होते. तीन पुरुष आणि साडी नेसलेली चौरसाकृती बांध्याची एक महिला माझ्याबरोबर प्रतीक्षागृहात बसले. कागदांच्या चळतीतील कागद वाचत ती हळुवारपणे झोके घेतल्यासारखी डुलत होती. त्यातले काही शब्द पाठ केल्यासारखे ती पुटपुटत होती. ती एक थंडीतील रात्र असली आणि दर काही सेकंदांनी तिथे लावलेला पंखा माझ्याकडे वळून जोरदार वाऱ्याचा झोत सोडत असला तरीही माझी टाळू, कपाळ, बगला आणि गुडघे यांना जोरदार घाम सुटला होता. प्रत्येक गोष्टच हळूहळू घामेजत चालली होती. जर त्यांनी माझ्यावर विश्वास ठेवला नसता, तर माझी गतही इतरांसारखीच झाली असती. मी पुन्हा कधीच कोणाला दिसले नसते. पाण्यात मीठ विरघळावं तशी.

"तू हे थांबवू शकतेस का?" माझ्या बाजूला बसलेल्या पुरुषानं विचारलं. "तुझ्या गुडघ्यांची ही थरथर?" त्याच्या चेहऱ्यावर पुसटसं स्मित होतं.

त्यानं अगदी कठोरपणानं मान डोलावून मी केलेली क्षमायाचना स्वीकारली. अशा प्रकारे कॉरीडॉरमध्ये मी खूप वेळ घालवला होता. भिंतीवर जाळीत लावण्यात आलेला पंखा कोपऱ्या-कोपऱ्यात फिरत होता. माझ्या मागच्या घराच्या भिंतीची तावदानं कोणीही जिन्याच्या पायऱ्यांवरून येऊ लागलं की, जोरात थरथरत होती. समोरच्या भिंतीवर धुळीनं माखलेले मोठे आणि शिकारी कुत्र्यांच्या सुळ्यांसारखे अणकुचीदार कोपरे असलेले आयत होते. तिथेच

सूचना चिकटवल्या जात होत्या आणि नंतर फारशी काळजी न करताच त्या ओरबाडून काढून टाकल्या जात होत्या. वरच्या शोभेच्या छपराला एक तावदान नव्हतं. मला लाल रंगाच्या तारा आणि क्षणभरासाठी झपाट्यानं पळून जाणाऱ्या उंदराची सावली दिसली.

तो पुरुष पुढे झुकला. तो हळू आवाजात म्हणाला, "खरं तर मीसुद्धा नर्व्हस झालोय," त्याच्या श्वासात रात्रीच्या जेवणाचा, लोणच्याचा, बटाट्याचा व पराठ्याचा तीव्र वास होता. त्याच्या मोठ्या बैठकीआधी त्यानं बरचं मोठं, अगदी भरपेट जेवण केलं असावं. त्याच्या कपाळावर एखाद्या आगीच्या लोळासारखा दिसणारा चंदनाचा टिळा होता. तो पुढे बोलत राहिला.

"पण ते इतके भयानक नाहीत."

"तू आधी कधी लवादाला सामोरी गेली आहेस का?"

"तू फक्त खरं काय आहे तेवढंच सांग. इथे घाबरण्यासारखं काहीच नाही."

मी म्लानपणे स्मित केलं. आइस्क्रीमच्या मोठ्या चमच्यानं आइस्क्रीम काढावं तसा माझ्या पोटात कोणीतरी तो मोठा चमचा खुपसत आहे, असं मला वाटू लागलं. मला अजूनही घाम येत होता. माझी पर्स मी मांडीवर ठेवली आणि हाताला एक ग्लास लागेपर्यंत तिच्यात धुंडाळलं. जारचं रबरी बूच ढेकर दिल्यासारखा आवाज करत बाजूला झालं. निळ्या आणि पांढऱ्या गोळ्या. मला अत्यानंद झाला. गोंधळ, नैराश्य, विव्हळपणा किंवा इतर कोणत्याही स्वरूपाच्या भीतीचा सामना करण्यासाठी त्या अतिशय महत्त्वाच्या होत्या. त्यांना दुर्गंध येत होता. त्या गोळ्यांचा तो मळमळ करायला लावणारा वास रोज रात्री येणं अगदी अटळ होतं. जणू काही त्या गोळ्या खाली गेल्यावर माझ्या पोटातील कळीला हलकासा झटका मिळत होता आणि तिचं काम सुरू होत होतं.

निळा पदार्थ व्यवस्थितपणे पांढऱ्या वेष्टनात ठेवलेल्या माझ्या तळहातावरच्या दंडगोलाकार गोळ्यांकडे मी बघितलं. जनावरांच्या डॉक्टरकडे ज्याप्रमाणे कुत्र्याचं तोंड जबरदस्तीनं उघडून त्याला औषधं दिली जातात, त्याप्रमाणे पहिल्यांदा त्या गोळ्या घेण्यासाठी त्यांनी माझं तोंड जबरदस्तीनं उघडलं होतं. मला प्रत्येकाबद्दलच अविश्वास वाटत होता, विशेषतः डॉक्टर अय्यरबद्दल. आता आम्हाला माहिती आहे की, आम्हाला मदत करण्याची

इच्छा बाळगणाऱ्यांपैकी तो एक होता. एके दिवशी सकाळी नाष्ट्यानंतर एखादा खेळ संपवावा, त्याप्रमाणे ही निळी आणि पांढरी गोळी माझ्या कोपराजवळच्या प्लॅस्टिकच्या पांढऱ्या कपात ठेवण्यात आली होती. ती तिथे अचानकच आल्यासारखी दिसत होती. त्या पहिल्या दिवशी आमच्यापैकी अनेकींनी ती घेतली नव्हती. ती गुपचूप नेणं सोपं होतं. माझ्या पायजम्याच्या इलॅस्टिक बँडचा मी त्यासाठी उपयोग केला. नंतर सिंकमध्ये मी ती बाटली ओतून टाकली आणि सिंकमध्ये पसरलेली पूड आणि प्लॅस्टिकचा थर धुऊन टाकला.

त्या माणसाला माझ्या हातात ती गोळी दिसली. तो जळजळीत नजरेनं तिकडे बघत होता. त्यानं त्याची खुर्ची मागे ओढली. त्या दगडी पृष्ठभागावर पडणाऱ्या त्याच्या पावलांमुळे एखादा धागा कराकरा फाटावा, तसा आवाज ऐकू येत होता. ''तू कुठे राहतेस?'' त्यानं विचारलं. त्यानंतर तो प्रश्न त्यानं पुन्हा एकदा विचारला.

 ''अं...''

 ''ती टॉवर्समधून आलेय,'' त्यानं जाहीर केलं. तिथल्या तिन्ही चेहऱ्यांनी लगेच वर बघितलं. तो परीक्षण करण्यासाठी खाली झुकला. त्याच्या खाऊ की गिळू अशा प्रकारे पाहणाऱ्या नजरेत, त्याच्या संशयग्रस्ततेत मी अगदी नखशिखांत भिजले होते. ''याआधी कधीही मी एखाद्या टॉवरमधल्या महिलेला भेटलो नव्हतो म्हणूनच तू एवढी नर्व्हस आहेस आणि त्यात आश्चर्य वाटण्याजोगं काहीच नाही,'' तो म्हणाला. लाजेनं माझे कान गरम झाले होते. त्याच्या चेहऱ्यावर समाधानाचं स्मित पसरलं होतं. त्यानं खोलीतल्या इतरांना स्पष्टीकरण दिलं, ''मला ते माहितीच होतं. फक्त त्याच अशा प्रकारच्या निळ्या आणि पांढऱ्या गोळ्या घेतात.''

लगेच तिथे चौकसपणा उफाळून आला. जणू काही मी म्हणजे अभ्यासासाठी आणि निष्कर्षांना पाठबळ मिळवण्यासाठी आवश्यक असलेली संशोधनाची वस्तूच होते. आता बहुतेक वेळा आम्हाला राग येत नव्हता. त्याऐवजी अशा प्रकारे वर्तनात झटपट होणाऱ्या बदलांना आम्ही तोंड देत होतो. एकेकाळी मला तिकडे नेण्यात आलं होतं आणि माझं धर्मांतर झालं होतं याला काय अर्थ होता? मी त्याला काहीच किंमत देत नव्हते.

ते आश्चर्यचकित झालेले असताना मी त्यातली एक गोळी माझ्या तोंडात टाकली. नंतर मी वाट बघत थांबले. तळमजल्यावरच्या खिडकीतून उबदार झुळूक हळूच वरच्या बाजूला आली. माझ्या पोटऱ्यांमध्ये चैतन्य आलं. पहिला झोत निर्माण झाला होता. एका अत्यंत आल्हादक क्षणी मला माझं शरीर पूर्णपणे सैलावल्यासारखं वाटलं. जणू काही मला एखाद्या वस्त्रात झाकून ठेवण्यात आलं होतं. माझ्या चेहऱ्यावर स्मित पसरलं. माझ्या त्वचेच्या अंतर्भागात फसफसणारे थंड बुडबुडे तयार झाले होते. त्या खोलीत आता हळूहळू जिवंतपणा संचारू लागला. माझ्या डोक्यावर लोंबकळणारी लाइट इंद्रधनुष्यी रंगांच्या द्रवाच्या झोतांच्या स्वरूपात पसरली. मी डोळे मिटून घेतले. बहुधा ते माझ्याकडे रोखून पाहत असावेत; पण आता मला त्या कशाचीच फिकीर नव्हती.

एक नवीन सुरुवात झाली होती. जर लवादाबरोबरच्या गोष्टी चांगल्या प्रकारे पार पडल्या असत्या आणि मला बदली मिळाली असती, तर इतकी वर्षं मी अबकारी मंत्रालयात ज्या लोकांबरोबर काम केलं होतं, त्यांची तोंडं पाहण्याची गरज मला पुन्हा कधीही पडणार नव्हती. मी तिथे कोणाशीही मैत्री केली नव्हती. मी काम करत होते, एका कार्यालयातून दुसऱ्या कार्यालयात याप्रमाणे चहा देत होते. मला तसं स्पष्ट सांगण्यात आलं होतं आणि काम संपल्यावर मी घरी परतत होते. मला याहून अधिक काहीही नको होतं.

ते एकाकी असलेले मूर्ख, वेडसर लोक होते की वेडसर, मूर्ख असलेले एकाकी लोक होते? माझ्या मनात आतापर्यंत एखाद्या खपलीसारखी रुतून बसलेली भीती मी ओरबाडून काढून टाकली. मूर्ख, आळशी लोक नेहमी एकटेच का असतात आणि रस्त्यांवरून एकटेच का फिरत असतात? रिझपासून आणि लैलापासून दूर राहून, त्यांच्याशिवाय मी अनेक वर्षं घालवली होती. कदाचित, आता माझी सगळ्या गोष्टींवर तितकीशी घट्ट पकड उरलीही नसेल. एके दिवशी कामावर असताना पहिल्यांदाच मी या शक्यतेचा विचार केला. सकाळच्या चहाच्या फेरीसाठी चहा तयार करण्यासाठी मी त्या छोट्याशा स्वयंपाकघरात गेले होते. कप, बश्या असलेलं कपाट उघडून घट्ट पकडल्यानंतर आणि अगदी त्याला नाक लावून बघितल्यावर मला कपाटात आखीव कागदावर पेनानं काढलेलं चित्र दिसलं. मला कुठेतरी असं काहीतरी दिसेल, याची खात्रीच वाटत होती. त्या चित्रात शालिनी बालिनी बनली होती.

जणू काही एखाद्या विजेच्या खोबणीत घालून मला विजेचा धक्का देण्यात आला असावा, त्याप्रमाणे माझे कुरळे केस आवतीभोवती पसरले होते. माझे समोरचे दात किंचित पुढे होते, त्यात व्यंग्यचित्रकारांनी अतिशयोक्ती करून ते बरेच पुढे असल्याचं दाखवलं होतं, त्यामुळे मी संतप्त चेटकिणीसारखी दिसत होते. माझ्या प्रत्येक कुरळ्या बटेमधून (माझे केस एवढे कुरळे नव्हतेच) माझ्या टाळूतून बेडौलपणे बाण बाहेर पडल्याचं दाखवण्यात आलं होतं. त्यातून माझा रागीट स्वभाव दिसत होता. मला वाटतं, त्या दिवसांत खरोखरच संतापाला आवर घालणं माझ्या हाताबाहेरचं काम होतं.

पण ते चित्र काढण्यात आलं होतं हा माझ्या दृष्टीनं महत्त्वाचा मुद्दाच नव्हता. माझ्या सहकाऱ्यांमध्ये पसरलेल्या हास्यामुळे त्यांच्यापैकीच कोणीतरी ते चित्र काढलं होतं, हे माझ्या लक्षात आलं होतं आणि हाच खरा मुद्दा होता. मी किती संतप्त झाले होते हे त्या वेळी समजून घेण्याचा माझ्याकडे कोणताही मार्ग नव्हता. मी बहुधा एक–दोन शिपायांवर ओरडले असणार. कदाचित, मी हे करण्यासाठी जन्मलेली नव्हते, मी चांगल्या कुटुंबातील होते, हे काम खूपच कष्टाचं आणि हलकं होतं हे तिथे झाडू मारायला आणि फरशी पुसायला येणाऱ्या झोपडपट्टीवासीयांना दाखवण्याचा माझा हेतू असावा. त्यांच्यापैकी काही जण इतके मूर्ख होते की, ते साध्या गोष्टीचासुद्धा चुकीच्या पद्धतीनं अर्थ काढत होते. त्या वेळी अखेरीस मला आरडाओरडा करावा लागत होता; पण त्या दिवशी सकाळी मी ते रेखाटन बघेपर्यंत माझ्या वर्तनाविषयी मला जाणीव नव्हती. मी स्वतःला इतरांप्रमाणेच संघटित, स्वयंनियंत्रण असलेली व्यक्ती समजत होते. त्या व्यंग्यचित्रकारानं माझ्या वर्तनाची मला जाणीव व्हावी यासाठी खरं तर मदतच केली होती. मी अनियंत्रित बनले होते. रिझ माझ्या बरोबर नसल्यामुळे मी नियंत्रण गमावून बसत होते. आता माझी स्वतःची मनःस्थिती कशी होती हे समजून घेणं, माझ्या दृष्टीनं खूपच कठीण होतं. रिझ माझा मार्गदर्शक होता. तो माझं केंद्रस्थान होता. ज्या वेळी मी खूपच तणावग्रस्त असे, त्या वेळी मला नेमकं काय वाटतंय त्याचा अंदाज घेण्यास, त्याचं नेमकं मोजमाप करण्यास तो मला साहाय्य करत असे म्हणूनच मला काळजी वाटत होती. त्या सोळा वर्षांच्या एकाकीपणामुळे मी स्वतःला हरवून बसले होते. माझ्या लक्षातही न येता मी अचानक दुसऱ्याच मानसिक अवस्थेत जात होते.

शिपायानं माझ्या खांद्यांवर रागारागानं दोन बोटं ठेवून मला जोरदार हिसडा दिला आणि माझ्या दिवास्वप्नातून मला जागं केलं. मी एखादी झिंगलेली व्यक्ती असावी, अशा सरळसरळ जाणवणाऱ्या अपमानास्पद नजरेनं बघत तीच चार माणसं बसली होती. मी उभी राहिले आणि माझ्या उजव्या हाताचं मधलं बोट बाहेर काढलं. कोणाच्याही काहीही लक्षात येण्याआधी किंवा निदान कोणीही हरकत घेण्याआधीच मी नंतर माझी तर्जनी बाहेर काढली. त्यानंतर ती दोन बोटं माझ्या छातीवर ठेवून खोलीभर नजर फिरवली आणि म्हणाले, ''सर्वांसाठी शुचिता.''

लवादाची खोली काळसर लाकडापासून बनवलेली, कुबट वास येणारी आणि आयताकृती होती. तिला खिडक्या नव्हत्या. छताच्या आतल्या बाजूला लाइट होत्या. अशा कन्सिल्ड लाइट्समुळे तिथे सावल्यांचे वक्राकार पसरले होते. दुसऱ्या टोकाला असलेले चार पुरुष चर्चेत बुडून गेले होते. त्यांच्यापैकी प्रत्येक जण धोतर नेसला होता. कौन्सिलचे ज्येष्ठ अधिकारी वापरत असत त्याप्रमाणे त्यांच्या धोतराला जवळजवळ अस्पष्ट दिसणारी केशरी किनार होती. मी दरवाजाच्या फटीजवळ आल्यानंतर ते थांबले.

''सॉरी,'' मी म्हणाले. ''मी बाहेर थांबू का?''

''त्याची काहीही गरज नाही. काहीच गरज नाही त्याची,'' मी आत आल्यामुळे त्याचं वाक्य अर्धवटच सोडून दिलेल्या त्या पुरुषानं म्हटलं. त्यानं त्याच्या सहकाऱ्यांकडे बघितलं. ''आपण आता सुरुवात करू या का?'' तो माझ्याकडे आला. त्या मंद प्रकाशात डोळे बारीक करून त्याच्या हातातील फोल्डरवर नजर टाकत तो पुढे आला. नंतर तो थांबला आणि त्यानं त्याचा तळहात वर उचलला. ''थांब. तू टॉवर्समधून आलेयस का?''

मी मान डोलावून संमती दर्शवली.

त्या माणसाच्या चेहऱ्यावर स्मित पसरलं. त्याच्या मागे तीन लबाड कामातुर नजरेनं पाहत होते. ''ती टॉवर्समधून आलेय,'' त्यानं एखादी घोषणा केल्यासारखं म्हटलं. माझ्या डोक्यावरच्या लाइटचा प्रकाश खोलीच्या दूरवरच्या टोकाला असलेल्या पलंगावर पडला. तिथे एक पलंग होता. एक पलंग? एक उंच पलंग होता. डॉक्टरच्या खोलीत असतो तसा. त्याच्यावर

प्रकाशाचा एक छानसा त्रिकोण पसरला होता. त्याच्या एका टोकाला तक्क्या होता. त्याच्यावर डांबरासारखा काळा रेशमी अभ्रा होता. लैलाला ज्या दिवशी नेण्यात आलं होतं, त्या वेळी ते असेच ओळीनं उभे राहिले होते. त्या तक्क्यापासून निघणारा प्रकाश तरंगत दूर गेला.

"तू झोपत का नाहीस? माझं नाव विजय आहे," विजयनं इशारा केल्याबरोबर तो शिपाई अंधारातून पुढे आला. कोणतीही सूचना दिली गेलेली नसतानाही त्यानं पलंगाभोवती चार खुर्च्या मांडल्या. एका वेळी ते दोघे माझ्या धडावर आणि माझ्या मांड्यांवर बसतील. ते बहुधा एखाद्या डॉक्युमेंटरीतील एखाद्या दृश्यासारखं असेल का? जपानी महिला सुशी मांडलेल्या टेबलावर निर्वस्त्रपणे पसरलेल्या असतात. त्यांची तकाकती त्वचा चमकत असते. जेवणाऱ्या लोकांना त्यांच्या नग्न शरीराच्या स्वाभाविक रचनेकडे कामासक्ततेनं बघता यावं यासाठीची ही रचना... त्यांच्या गुडघ्यांवरचे उंचवटे, नरम नक्षीदार स्तन... माझा ब्लाऊज मी नीट केला. शिपाई निघून गेला. दरवाजाचा आवाज झाला आणि काही क्षणांपुरता प्रकाश वाढला. नंतर झपाट्यानं दरवाजा बंद झाला आणि कडी लावल्याचा आवाज आला.

ते सगळं होण्याआधीच बाहेर पडणं याचा अर्थच मुळी बदली न मिळणं असा होता. ही देव-घेव केल्याखेरीज त्यांनी मला इथे आणल्यापासून मी शोधत असलेला पत्ता मला सापडणार नव्हता. मी स्वतःला पलंगावर झोकून दिल्यावर माझ्या तोंडातून एक अस्फुट आवाज बाहेर पडला. एखाद्या हुंदक्यासारखा, मुसमुसल्यासारखा तो आवाज होता. त्याचा प्रतिध्वनी त्या लाकडातून उमटला. तो मूळ आवाजापेक्षाही मोठा होता, त्यामुळे मी लहान झाले होते. एक अधिकारी हसत होता. त्याचं नाक चोंदलेलं होतं. ते चौघे जण आता आपापल्या जागांवर बसले. प्रत्येक जण माझ्यापासून फूटभर अंतरावर होता. त्यांचे चेहरे अंधारात होते; पण प्रकाशात चार अर्धपारदर्शक धोतरांमधून त्यांच्या मांड्या चमकत होत्या. त्यांचे गुडघे आणि पायाच्या नडग्याही दिसत होत्या. मी मनातल्या मनात स्वतःला समजावत होते, 'धीर धर, धैर्यानं वाग. लैलासाठी धैर्यानं वाग.'

पहिले प्रश्न थेट होते. नाव, वय, टॉवर क्रमांक वगैरे. त्यानंतर माझ्या उजव्या गुडघ्याजवळच्या पुरुषानं विचारलं, "तुला हे माहिती असणारच की, आम्ही टॉवरच्या स्त्रियांना बदल्या देत नाही."

‘‘होय; पण मला काही वेळा असं सांगितलं गेलं होतं की...’’

‘‘...आणि अशी गोष्ट आम्ही तुझ्यासाठी का करावी?’’

‘‘याबद्दल काही वादच नाही,’’ विजय मध्येच म्हणाला. त्याच्या उजव्या हाताच्या प्रत्येक बोटात जाडजूड अंगठी होती. अगदी अंगठ्यातही होती. त्या अंगठ्यांमधील खडे अंधारात चमकणाऱ्या वाहतुकीच्या सिग्नलसारखे दिसत होते. ‘‘आम्ही टॉवरमधल्या स्त्रियांना बदली देत नाही. आम्ही तुला झोपडपट्टीत कसं काय पाठवू शकू?’’

‘‘माझ्या उद्दिष्टाशी असलेली माझी बांधिलकी मला सिद्ध करून दाखवायची आहे. मला तुम्हाला ती दाखवायला आवडेल.’’

‘‘तुम्हाला आणखी काय दाखवायला आवडेल मॅडम?’’ कोणीतरी म्हणालं.

तिथे थोडासा हसण्याचा आवाज पसरला. त्यानंतर विजयनं हळुवार आवाजात विचारलं, ‘‘तुझं वय काय आहे?...’’ कागदपत्रांची सळसळ ऐकू आली. पुढे त्यानं नाव जोडलं, ‘‘शालिनी?’’

‘‘मी त्रेचाळीस वर्षांची आहे.’’

‘‘अरेच्चा! पण तू तर जास्त प्रौढ दिसतेयस; पण तरीही तू अजूनही सुंदर आहेस. तुम्हाला काय वाटतं? तिच्या वयाच्या मानानं ती छान दिसत नाही का?’’

माझ्या घशाशी आंबट ढेकर आला. माझ्या ब्राची खालची पट्टी माझ्या मांसात रुतली होती. आता काही हिकमती करून, चुळबुळ करून चालणार नव्हती. आता हवेत उत्तेजना आली होती. माझ्या भोवतीचे श्वासोच्छ्वास जड झाले होते. मी छताकडे एकटक बघत होते आणि अशाच प्रकारे काही मिनिटं निघून जातील, असा विचार करत होते.

‘‘मग शालिनी...’’ विजयचा आवाज शिणल्यासारखा कापत होता. ‘‘तू त्या महिलांपैकी एक आहेस. तू तुझ्या कुटुंबाच्या विरोधात गेलीस. समाजाच्या विरोधात गेलीस. तुझं स्वतःवर नियंत्रण उरलं नव्हतं. फक्त विषयासक्ततेपोटी.’’

‘‘होय सर.’’

‘‘मला ते तिच्या एकूण ढंगावरूनच ओळखू आलं,’’ दुसरा माणूस म्हणाला. त्याची बोटं माझ्या कंबरेच्या वक्राकारावरून फिरत होती. ‘‘तिच्यात

अजूनही ते सगळं आहे. अगदी या वयातही. तिच्या घामासह इतर गंधांसह ते सगळं आहे,'' तो म्हणाला.

''ज्या वेळी स्त्री कामासक्ततेत स्वतःला झोकून देते, त्या वेळी असंच असतं,'' विजय पुढे बोलू लागला. त्याचा आवाज पुन्हा एकदा दाटून आला होता. ''जर सगळ्याच स्त्रिया अशा वागू लागल्या तर काय होईल, याचा विचार करा. मग काय होईल ते तुम्हाला माहितीच आहे. सगळीकडे फक्त गोंधळ माजेल. खूप क्षोभ माजेल. आपला समाज हा नियमांची गरज असलेला समाज आहे. मर्यादा असलेला समाज आहे. काही कारणानंच प्राचीन मर्यादा आखून देण्यात आल्या आहेत.''

''होय सर.''

''तू तर चांगली मुलगी होतीस. तू तुझ्या स्वतःच्या लोकांपासून तुटलीस. तुझ्या समाजापासून तुटलीस. अशा प्रकारातून काहीही चांगलं कसं काय निष्पन्न होईल?'' त्यानं हातातील कागदांचं भेंडोळं केलं. त्याचा एक घट्ट कोन तयार केला. त्यानंतर त्यानं त्याचं एक टोक माझ्या नितंबावर ठेवलं. ''आता स्वतःकडे बघ. तुझी त्वचा मोत्यासारखी चमकतेय,'' त्यानं तो कोन जोरदारपणे माझ्या कमरेत खुपसला. मी किंचाळले. ''एवढी सगळी वर्षं गेल्यानंतरही तू इतकी सुंदर आहेस. मग ते चिडले नसते तरच नवल!''

''कृपा करून माझ्यावर विश्वास ठेवा. मला माझी चूक कळलेय. मी धडा शिकलेय.''

विजयनं त्याचा हात माझ्या छातीच्या हाडावर ठेवला. त्याबरोबर प्रतिक्षिप्त क्रियेप्रमाणं माझा हात झटकन वर फेकला गेला. जणू काही विंडस्क्रीनवरचा वायपरच. ते चौघेही जण आता स्मित करत होते. तिथे अंधार असूनही मला ते आता जाणवत होतं. ते सत्ताधारी लोक फक्त हीच गोष्ट उत्तम प्रकारे करू शकत होते. ते दुर्बलता पसरवू शकत होते, बाकी काहीही नाही.

''प्युरिटी कॅम्पमध्ये तू किती काळ राहिलीस?''

''डॉ. अय्यरांबरोबर चार महिने होते.''

''हा तसा दीर्घ कालावधी आहे,'' दुसऱ्या आवाजानं मध्येच म्हटलं. ''त्यांनी तुला इतका दीर्घकाळ का ठेवून घेतलं?''

“मला माहिती नाही, सर. माझा अनेक गोष्टींविषयी गोंधळ उडाला होता. मला काहीही ऐकून घ्यायचं नव्हतं. ते सगळं समजून घेण्यास मला डॉ. अय्यरांनी मदत केली.”

“आणि तुला काय समजलं?”

“हेच की भिंती महत्त्वाच्या आहेत. आपल्यासाठी त्या असल्याच पाहिजेत. सगळं शहर एखाद्या भणंग रस्त्यासारखं झालंय. कायदे उरलेले नाहीत. सगळं बकाल झालंय. तुमच्या दरवाजापर्यंत घाण पसरलेय. लोक रस्त्यांवरच, गटारांत शौचाला बसतात. यापुढे उत्तम लोक अशा प्रकारे जगूच शकणार नाहीत. आपल्याला भिंतींची गरज आहे.”

“आता बघ बरं सगळं किती सुंदर आहे,” विजय म्हणाला. “आता प्रत्येक गोष्ट किती स्वच्छ आहे. आपल्या उड्डाणपुलांचं जाळं सगळ्या जगात प्रसिद्ध आहे. अगदी सिंगापूर, अमेरिका असे सगळीकडून लोक ते पाहायला येतात. सगळा गोंधळ असला तरी सगळे समाज व्यवस्थित राहतायत. जर लोकांनी भिंतींविषयी आदर दाखवला नसता तर हे शक्य झालं असतं का? जर प्रत्येक जणच तुझ्यासारखा, त्यांच्या स्वतःच्या संस्कृतीच्या विरोधात वागला असता, आपल्या संस्कृतीच्या विरोधात गेला असता तर हे घडलं असतं?”

“मी रोजच इथे येते. हे अतिशय सुंदर आहे.”

“मला ते माहिती आहे,” सावल्यांच्या उपछायेत विजयचा चेहरा अंधुक दिसत होता. फोल्डरमध्ये कोंबलेल्या कागदपत्रांतून त्याची नजर कसला तरी शोध घेत होती. “टॉवर्समध्ये तुला या सगळ्यात राहावं लागत होतं; पण तो तुझा दोष होता. आम्हाला तू तिथे राहावंस असं वाटत नव्हतं. तू स्वतःच्या मार्गानं जाण्याची निवड केलीस. मग आम्ही तरी काय करणार होतो?”

“होय सर. ते मला आता समजतंय.”

“आता अशा प्रकारच्या तळागाळातील लोकांसाठी कसलीच आशा उरलेली नाही. ते हजारो वर्षांपूर्वीही असेच होते. ते कायमच असेच राहतील.”

“सर्वांसाठी शुचिता,” मी म्हणाले.

“सर्वांसाठी शुचिता,” त्यांनीही प्रतिसाद दिला.

“हे फक्त घाणीपुरतंच मर्यादित नाही, शालिनी,” विजय मागे झुकत पुढे बोलू लागला. “आपल्याला शांततेसाठी सीमारेषा हव्या आहेत. खंडणीसाठी उद्योजकांचं अपहरण केलं जातंय. बलात्कार होतायत. अनेक महिलांवर सतत

बलात्कार होतायत. आता अशा गोष्टी फक्त बाहेरच्या रस्त्यांवरच घडतात. कुटुंबं आपल्या बायकांना सुरक्षित ठेवू शकतात. प्रत्येक उत्सवाच्या वेळी कितीतरी लोक सतत मरतात. तुला आठवतंय का? कशा प्रकारचं अन्न खाल्लं जातंय. कशा प्रकारची नृत्यं केली जातायत. गुंड, कुरापतखोर लोक एकमेकांच्या वस्त्यांमध्ये एकमेकांशी पंगा घेतायत. तलवारी आणि लाठ्या, काठ्या, बंदुका बाहेर काढल्या जातायत. कनिष्ठ समाजातील एक पुरुष चांगल्या कुटुंबातील एका स्त्रीबरोबर पळून गेला. मग त्यांनी त्याचं संपूर्ण कुटुंब, त्याचं घर, जमीन, त्याचं सगळं काही जाळून भस्मसात केलं. आता प्रत्येक समाज त्यांना हवं ते करू शकतो. तुम्ही जर भिंतींविषयी आदर बाळगला तर मग काहीच समस्या येणार नाही.''

त्याची बोटं अचानकच माझ्या मनगटावर बुजरेपणानं फिरत होती. त्याच्या अंगठ्यांतल्या अंगठीचा थंडगार धातू माझ्या मांसल शरीराच्या दृष्टीनं कडक, त्रासदायक वाटत होता. मी धापा टाकत होते आणि अचानकच मला आश्चर्य वाटलं. त्याच्या चेहऱ्यावरच्या स्मितात आनंद मिळवण्याविषयीच्या भावनेत संभ्रम आणि भीती दिसत होती. त्याला ते शक्य नाही... आता ते संपलंय, असं मी स्वतःला सांगत होते. चोंदलेल्या नाकाचा माणूस त्या वेळी माझ्या पायाच्या बोटांशी चाळा करत होता. त्याच्या बोटांची टोकं तो शुष्क झालेल्या, कोरड्या पडलेल्या माझ्या बोटांवरून फिरवत होता. मी लाथ मारल्यासारखा पाय हलवला त्या वेळी तो किंचित गुरगुरला. विजयनं काही क्षण त्याच्या सहकाऱ्याच्या डोक्यावरून माझ्या कोरड्या पडलेल्या त्वचेकडे पाहिलं. अचानकच तो उठून उभा राहिला. ''चालते व्हा, सगळे जण चालते व्हा,'' तो ओरडला. मी तसंच पडून राहावं म्हणून त्यानं माझ्या खांद्यावर त्याचा हात दाबला. अचानकच मी नुकतीच तिथे प्रवास करून पोहोचले होते, असं मला वाटू लागलं. बहुतेक तोपर्यंत तिथे माझ्या रूपात कोणीतरी दुसरीच स्त्री होती.

पिवळ्या प्रकाशाची तीव्रता वाढली आणि ते लोक दूर झाल्यावर प्रकाश सौम्य झाला. त्यानंतर वर लटकत असलेल्या लाइटच्या खाली आम्ही दोघंच होतो. विजय माझा गंध घेत होता. अगदी श्वास भरून गंध घेत होता. त्याचं डोकं माझ्या स्तनांच्या मध्यभागी ठेवण्याचा तो प्रयत्न करत होता. त्याच्या ओठांवर लाळेचे थेंब जमा झाले होते. ''शालिनी, मी तुला बदली देऊ इच्छितो; पण त्यात गुंतागुंती आहेत.''

''प्लीज सर, मला त्या झोपडपट्टीत गेलंच पाहिजे.''

''गेलंच पाहिजे?''

भीतीनं गारठल्यासारखं एक बोट माझ्या छातीत खुपसलं गेलं. ''सर हे फक्त... मी खूप काळापासून याची वाट बघतेय. आमच्याकडून तुम्हाला काय हवंय ते मला आता समजलं. मला तुम्हाला मदत करायची आहे.''

''मला त्याची पर्वा नाही, समजलं...'' त्याचा जबडा एखाद्या कुत्र्याच्या पिल्लासारखा माझ्या छातीवर विसावला होता. ''तिकडे जा किंवा जाऊ नकोस. त्यानं काहीही फरक पडत नाही.'' त्याची बोटं माझ्या ब्रामधून आत सरकत होती.

''मग प्लीज सर, प्लीज.''

त्याच्या डोळ्यांत एक धूर्त छटा उमटली. ''तू तिकडे जाण्यासाठी एवढी उतावीळ का झालेयस त्याचीही मला पर्वा नाही.''

''मग तुम्हाला कशाची पर्वा वाटते सर?'' माझ्या चेहऱ्यावरून अश्रू ओघळले. माझ्या दोन्ही कानांच्या बाजूच्या चादरीवर ते पडले आणि त्या ओलसर झाल्या. ''तुम्हाला पर्वा वाटते अशी कोणती गोष्ट आहे सर?''

''मी तुला पुन्हा भेटू शकेन का? मी तुला पुन्हा एकदा भेटू इच्छितो.'' तो अडखळत्या भाषेत शब्दांची निवड करत होता. अंधारात त्याच्या मनगटावरचा लाल आणि पिवळा दोरा जोरजोरात गचके बसल्यासारखा हलत होता. मी डोळे मिटून घेतले. ''मला लवकर सांग,'' तो म्हणाला. ''लवकर, लवकर. तू मला पुन्हा कधी भेटशील?''

''तुमची इच्छा असेल तेव्हा, सर. ती तुमची इच्छा असेल,''

''नाही,'' तो ओरडला. ''माझी इच्छा नाही. अशा प्रकारे नाही.'' त्यानं आपल्या मांडीकडे बघितलं आणि मनस्ताप झाल्याप्रमाणे तो कुरकुरला, कण्हला. क्षणभरासाठी एखादा प्रतिध्वनी आजूबाजूला घुमत, तरंगत, मोठा होत पुढे गेला की पसरते तशी शांतता तिथे पसरली. तो गुरगुरल्यासारखा बोलला, ''तुझी इच्छा, ती तुझी इच्छा असेल.'' त्यानंतर त्याच्या उजव्या तळहातानं त्यानं माझ्या स्तनावर उजवीकडे एक फटका दिला. त्यानं मांस चुरगाळलं, एखाद्या करकरीत कागदासारखं. त्याच्या चिमटीत माझी स्तनाग्रं होती. त्याचे डोळे एखाद्या बर्फावर तरंगणाऱ्या माशासारखे मोठे झाले होते. मला वेदना होत होत्या. तो अर्धवट वेडा झाल्यासारखा वाटत होता.

माझ्या धमन्यांमधून रक्त उसळत होतं. माझ्या प्रत्येक चीत्काराबरोबर माझ्या शरीरावरची त्याच्या डाव्या हाताची पकड अधिकाधिक घट्ट होत होती. माझ्या स्तनांवरची त्याची पकड तो अधिकाधिक घट्ट करत होता आणि सैलावत होता. चिंतातुरपणे धोतराच्या नीऱ्या पकडत होता. ''तुझी इच्छा, तुझी इच्छा हवी,'' तो हळुवारपणे पुटपुटत होता.

''माझी इच्छा, माझी इच्छा आहे,'' मी एखाद्या वेश्येसारखी पुटपुटले.

त्यानं माझी ब्रा आणखी खाली खेचली. ती माझ्या पाठीवर किंचित फाटली. तो पुन्हा एकदा कण्हला. पानानं रंगलेले त्याचे ओठ माझ्या स्तनांच्या जवळ आले. त्याचे खांदे, मान, छाती हिसडा बसल्यासारखी थरथरत होती. तो त्याचा हात पुनःपुन्हा त्याच्या मांडीकडे नेत होता. फरशी पुसण्याच्या कपड्यासारखी त्याची खरखरीत जीभ माझ्या शरीरावरून फिरत होती... ''माझी इच्छा,'' मी त्याच्या कानांत पुटपुटले आणि अचानकच तो एकदम शांत झाला. त्याचं कपाळ माझ्या पोटावर टेकलं होतं. त्यानं अतिशय दमल्यासारखा एक दीर्घ उसासा सोडला. त्याचं नाक माझ्या कमरेला टेकलं होतं.

मी डोळे उघडले, त्या वेळी विजय त्या खोलीच्या एका दूरच्या टोकाला उभा होता. त्याच्या धोतराच्या सोग्यानं तो त्याचा घाम टिपत होता. त्याची माझ्याकडे पाठ होती. मी स्वतःला ठीकठाक केलं. आता मला बाहेर पडावंच लागणार होतं आणि आता मला त्यानं काहीच फरक पडत नव्हता.

''आणि माझ्या बदलीचं काय?'' मी विचारलं. ''आपण पुन्हा भेटणार आहोत का?''

''कशाबद्दल?'' त्यानं मागे वळूनही न पाहता विचारलं.

''तुम्ही 'पुन्हा एकदा' असं म्हणाला होतात, 'आपण पुन्हा एकदा भेटू या,' असं म्हणाला होतात,'' मी म्हटलं.

''अं होय,'' त्यानं टेबलाच्या कडेवरून फोल्डर उचललं आणि तिचा हेतूपूर्वक अभ्यास केला. ''नाही; पण ते ठीक आहे. तुझी बदली होऊ शकेल. मी ते बघेन,'' तो म्हणाला.

निषिद्ध सुख

झोपडपट्टी पुनर्वसन मंत्रालयातील माझा पहिलाच आठवडा होता. माझ्याकडे ४०२ क्रमांकाच्या खोलीचं काम देण्यात आलं होतं. ती एक करड्या भिंतींची आणि बाकड्यांच्या आठ रांगा असलेली उदासवाणी खोली होती. बाकड्यांच्या प्रत्येक रांगेत चार बाकडी होती. एखाद्या परीक्षेच्या खोलीसारखी ती खोली दिसत होती. मी तिथे चहा बनवत होते, जेवणाची ताटं आणि भांडी घासत होते, तेलांचे ओशट डाग घासून पुसून काढत होते आणि खोलीच्या मागच्या भागात असलेल्या लांब टेबलावरचे गोलाकार डाग वाफ सोडून स्वच्छ करत होते. दुपारी उशिरा मी समोसे आणायला पळत होते. बाकड्यांवरची धूळ झटकत होते. आठवड्यातून एकदा की-बोर्ड झटकून त्याच्यावर साचलेले अन्नाचे, केसाचे आणि त्वचेचे अंश झटकून टाकत होते. झाडणं, पुसणं, पक्ष्यांपासून आणि माकडांपासून खिडक्यांचं संरक्षण करणं अशा सगळ्या गोष्टी मी करत होते आणि नंतर मी घरी जात होते.

त्यांनी मला बसायला दिलेल्या स्टूलाला मागे पाठ टेकवायला काहीच नव्हतं. माझे पाय लोंबकळत असत, त्यामुळे माझ्या मनात आपण माकड आहोत की काय अशी भावना अधेमध्ये निर्माण होत असे. रस्त्यावरून जाणाऱ्या रुग्णवाहिकांच्या अनुनासिक लकेरी खोलीत ऐकू येत. इथली एक तरुण स्त्री अगदी दीपनीतासारखी दिसत होती. ती खिडकीजवळ बसत असे. सूर्यप्रकाश पडणाऱ्या चौरसाच्या नेमक्या मध्यभागी तिची जागा होती. सहसा अधूनमधून तिचे कुरळे केस सतत उडत आणि तिच्या चेहऱ्याच्या एका बाजूवर येत. लॅबर्नम या फुलझाडाच्या पिवळ्या फुलांच्या गुच्छासारखे. ज्या वेळी ती लिहिण्यासाठी वाकत असे, त्या वेळी तिच्या एका खांद्याचं हाड तिच्या साडीच्या ब्लाऊजमधून बाहेर दिसत असे आणि तिची पाठ

वाकत असे. समुद्राच्या गुळगुळीत, सौम्य पृष्ठभागावर शार्कचा कल्ला दिसावा तसं.

तिच्याकडे माना वळवून पाहणाऱ्या पुरुषांकडे साफ दुर्लक्ष करून ती उभी राहून आळोखेपिळोखे देत असे. तिच्यामुळे एके काळी मला माहिती असलेल्या, जिच्याबरोबर मी लहानाची मोठी झाले होते, त्या माझ्या एका विश्वासू चक्रम मैत्रिणीची, दीपनीताची आठवण मला होत होती... दहा वर्षांपूर्वी एका शनिवारी सकाळी मी ज्या चिंतातुर स्त्रीबरोबर कॉफी घेतली होती, तिची आठवण मला होत नव्हती.

==

दहा वर्षांपूर्वीची गोष्ट. मला अचानकच दीपनीताचा फोन क्रमांक आठवला; पण आम्ही प्रत्यक्षात बोलेपर्यंत मी तो किमान डझनभर वेळा तरी फिरवला होता. हे फक्त दीपनीताच्या बाबतीतच नव्हे, तर माझ्या सगळ्या मित्र-मैत्रिणींच्या बाबतीत खरं होतं. मी ज्या प्रसंगांतून गेले होते, ते स्वीकारणं ही त्यांच्यापैकी कोणाहीसाठी अगदी त्रासदायक गोष्ट होती हे मला माहिती होतं. आमच्या बाबतीत घडलेल्या गोष्टींसारख्या गोष्टी त्यांच्या बाबतीत कधीच घडल्या नव्हत्या. आता माझं अस्तित्व हे त्यांच्या घराच्या कल्पनेला असलेला धोका होता. अशा प्रकारची अत्यंत वाईट, अप्रिय गोष्ट एवढ्या सखोलतेनं त्यांच्या वाट्याला आली नव्हती. मी त्यांच्या प्रतिक्रियांची कल्पना केली. त्यांना चिंता वाटत होती; पण ते संभ्रमित होते. त्यांनी माझ्या कपड्यांकडे नीट पाहिलं असतं, तर त्यांच्या चेहऱ्यावर संकोच, लज्जा यांचं मिश्रण असलेलं स्मित आलं असतं. ज्या वेळी त्यांनी भिंतींबाहेरचं, शहराबाहेरचं आयुष्य काय आहे, ते ऐकलं असतं त्या वेळी त्यांनी आपुलकीनं, सहानुभूतीनं मान डोलावली असती; पण मला स्पष्टता हवी होती. दया किंवा कीव नको होती.

अखेरीस मी धीर एकवटला. माझा आवाज ऐकल्यावर दीपनीता खूपच उल्हसित झाल्याचं जाणवलं. मी तिच्याकडे यावं असं तिनं मला सांगितलं. त्यांनी नुकतंच त्यांच्या लिव्हिंग रूमचं काम पुन्हा एकदा करून घेतलं होतं आणि नवीन डिझायनर सोफा सेट घेतला होता. मी अगदी उबग आल्यामुळे फोन

जवळजवळ ठेवूनच दिला होता; पण माझ्या फोनमुळे ती नर्व्हस झाली होती हे माझ्या लक्षात आलं होतं. नंतर ती खूपच रागावली होती. "सहा वर्षं. तू फोनसुद्धा केला नाहीस? आम्हाला किती काळजी वाटत होती ते तुला माहिती होतं ना? आम्हाला काय वाटत होतं, असं तुला वाटतं?" ती जितकी जास्त रागावलेय, असं मला वाटत होतं, तितका मला अधिक आनंद वाटत होता, त्यामुळे मी पुन्हा एकदा त्या सगळ्या जीवनाचा एक भाग होते, त्या क्षणांमध्ये जगत होते असं मला वाटत होतं. जणू काही मधली सगळी वर्षं म्हणजे एक मध्यंतर होतं. तो सगळा एकाकीपणा बनावट होता. आम्ही बोलल्यानंतर बऱ्याच काळापर्यंत मला अगदी मूकपणे; पण खूपच उत्साहित झाल्यासारखं वाटत होतं. दुसऱ्या दिवशी मी शहरात गेले. ईस्ट झोपडपट्टीच्या कडेवरचं तिथल्या मुलांच्या गरजा पूर्ण करण्यासाठी उघडण्यात आलेलं एक छोटंसं दुकान मी शोधून काढलं. त्या दुकानाचं काउंटर पुढच्या बाजूला होतं, त्यामुळे मुलांची गर्दी झाली तरी ती खेळण्यांना हात लावू शकणार नाहीत, याची हमी मिळत होती. ती खेळणी खरोखरच निराशाजनक होती. दोरी धरून फिरवायची छोटीशी लाकडी चाकाची बैलगाडी, अगदी पातळ प्लॅस्टिकपासून बनवण्यात आलेल्या, निळ्या डोळ्यांच्या, गुलाबी-क्रीम रंगाच्या त्वचेच्या बाहुल्या अशी ती खेळणी होती. तुम्ही बाहुलीला अगदी हळुवारपणे जरी दाबलं तरी तिचं प्लॅस्टिक दुसऱ्या बाजूनं बाहेर आल्याचं तुम्हाला जाणवत होतं.

त्याहूनही अधिक गरीब कनिष्ठ विभागांसाठी उघडण्यात आलेली दुकानंही होती. काही समाजांनी प्राचीन अभिमानापोटी भिंती बांधल्या होत्या; पण प्रत्यक्षात ते इतके गरीब होते की, चकाकत्या संगमरवराच्या बहुमजली मॉल्समधून खरेदी करणं तर सोडाच; पण त्यांना शेजारच्या बाजारपेठांमधूनही खरेदी करणं शक्य होत नव्हतं. मी शोधून काढलेल्या खेळण्यांच्या दुकानात सगळीकडे घाणेरडा दुधाचा वास भरून राहिला होता; पण इथे निदान तुम्ही दोन धूळभरल्या भागांतून फिरू तरी शकत होतात आणि खेळण्यांना हात तरी लावू शकत होतात. परी माझ्या मुलीहून दोन वर्षांनी मोठी होती. ती अकरा वर्षांची होती. तिच्यासाठी बाहुली किंवा ड्रेस घेणं बरोबर नव्हतं. मग मला एका लाकडी आच्छादनाखाली धुळीनं माखलेला एक लहानसा गुलाबी बॉक्स दिसला. त्याच्यावर एक पाकिटासारखं दिसणारं आच्छादन होतं. त्याची किंमत एक हजार पन्नास रुपये होती. त्याच्या कव्हरवर एका लाल

हाय हिल्स घातलेल्या आणि गुडघ्याइतकी लांब येणारी व नखांवर लोळणारी शाल अंगावर घेतलेल्या; पण तंग कपडे घातलेल्या स्त्रीचं चित्र काढण्यात आलं होतं. त्या बॉक्सच्या मागच्या बाजूला ते एक आदर्श स्टार्टर कीट असल्याचा दावा करण्यात आला होता. त्याच्या सोबत पांढऱ्या नेलपॉलिशची एक बाटली, स्टॅम्प, नखं गुळगुळीत करण्याचा स्क्रेपर, फुलं, हृदय आणि तारे यांचं डिझाईन असलेल्या दोन स्टॅम्पिंग प्लेट होत्या. माझ्या मनात तिच्या मैत्रिणी तिच्या भोवती गोळा होत असल्याचं आणि प्रत्येक कोनातून तिच्या नखांचं परीक्षण करत असल्याचं चित्र तयार झालं.

तिचा मुलगा दोन वर्षांनी लहान होता. तिथे मुलांसाठी क्रिकेटची बॅट होती. प्लॅस्टिकच्या कागदात ती गुंडाळलेली होती आणि त्या कागदावर भरपूर धूळ साचली होती. ती अगदी निकृष्ट पद्धतीनं तयार केल्यासारखी दिसत होती. बॅटच्या फळ्यांच्या जोडावर छोटे पांढरे तुकडे दिसत होते; पण माझ्याकडे आणखी काही घेण्यासाठी पैसे नव्हते. घरी पोहोचल्यावर मी कपड्याचं टोक ओलं केलं आणि ते पॅकिंग स्वच्छ पुसून टाकलं. 'रिझला आणि मला आणखी एखादं मूल असतं तर' असा विचार माझ्या मनात आला. एक लहानसा मुलगा, माझा लाडका. माझा राजकुमार त्याचे आम्ही तिघांनी मिळून खूप लाड केले असते. त्याला खाऊ घातलं असतं, लाडांनी थोडंफार बिघडवलं असतं; पण त्याचे विस्कटलेले केस, त्याच्या तोंडाच्या मानानं मोठे दिसणारे त्याचे पुढचे दात, नाजूक ढेरपोट. तोही त्याच्या वडिलांसारखाच स्कॉश खेळला असता.

मी प्रेझेंट्स घेतलीच होती, तेवढ्यात माझा फोन वाजला. दीपनीताचा आवाज रडल्यासारखा येत होता. मला कुठेतरी अशा प्रकारच्या फोनची अपेक्षाच होती. तिची एक अडचण होती. तिनं नंतर ती काय होती ते स्पष्ट केलं. तिच्या विभागातील एखाद्या रेस्टॉरंटमध्ये आम्ही भेटलो असतो तर चाललं असतं का असं ती मला विचारत होती. मी लगेच होकार दिला. तिच्या नवऱ्याला मी त्याच्या घरात यायला नको होतं, हे मला माहीत होतं. त्यावरून त्यांचं नक्कीच भांडण झालं होतं. रोगराई, घाण, अनैतिकता अशा बाहेरच्या सगळ्या गोष्टी माझ्याबरोबर मी त्याच्या घरात आणेन, असं त्याला वाटत होतं. आता माझ्या व्यक्तिमत्त्वाशी, माझ्या शाश्वत व्यक्तिमत्त्वाशी अशा सगळ्या गोष्टी जोडल्या गेल्या होत्या.

एके संध्याकाळी मी दीपनीताबरोबर माझ्या लिव्हिंग रूममध्ये बसले होते. माझ्या मुलीच्या खेळातल्या मिनी माउस टी टेबल सेटमधून जेवण वाढून घेत लैला आणि परी कोपऱ्यात बसल्या होत्या. रिझकडून फुगे फुगवून घेण्यासाठी त्या सारख्या आमच्याकडे येत होत्या. त्या फुग्यांना खालून फटके मारून त्या हवेत उंच उडवत होत्या आणि नंतर त्याचा पाठलाग करून त्याला सतत वर वर उडवत होत्या. परी मोठी होती, जलद हालचाल करत होती, त्यामुळे लैला तिच्या पाठोपाठ सगळीकडे फिरत होती.

मी बीनबॅगवर आरामात बसले होते. दीपनीता कोचावर बसली होती आणि रिझ सिगारेट ओढत आरामखुर्चीत बसला होता.

"तिच्या वर्गातली ती सगळ्यात जलद धावणारी मुलगी आहे," दीपनीता म्हणाली.

"ती खूपच उंच आहे," मी उत्तरले.

"तिला धावपटू बनव," रिझ उत्साहानं म्हणाला. "किंवा तिला टेनिसपटूच बनव. तिला एवढी छान उंची मिळालेय. मी लैलाला लवकरच टेनिस शिकायला नेणार आहे. अशामुळेच त्या परदेशीही खेळू लागतात. तुम्ही त्यांना लवकर शिकायला पाठवलं पाहिजे."

"दीप्स," मी म्हणाले. "निदान त्याच्या आशावादाला तरी टाळ्या वाजवून दाद दे. आम्ही दोघंही ते करू शकलो नाही; पण निदान आमची मुलगी तरी स्टेफी बनणार आहे," मी म्हटलं.

लैला आणि परी त्यांचे फुगे छतापर्यंत उंच उसळवत होत्या. आता हळूहळू त्या आमच्याकडे आल्या. कॉफी टेबलाशेजारच्या रिकाम्या जागी परी तिचे हात पाठीमागे घेऊन उभी राहिली. मला वाटलं की, ती बहुधा कविता म्हणत असावी. तिचा उजवा पाय तिनं डाव्या पायाच्या मागे ठेवला होता. ती गालिचाकडे बघत होती आणि तिच्या चेहऱ्यावर लाजाळू स्मित होतं. "माझ्या क्रीडादिनी मी सगळ्या शर्यती जिंकल्या," ती म्हणाली. "वॉव!" मी म्हटलं. "तुझ्या मम्मानं आम्हाला सांगितलं की, तुझ्या वर्गात तू सर्वांत जोरात धावणारी मुलगी आहेस."

"होय. मी आहेच," ती गंभीरपणे मान डोलावत म्हणाली. "फक्त मुलींनाच नव्हे, तर मी मुलांनाही मागे टाकते. त्या सगळ्यांना मी मागे टाकलं. ते सगळे माझ्यानंतर अंतिम रेषेजवळ पोहोचले."

"खूपच छान, परी," मी म्हणाले. "तू मोठी होशील तेव्हाही हे सगळं लक्षात ठेव." मी असं म्हटलं आणि दीपनीताकडे थोडंसं लबाडपणे बघत म्हटलं, "तुझ्या मागे मागे धावणारा एखादा मुलगाही शोध," मी म्हटलं. आम्ही तिघंही बिअर प्यायलो होतो. आम्ही खिदळू लागलो. परी अगदी स्तब्ध उभी होती आणि आमच्या प्रत्येकाच्या चेहऱ्याकडे गोंधळून जाऊन; पण अगदी पद्धतशीरपणे निरखून पाहत होती. नंतर ती म्हणाली, "होय आंटी, मी तसंच करेन."

"मी तुला मारेन हं नालायक मुली," दीपनीता पुटपुटली. ती अजूनही हसतच होती. ती पुढे म्हणाली, "माझ्या छोट्याशा देवदूताच्या डोक्यात उगाच घाणेरड्या गोष्टी भरवून तिला बिघडवू नकोस."

आम्ही परीशी बोलत होतो आणि सगळे हास्यात बुडून गेलो होतो, ते लैला मूकपणे बघत होती. तिचा गैरसमज झाला. कॉफी टेबलाभोवतीच्या त्या जागेतून ती निघाली आणि लेदर कोचाला वळसा घालून माझ्या बीनबॅगेच्या मागे काही फूट येऊन उभी राहिली. मी अजूनही हसतच होते, तेवढ्यात ती माझ्याकडे झेपावली. तिनं पाठीमागून माझ्या खांद्याभोवती तिचे हात टाकले. तिचे गुडघे त्या लवचीक कुशनवर ती घासत होती. सर्व ताकदीनिशी ती मला येऊन चिकटली होती.

"कोणाला तरी असूया वाटतेय," दीपनीता म्हणाली.

आता लैलाही हसू लागली आणि माझ्या अंगावर येण्याचा प्रयत्न करू लागली. माझे हात मी मागे केले. थोडीशी पकड मिळवली आणि तिला पाठीमागून ओढून माझ्या मांडीवर घेतलं. माझा चेहरा मी तिच्या गालात खुपसला आणि एखाद्या कार मोटरसारखे माझे ओठ थरथरवले. तिला गुदगुल्या झाल्या आणि ती चुळबुळ करू लागली, हसू लागली. तिला आम्ही दोघी एकच आहोत हे पटलं. आमच्या दोघींच्याही मनात एकच भावना उमटली होती. आम्ही दोघीही अगदी योग्य जागी होतो आणि त्या स्पर्शाच्या पलीकडे आमच्यासाठी

बाहेर इतर कुठलंही जग नव्हतं. माझ्या स्वतःच्या हाडांमध्ये मला तिची ती चुळबुळ जाणवत होती. तिचं घर या हातांमध्ये सामावलेलं होतं, माझ्या हातात ती सुरक्षित होती हा प्रत्येक मुलाला हवा असलेला दिलासा लैलाला तेव्हापासून मिळाला होता. तिनं मला त्या बीनबॅगवर आडवं केलं. मला गालिचावर जोरात धावत येणाऱ्या पावलांचा आवाज ऐकू आला. परीनं आमच्यावर झेप घेतली होती आणि तीही आमच्या अंगावर आली होती आणि नंतर छोटे हात, पाय, तळहात आणि पावलं यांच्या स्पर्शात मी अक्षरशः बुडून गेले.

==

आम्ही फोनवर बोललो होतो. त्यानंतर दोन दिवसांनी मी गुप्ता विभागात गेले. राजकीय विभागाच्या ते खूपच जवळ होतं आणि अर्धचंद्राकृती आकारात त्याच्याभोवती अगदी घट्ट गुंडाळल्यासारखं अस्ताव्यस्त पसरलं होतं. माझ्या हातात आमंत्रणपत्रिका होतीच. दीपनीताच्या पत्रात औपचारिक, पण टाईप केलेली टीप होती. त्यावर तिची सही, ओळख क्रमांक, पत्ता आणि बायोमेट्रिक चिन्ह होतं. दुसऱ्या बाजूला तिनं पेन्सिलनं चिठ्ठी लिहिली होती : 'प्रिय शालिनी, अजूनही धक्का बसलेल्या अवस्थेतच आहे. तुला मदत करण्याचे मार्ग शोधून काढण्याचे प्रयत्न करत आहे. काही मुलींच्या बरोबर बोललेय. आपण काहीतरी केलंच पाहिजे. तुझा सुंदर चेहरा पाहण्यासाठी पुढच्या आठवड्यापर्यंत वाट पाहू शकत नाही. खूप खूप प्रेम. दीपनीता' मी स्वतः ती चिठ्ठी वाचली आणि एकदम रोमहर्षित झाले. हे सगळं कदाचित संपलं असतं. कोणाला तरी आम्ही बोलवू शकलो असतो. लैला माझ्या जवळ आणखी थोडीशी सरकल्यासारखी वाटत होती.

सूर्यप्रकाशामुळे ते पॉलिश केलेलं काळं प्रवेशद्वार एका भल्या मोठ्या आरशात रूपांतरित झालं होतं. चार मजले उंचीचं ते प्रवेशद्वार दोन पातळ्यांवर काम करत होतं. जमिनीवर पादचाऱ्यांची वर्दळ या दिशेनं असे. पादचाऱ्यांची ती रांग सूक्ष्म वेगानं पुढे सरकत होती. आमच्या डोक्याच्या थेट वर उड्डाणपुलाचा रस्ता होता. दर वेळी वरून कार गेली की, पुलाला आधार देणाऱ्या तुळयांचा जोरदार आवाज होत होता. विभागाच्या भिंतीवरून कचऱ्याचा ढिगारा

बाहेरच्या बाजूला खाली आला होता. तो पदपथावर आणि पावसामुळे तयार झालेल्या ओहळांमध्ये साचला होता आणि झोपड्यांच्या रांगेच्या कडेनं तसाच पसरत गेला होता. सगळ्याच श्रीमंत समाजांच्या भिंतींसमोर झोपडपट्टी वसलेली होती. तिथेच आनुषंगिक जातीतील नोकर, झाडूवाले, कुजलेल्या मांसावर जगणारे लोक आपली घरं बांधून राहत होते. माझ्या रांगेत असलेले सगळेच लोक त्या झोपड्यांमधून आलेले होते.

रांगेत माझ्या पुढेच उभ्या असलेल्या पुरुषाचे कपडे दमट होते आणि एखाद्या भिजलेल्या वर्तमानपत्रासारखा त्यांना कुबट वास येत होता. मला असं सांगितलं गेलं होतं की, ही व्यवस्था चांगल्या प्रकारे काम करते. आधी काही वेळा नोकरांना त्यांची नावं बदलावीच लागत होती. स्वयंपाक्यांना त्यांची जात, धर्म खोटाच सांगावा लागत होता. आपल्या जवळपासच्या उच्चवर्णीय घरांतील भांडी घासता यावीत आणि त्यांच्या फरश्या पुसता याव्यात यासाठी मोलकरणींना आपल्या खऱ्या जातीहून आपण उच्च जातीच्या असल्याचं सांगावं लागत होतं. ज्या वेळी हे शहर तयार झालं होतं आणि शिस्तबद्धता निर्माण झाली होती, त्याच्या आधी ही परिस्थिती होती. आता उच्च समाजांच्या विभागांत शतकानुशतकं ज्या जातींनी नोकर म्हणून कामं केली आहेत, त्या जातीतूनच नोकर येतात. कोणालाही कामासाठी शहर सोडून जावं लागत नाही किंवा ते ज्या जातीचे नाहीत त्या जातीचे आपण असल्याचं ढोंगही करावं लागत नाही. रिझचे पालक लोकांना खास कबाब खाऊ घालत असत. ते मसालेदार आणि अगदी पेस्ट्रीसारखे मऊ असलेले कबाब तेरा वर्षांचा एक मुलगा बनवत असे. त्यांच्या विभागाच्या बाहेर असलेल्या कसाब झोपडपट्टीतून तो त्यांच्या स्वयंपाकघरात कामासाठी येत असे. तो आपल्याकडे काम करतो, याचा त्यांना आनंद होता आणि एवढे चांगले मालक मिळाल्याबद्दल तोही आनंदात होता. ही छानशी यंत्रणा होती.

त्या उत्तुंग प्रवेशद्वारापासून आम्ही काही फूटच लांब होतो. मी वर जाणारे फक्त काहीच रस्ते पाहू शकत होते. प्रवेशद्वाराची एकाआड एक त्रिकोणात बसवलेली बिजागरं लांबट होती. प्रवेशद्वाराच्या अर्ध्या रुंदीपर्यंत ती उतरत्या स्वरूपात होती. कित्येक रिबिट वापरून ती घट्ट जोडून टाकण्यात आली होती. प्रवेशद्वारावर ठिगळांसारखे रंगांचे ओघळ उतरले होते. तिथेच लालसर गडद नारिंगी रंगाचा

गंजही दिसून येत होता. माझ्या पुढे असलेले वाकून चालणारे पुरुष आणि महिला त्यांची ओळखपत्रं दाखवत होत्या. त्यानंतर ते चोरखिडकीसारख्या दिसणाऱ्या छोट्याशा प्रवेशद्वारातून आत जात होते. तो चोरदरवाजा एखादा छोटासा डोळा मिचकावला जावा, त्याप्रमाणे उघडत होता आणि बंद होत होता. एक गुबगुबीत, मध्यमवयीन रिपीटर प्रत्येक झोपडवासीयाच्या कागदपत्रावर अगदी त्रासिकपणे प्रक्रिया करत होता. त्यानं पांढरा शर्ट घातला होता आणि शर्टाची पोटावर येणारी बटणं त्यानं लावली नव्हती. त्याचा हात माझ्या समोरही तसाच पसरला. त्याची त्वचा चिकट दिसत होती आणि कुरळ्या केसांतून घाम ठिबकत होता. त्यानं निमंत्रण पत्र वाचलं. माझ्याकडे नखशिखांत बघितलं. त्या रांगेतून त्यानं मला नाइलाजानं बाहेर काढलं.

"या बाजूनं ये. ही रांग तुझ्यासाठी नाही," तो प्रवेशद्वाराकडे जात म्हणाला. त्याच्या यूच्या आकाराच्या बनियनमधून त्याच्या छातीवरचे काळे–पांढरे केस दिसत होते. "तू इथे का आलेयस?"

"त्या पत्रात ते दिलेलं नाही का?"

"त्या पत्रात काय आहे, त्याची चिंता करू नकोस. मी तुला जे विचारतोय, ते सांग." हे बोलतानाच तो वळला आणि त्या रांगेत सर्वांत पुढे असलेल्या एका उंच माणसाच्या छातीवर त्यानं हात ठेवला. त्या उंच माणसानं त्या छोट्या प्रवेशद्वारातून आत जाण्यासाठी मान तुकवली होती; पण रिपीटरच्या हातामुळे त्याला अचानक धक्का बसला आणि तो मागे झाला. तिथला दरवाजा उघडला. त्यानं हातानं इशारा करताच आत जाण्याच्या प्रवेशद्वारातून धूर्तपणानं मी आत प्रवेश करणार होते. रांगेतल्या लोकांनी बिलकूल द्वेष किंवा आकस न बाळगता ते स्वीकारलं. "थँक यू. या पत्रातून ते स्पष्ट होईलच. माझ्या एका जुन्या मैत्रिणीला भेटायला मी आलेय."

"मला ते तपासावं लागेल," त्यानं माझ्या चांगल्याच जीर्ण झालेल्या सँडल्सकडे आणि बसच्या खिडकीच्या बारवर हात ठेवल्यामुळे माझ्या कपड्यांच्या बाह्यांवर साचलेल्या धुळीच्या रेषांकडे बघितलं. "पाहुणे" तो म्हणाला. त्यानं आपला घामेजलेला, फिकट पिवळसर तळवा उंचावला. याचा अर्थ मी तिथेच वाट बघत थांबावं, असा होता. तो रखवालदाराच्या चौकीकडे गेला आणि तिथून कोणाशी तरी फोनवरून बोलू लागला.

माझ्या शेजारीच उंचावर मला बोराचं झाड दिसलं. त्याच्या ओबडधोबड खोडाच्या दिशेला मी झुकले. एखाद्या गोगलगायीच्या पाठीवरचा शंख प्रचंड आकाराचा झाला तर कसा दिसेल, तसं ते खोड दिसत होतं. माझं लक्ष रखवालदाराच्या चौकीकडेच होतं. आमच्या वरच्या बाजूला सुमारे ३० फूट उंचीवर असलेला उड्डाणपुलाचा रस्ता तिथे किंचित खाली झुकला होता आणि तो धातूच्या कारची ती जणू नदीच जमिनीकडे प्रवाहित करत होता. मला ज्या रांगेतून नुकतंच बाहेर काढलं गेलं होतं, ती आता दोन भागांत विभागली गेली होती. एका वेळी दोन दोन महिला घट्ट बांधून सोडलेल्या पांढऱ्या पडद्यांच्या सावलीत जाऊन थांबत होत्या. पुरुष त्याच वेळी कॅनव्हासपासून तयार करण्यात आलेल्या पडद्यांच्या अरुंद भागात जात होते. त्या पडद्यांवर छप्पर नव्हतं, त्यामुळे मला त्यांच्या डोक्यांचे वरचे भाग दिसत होते. तिथे रिपीटर त्यांची वाट बघत होता. त्या लोकांनी एका पाठोपाठ आपले टी शर्ट आणि कुर्ते डोक्यावरून काढले आणि त्यांच्या पँटही काढण्यासाठी ते वाकले. त्यांनी पुन्हा कपडे चढवल्यावर ते झोपडवासीयांच्या रांगेत येऊन थांबले. त्यांचा तो जत्था नुकताच चौकीच्या पलीकडे गेला होता आणि तिथून ते घरांकडे, शाळेत, कार्यालयात, रुग्णालयात असं जिथे जिथे त्यांना थोडंफार काम मिळालं होतं तिकडे गेले.

रखवालदारानं माझ्याकडे बघून हात हलवून मला इशारा केला. त्यानं मी कोणत्या रस्त्यानं जावं ते मला हातानंच दाखवलं होतं. दोन-तीन मिनिटं चालल्यावर लगेच माझ्या दुतर्फा हिरवाई दिसू लागली. कमी उंचीच्या टेकड्या, नीट निगा राखलेलं गवत दिसू लागले. एखाद्या खुल्या सागरात बोटी जशा वाऱ्यानं एका बाजूला ढकलल्या जातात तशीच तिथे झाडं एका बाजूला फेकली गेली होती. आता कचऱ्याची रेंगाळणारी दुर्गंधी दूर झाली होती. डॅफोडिलचा सुगंध, ताज्या गवताळ जागा दिसत होत्या. तेवढ्यात अचानकच दम आलूचा तिखट झणझणीत वास तिथे आला. काही कुटुंबांनी एका लाकडी टेबलाभोवती पिकनिकला सुरुवात केली होती. चित्रपटातील गाण्याचा आवाज रस्त्यापर्यंत पोहोचत होता. तेल लावल्यामुळे केस चमकणाऱ्या एका पोरगेल्याशा नोकरानं एक खूप मोठी पेट (PET) बाटली उघडली. त्याच्यातून दोन्ही हातांनी त्यानं गडद केशरी रंगाचं एक सॉफ्ट ड्रिंक तिथल्या स्टायरोफोनच्या कपांमध्ये ओतलं. पुरुष क्रिकेट खेळत होते.

तो रस्ता तसाच पुढे एका कालव्याकडे जात होता. त्या कालव्याचं पाणी गढूळ आणि उसळतं होतं. त्याच्या मध्यभागी भोवरा तयार झाला होता. काही ठिकाणी ते गडद हिरव्या रंगाचं दिसत होतं. कालव्याच्या दुतर्फा सायकलींचे आणि धावण्याचे ट्रॅक तयार करण्यात आले होते. तरुण जोडपी त्या पाण्याच्या कडेला असलेल्या सावलीच्या रुंद पट्ट्यात बीच टॉवेलवर पूर्ण कपड्यांत झोपली होती. मी एका छोट्याशा पुलावरून खाली उतरले. समोरच एक खुला बगिचा होता. तिथे काही ठिकाणी खड्डे तयार करून विशिष्ट प्रकारे आणि विशिष्ट आकारात तयार केलेली धातूची टेबलं आणि खुर्च्या बसवण्यात आल्या होत्या. बहुधा हेच ते ठिकाण असावं, असं वाटत होतं. गणवेशातील वेटर्स आणि स्पॅनिश सिनेत्रा गात मधून फिरणारे गिटारवादक दिसत होते. मी त्यांना वळसा घातला आणि तिथे बसलेल्या कुटुंबांपासून दूरवर असलेल्या एका कोपऱ्यातील टेबल शोधून काढलं.

==

पापांच्या मृत्यूनंतर माझी आई कशाच्या तरी शोधात असल्यासारखी वाटत होती. दर रविवारी ती एका तरुण देवमाणसाचा उपदेश ऐकण्यासाठी शेजारच्या घरात जात असे. ती मलाही बरोबर येण्याचा आग्रह धरत असे. ती म्हणाली होती की, आपण हे करतोय हे महत्त्वाचं आहे. आपल्याला शांतता मिळवण्यासाठी याचा उपयोग होईल. तिच्यासाठी ही गोष्ट सोपी नव्हती. माझ्याबरोबर रिझ होता; पण तिच्याबरोबर कोणीही नव्हतं. मला सदा सर्वकाळ तिचा दुःखीपणा जाणवत होता. जणू काही दुःख तिची आभा बनलं होतं. तिचा ठळक गुणविशेष बनलं होतं. अगदी तिला आवडणाऱ्या गोष्टी करत असतानाही तिच्याभोवती दुःखाचं एक अदृश्य, अभेद्य कवच असे.

शर्मांच्या लिव्हिंग रूममध्ये सोळा किंवा वीस लोक गोळा झाले होते. तिथे एकत्रितपणे लावण्यात आलेल्या बऱ्याच उदबत्त्यांचा एक तरल, सुगंधी धूर तयार झाला होता. मॉला आणि मला प्रत्येकी एक लाल रंगाचं तागाच्या कापडाचं कव्हर असलेलं प्रार्थनापुस्तक देण्यात आलं. त्याबरोबरच एक जपमाळही देण्यात आली. हा पवित्र माणूस सडपातळ, दुबळा, कुपोषण झाल्यासारखा दिसत होता. त्याच्या गालांची हाडं वर आली होती, त्यामुळे

तो काहीसा आश्चर्यचकित होऊन बघत असल्यासारखा वाटत होता. तो खोलीतल्या मधल्या जागी असलेल्या व्यासपीठावर मांडी घालून बसला होता. त्यानं हातानं विणलेल्या धाग्यापासून बनवलेली करड्या रंगाची एक पायघोळ कफनी घातली होती. त्याच्या मनगटाभोवती मण्यांची एक माळ होती.

त्या समूहाबरोबर आम्ही वीस मिनिटं जप केला. त्यानंतर भक्तांमधून एक नवशिक्या शिष्य पुढे आला. बाकीचे सगळे प्रार्थना करत असताना तो मम्मीला आणि मला पाहुण्यांच्या एका छोट्याशा खोलीत घेऊन गेला. ती बहुधा पाहुण्यांची झोपायची खोली असावी. ती निदान तशी दिसत तरी होती. तो नवशिक्या भक्त गेल्यावर मी आईकडे तिथून बाहेर पडू या, अशी याचना केली. "फार काळजी करू नकोस," ती म्हणाली. "संजना आंटीनं मला या भागाविषयी सांगितलंय." आम्हाला देण्यात आलेल्या सूचनेप्रमाणे पलंगाच्या पायथ्याशी असलेल्या एका रबरी मॅटवर आम्ही वाट पाहत बसलो. काही मिनिटांतच तो आत आला. जवळून तो आणखी तरुण दिसत होता. तो आत आल्यावर अज्ञात हातांनी बाहेरून काळजीपूर्वक दरवाजा लावून घेतला.

तो वाकला आणि आमच्या समोर मांडी घालून बसला. त्या वेळी मला त्याची अंडरवेअर दिसली आणि असल्या कसल्या प्रकारची अंडरवेअर तो घालतो, याचं मला आश्चर्य वाटलं. ती सर्वसामान्य पुरुष वापरतात तशी होती की त्याच्या संतत्वाच्या कवचामुळे त्याला तशा अंडरवेअरची गरज भासत होती कुणास ठाऊक! त्यानं माझ्या आईच्या चेहऱ्याकडे अगदी भेदक नजरेनं बघितलं. त्यानंतर त्यानं त्याची नजर माझ्याकडे वळवली. त्याचा चेहरा आक्रसल्यासारखा झाला. "तू एवढा वेळ का लावलास? मी तर तुझी तुझ्या जन्मापासूनच वाट पाहतोय," तो म्हणाला.

काय बोलावं हे न सुचून मी त्याच्याकडे आश्चर्यानं पाहत राहिले. माँसुद्धा त्याच्याकडे तितकीच आश्चर्यचकित होऊन बघत होती. अखेरीस ती तोंडातल्या तोंडात पुटपुटली, "तुम्हाला काय म्हणायचंय?"

त्यानं आमच्याकडे बघून शांत, प्रसन्न स्मित केलं. "मी तुम्हाला आधीही भेटलोय," तो म्हणाला. आम्ही दोघींनीही नकारार्थी मान हलवली. "मला सांगा, तुम्ही खूप प्रवास करता का?" त्यानं माझ्या आईला विचारलं. "आता

नाही; पण तुम्ही तरुण असताना, तुमचं नुकतंच लग्न झालेलं असताना तुम्ही जास्त प्रवास करत होता ना? तुम्ही तुमच्या पतीबरोबर कधी तरी प्रवास केला आहे का?''

''फारसा नाही; पण मला वाटतं आम्ही थोडाफार प्रवास केला होता,'' माझी आई म्हणाली. ''माझ्या पतीकडे मोटरसायकल होती. आम्ही पर्वतांमधील चांगल्या ठिकाणी जात असू आणि तिथे काही दिवस घालवत असू.''

''अस्सं! म्हणूनच आपण खूप वर्षांपूर्वी भेटलो आहोत. ते एक खूप उष्ण हवेचं ठिकाण होतं. नाही. ते उष्ण हवेचं ठिकाण नव्हतं. ते ठिकाण उष्णता निर्माण करत होतं. हवा खूप थंड होती; पण जमीन गरम होती. अशा प्रकारच्या ठिकाणी तुम्ही आधी कधी गेला आहात का?''

''असं ठिकाण कुठेही असू शकतं,'' मी म्हणाले.

''तुझे पापा आणि मी अशा ठिकाणी एकदा गेलो होतो,'' माझ्या आईनं उत्तर दिलं. ''ते एक खेडं होतं. तिथे गरम पाण्याचे झरे होते. मी तर ते पूर्णपणे विसरूनच गेले होते. तिथे एका लहान मुलानं मला अगदी वरपर्यंत नेलं होतं आणि महिलांच्या स्नानगृहापर्यंत कसं जायचं तेही दाखवलं होतं. तो मुलगा म्हणजे तुम्ही होतात का?''

त्या देवमाणसाच्या चेहऱ्यावर शांत स्मित होतं. ''खरोखरच तो मीच होतो. त्या वेळी मी नवशिक्या शिष्य होतो. माझे गुरू प्रत्येक उन्हाळा त्या गरम पाण्याच्या झऱ्यांच्या ठिकाणी घालवत असत. त्या वेळी तुम्ही तुमच्याबरोबर हिलाही घेऊन आला होतात हे तुम्हाला माहिती आहे ना?''

''बहुतेक आम्ही तिला घेऊन आलो होतो. होय. मला आता नेमकं आठवत नाही. आम्ही बहुधा तिथे एक कार्यक्रम साजरा करायला गेलो होतो; पण इतक्या वर्षांनी तुम्हाला ते सगळं कसं काय आठवतंय?''

''मला ते माहिती असलंच पाहिजे. मला तेव्हाही माहिती होतं. मला आताही माहिती आहे. तुमच्या मुलीला मी पुन्हा भेटेन हे मला माहिती होतं.''

माँ तर त्याच्या पायावरच लोटांगण घालायला तयार झाली होती. त्यानं ज्या प्रकारे हे सगळं सांगितलं होतं, त्या त्याच्या आवाजातील ठामपणामुळे माझाही तेव्हा थरकाप उडाला होता; पण नंतर त्यानं माझ्या आईकडून

आवश्यक माहिती काढून घेण्यासाठी कशी हुशारीची युक्ती योजली होती, ते माझ्या लक्षात आलं.

त्याच्यावर मी विश्वास ठेवल्याबद्दल रिझ मला हसला, त्या वेळी मी त्याच्याशी वाद घातला होता. रिझनं अमेरिकेतील डॉकिन्सबद्दल वाचलं होतं. ''तू तिथे नव्हतास. तुला माहिती नाही,'' मी म्हटलं. त्यानं मला जवळ घेतलं. तो म्हणाला, ''प्रत्येक जणच पहिल्यांदा अशी गोष्ट सांगतो, माझ्या सुंदर मुली. माझी आई मला सांगते त्या गोष्टींवर मी विश्वास ठेवावा का? मी तुझ्यासाठी सेक्सी बुरखा आणायचा का?'' बुक्के मारून मी त्याला ढकलून दिल्यावर तो हसला.

==

दीपनीता बावीस मिनिटं उशिरा आली. मॉयश्चरायझर लावल्यामुळे तिचा चेहरा चमकत होता. तिची त्वचा बदलली होती. ती जास्त गोरी झाली होती. तिच्या कपाळावर टिळा लावल्यासारखी एक दुहेरी सुरकुती दिसत होती, तेवढाच तिच्यावरचा वाढत्या वयाचा परिणाम दिसत होता. ती खूपच चमकती, ताजीतवानी दिसत होती, त्यामुळे मला प्रत्येक क्षणाच्या निर्णायकतेविषयी विचार करणं भाग पडलं. हाच तो क्षण होता. मला मिळालेली एकमेव संधी. ती तेहेतीस वर्षांची असताना जितकी तरुण दिसत होती तितकी तरुण मी कधीही दिसले नसते. तिनं फिकट हिरव्या रंगाची साडी नेसली होती. तिच्या पाठीच्या कण्याच्या वरच्या भागात तिच्या ब्लाऊजला पम्पकिन कट होता, त्यामुळे तिची गुळगुळीत गोरी पाठ दिसत होती. मी तिच्याबरोबर बोललेलं पहिलं वाक्य होतं, ''तू खूपच गोरी झाली आहेस.''

ती जिथे होती तिथेच थांबली. काही सेकंद तिनं फक्त माझ्याकडे रोखून बघितलं. तिचे डोळे काठोकाठ भरून आले. तिच्या मऊ ओठांआड अनेक प्रश्न उसळत होते. त्यानंतर तिच्या डोळ्यांतून अश्रू बाहेर पडले. माझ्या खांद्यांवर ते गरम अश्रू ओघळले. ती एवढ्या जोरजोरात हुंदके देत होती की, मीसुद्धा रडायला सुरुवात केली. शेजारच्या टेबलावरून एक प्रौढ दाम्पत्य आमच्याकडे आश्चर्यानं पाहत होतं.

“ते सगळं कसं आहे? ते तुला कुठे घेऊन गेले?” तिनं विचारलं. “तू... तू...”

“मी प्रौढ दिसतेय?” मी मध्येच हसत म्हटलं.

“नाही, नाही. तू चांगली दिसतेयस,” ती चेहरा दुसरीकडे वळवत म्हणाली.

“तू कधी खोटं बोलतेस ते मला समजतं.”

तिनं तिचे डोळे, गाल पुसले. थोडा वेळ मान हलवली. माझे खांदे घट्ट पकडले आणि माझ्या चेहऱ्याकडे निरखून पाहत राहिली. तिनं स्मित करायला सुरुवात केली. मला एकदम उकडू लागलं. ज्या ज्या वेळी मी आरशात बघत असे, त्या त्या वेळी माझ्यातली कोणती तरी महत्त्वाची गोष्ट काढून घेतल्याची जाणीव मला होत असे. झोपेतून जागा झालेला एक राक्षस सावलीतून बाहेर येत असे आणि माझे स्तन पकडत असे आणि मग मी थरथरू, आक्रसू लागत असे. मलाही सहानुभूती हवीच होती हे मी कबूल करते. मी कशा कशातून गेले होते ते तिला समजावं, असं मला वाटत होतं. आता मी कशी दिसत होते, त्याविषयी सध्या पुरतं तरी मला आनंदात राहायचं आहे, हे माझ्या लक्षात आलं. माझं पूर्वीचं सौंदर्य आणि मी आता कशी दिसत होते, त्यातील दरीची मला दीपनीतामुळे कल्पना आली होती. एखादा आकर्षक पुरुष बसच्या नाक्याकडे येत असे त्या वेळी काही क्षण मी ते विसरून गेलेली असे. मी त्याच्याकडे अपेक्षेनं बघत असे; पण तो माझ्याकडे क्षणभरही न पाहता तसाच पुढे निघून जात असे. माझ्या मनात लगेच त्याचा पाठलाग करण्याची आणि माझं खरं वय सांगण्याची इच्छा निर्माण होत असे. मी त्याच्यासारखीच, त्याच्याच वयाची आहे हे त्याला सांगावंसं मला वाटत असे; पण दीपनीतानं मला पाहिल्याबरोबर तिची जी प्रतिक्रिया होती त्यावरून आता मला ते समजलं होतं. कोणीही पर्वा करत नाही. अगदी मी कशातून गेले होते, त्याचा अंदाज असलेल्या तिलासुद्धा तसं वाटलं नव्हतं. मला फसवणूक झाल्यासारखं वाटलं. आम्ही इथे कशासाठी आलो होतो, त्याला काहीच महत्त्व नव्हतं. फक्त आपण कोणत्या अवस्थेत तिथे पोहोचतो ते महत्त्वाचं होतं.

दीपनीतानं माझे खांदे सोडले. तिची नजर माझ्या चेहऱ्यावरच खिळून राहिली होती. अगदी वास्तववादी आवाजात ती म्हणाली, “तू करड्या रंगाची

झालेयस," ती अखेरीस बोललीच. "आणि तुझ्या गालाच्या हाडांच्या वरच्या बाजूला रेषा उमटल्यायत; पण हे वगळलं तर तू चांगली दिसतेयस."

"तू मात्र जशी होतीस तशीच दिसतेयस," मी हसले. मी तिच्या हातावर हात ठेवला. "फक्त तुझी त्वचा आता चांगलीच चमकतेय. हे बघ. आता आपण जवळजवळ एकाच रंगाच्या झालोय."

तिच्या चेहऱ्यावर तणावपूर्ण स्मित पसरलं. आपण काय करत आहोत, याची आपल्याला जाणीव नसल्याचा बहाणा करत तिनं माझ्या कमीजची बाही तिच्या बोटांत धरली आणि त्याच्यावर बोटं फिरवून ते कापड किती खराब होतं ते अस्वस्थपणानं बघितलं. वेटरनं आमची ऑर्डर घेतल्यावर मी तिला प्युरिटी कॅम्पबद्दल सांगितलं. थेट पार्टीपासून झालेला माझा प्रवास मी तिला सांगितला. ट्रकच्या मागच्या बाजूला असलेल्या लाकडी बाकड्यांवरच्या इतरांबरोबर मी केलेला तो प्रवास आणि बाकी सगळं सगळं मी तिला सांगितलं. घामाचा दर्प आणि लघवीत भिजलेले कपडे, ट्रक जसजसा पुढे जात होता तसतसा माझ्यात आणि लैलामध्ये निर्माण होत चाललेला अधिकाधिक मोठा अंधारा भाग, प्रत्येक क्षणी वाढत गेलेला विव्हळपणा सगळं मी तिला सांगितलं.

"त्यांनी तिथे त्यांच्यासाठी घरं बनवलेयत, दीपनीता. तिथे कौन्सिल स्कूल आहेत. शेकडो मुलं आहेत; पण कोणीही भेटायला येत नाही. तिथे ती फक्त कौन्सिलचे नियम शिकतात."

"तू काही करू शकत नाहीस का?" तिनं विचारलं. "तू त्यांना कागदपत्रं दाखव."

"मी काय करू शकते?" मी तिला विचारलं. "माझ्याकडे कागदपत्रं नाहीत. मी अगदी एकटी पडलेय. अगदी मम्मीसुद्धा गेली."

"मी त्याबद्दल ऐकलंय," एक सखोल, सुस्कारा सोडल्यासारखा पश्चात्तापदग्ध श्वास मला ऐकू आला. "मी त्यांना भेटायलासुद्धा गेले नाही. तुला माहिती आहे का, त्यांनी तुला नेल्यानंतर मी गेले नाही. सॉरी."

"सॉरी? का?"

"मी त्यांना मदत करायला हवी होती. त्या माझ्याशी चांगल्या वागल्या होत्या."

"ते ठीक आहे," मी शांतपणानं म्हटलं. "तू तिला कशी काय मदत करू शकली असतीस? तू तर मलासुद्धा मदत केली नाहीस." जणू काही मी तिला फटकारा मारला होता, अशा प्रकारे ती मागे सरकली. "त्या रात्री म्हणजे अगदी त्यानंतरही. तुमच्यापैकी कोणीही मला मदत केली नाही. मग तू माझ्या मम्मीला का मदत करावीस?"

तिची नजर तिच्या मांडीकडे खाली झुकली. अजूनही ती खालीच बघत होती. त्यानंतर ती हलक्या आवाजात म्हणाली, "आम्ही काय करू शकलो असतो? ते खूप जण होते. आम्ही प्रयत्न केला नाही असं तुला वाटतं का? तो उन्हाळा अगदी वेड्यासारखा गेला. काय करावं, कोणाला फोन करावा, हे कोणालाही सुचत नव्हतं."

"तू काही मुलींबरोबर बोललेयस असं तू तुझ्या पत्रात लिहिलंयस. त्याचा काय अर्थ होता? तू काही विचार करून ठेवलायस का? तुला ते शक्य झालंय का?"

"मी विचार केला होता. मी प्रत्येकाबरोबर बोलले. अतुल शांत झाल्यावर त्याच्याबरोबरसुद्धा बोलले. तो किती रागावला होता ते मी तुला फोनवर सांगितलंच होतं, त्यामुळे आता हे सगळंच किती अवघड होऊन बसलंय. कोणीही काहीही करू शकत नाही. ते लोक अशा प्रकारेच सगळ्या गोष्टी चालवत आहेत. आपल्याला ते स्वीकारावंच लागतंय. मुलांसाठी, आपल्या स्वतःच्या हितासाठी. आपण जोखीम पत्करू शकत नाही. निदान तुझ्या बाबतीत जे घडलं त्यानंतर तर नाहीच."

तिच्या पत्रानंतर माझ्या हृदयात प्रज्वलित झालेली लहानशी थरथरणारी आशेची ज्योत आता साफ विझून गेली होती. तिथे पूर्ण अंधार पसरला होता. "माझ्या आईच्या बाबतीत काय घडलं ते तुला माहिती आहे का?"

"मला माहिती नाही. मला ते सांगायचंही नाही. अनेक गोष्टी कानांवर येत होत्या."

"मला सांग."

"तुला रसिका आठवते का? अरोरा विभागातली ती मुलगी? ती असं सांगत होती की, एके रात्री आंटीनी गोळ्या घेतल्या. खूप गोळ्या घेतल्या."

माझ्या मनात याविषयी संशय निर्माण झाला असता तर मी कधीच माझ्या मनातील विचार सुरळीत करण्याचा प्रयत्न केला नसता. माझ्या नजरेसमोरून पलंगावर ताठ बसलेली माझी आई, तिचे मिटलेले डोळे, पांढरट पडलेले ओठ आणि निळसर त्वचा असं एक दृश्य तरळून गेलं. कदाचित, तिच्या नातीच्या वाढदिवसाच्या पार्टीतून ती आधीच निघून गेली होती, त्याबद्दल तिनं स्वतःलाच दोष दिला असेल; पण मीच तुला जायला सांगितलं होतं माँ. मुलं वरच्या मजल्यावर झोपायला गेल्यावर आम्ही दारू प्यायला आणि नृत्य करायला गेलो होतो. तू तिथे थांबावं असं काहीही तिथे उरलंच नव्हतं म्हणून मीच तुला जायला सांगितलं होतं. दीपनीतानं माझ्या ग्लासात पाणी ओतलं. ''वाईट वाटून घेऊ नकोस. त्या विचित्र स्त्रीकडे कसलीही खरी माहिती नव्हती. ती फक्त ऐकीव गोष्टी रंगवून सांगत होती,'' ती पुटपुटली.

मी पाण्याचा एक मोठा घोट घेतला. माझे डोळे मिटले होते. माझ्या आईची ती प्रतिमा माझ्या नजरेसमोरून घालवणं कठीण होतं. कॉफी आली होती. वेटर तिथून निघून गेल्यावर मी हळुवार आवाजात तिला म्हटलं, ''मी परत आले होते, त्या वेळी मला तिची गरज होती.''

''म्हणजे काय? तू काय बोललीस ते मला ऐकू आलं नाही.''

''माझी आई कायमची जिवंत राहू शकणार नव्हती,'' मी म्हणाले. ''मी प्युरिटी कॅम्पमध्ये असतानाच्या महिन्यांच्या काळातही ती जिवंत राहू शकणार नव्हती; पण मला लैलाच्या बाबतीत हे घडू द्यायचं नाही. मी कायम वाट पाहत राहीन. मी तिला शोधायला जाणार आहे. तिला माझी गरज आहे. मी तिला शोधून काढीन आणि तिच्याबरोबरच राहीन.''

''कशी काय?''

''तू मला काही गोष्टी सांगण्याची गरज आहे. तू मला खरं असेल तेच सांगशील असं वचन दे.''

''अर्थातच. मी तुला खरंच सांगेन. हे तू विचारू तरी कशी शकतेस?''

''ती त्याच्याकडे आहे का? नाझकडे?''

''नाझ?''

''तो तिला घेऊन गेलाय का? त्यानंच रिपीटर्सना फोन केला होता हे मला माहिती आहे.''

दीपनीता आश्चर्यानं खुर्चीवर मागे रेलून बसली. ''मला फक्त एवढंच माहिती आहे. मी बाहेर पडल्यापासून अनेकदा प्रयत्न केले; पण त्यानं कधीही माझा फोन उचलला नाही. मी त्याला भेटायला गेले; पण प्रवेशद्वाराजवळच्या रखवालदारांनी मला पत्राशिवाय आत जाण्यास मज्जाव केला. त्याला अपराधी वाटत असणार, हे मला माहिती आहे. तो कुटुंबाच्या मालमत्तेसाठी हपापला होता. तुला तो कधी भेटला होता का?''

''असाच आपला इकडे तिकडे कधीतरी; पण तसा खरं तर नाहीच. तो आता चांगलाच राजकारणी बनलाय. आता तो बडा माणूस बनलाय. त्या वर्षीच ईस्ट एंडमधील तुझा फ्लॅट त्यानं ताब्यात घेतला आणि विकूनही टाकला, असं मी ऐकलंय. अतुलनं मला एकदा सांगितलं होतं की, तुझ्या सासऱ्यांकडून त्यानं प्रत्येक गोष्टीवर जबरदस्तीनं सही करवून घेतली. त्याचं कौन्सिलशी काहीतरी साटंलोटं आहे. तिथे तो आता कसला तरी प्रतिनिधीही बनलाय...''

माझ्या मनात संतापाची लाट उसळली. मी कोणावर रागावले होते ते क्षणभरानंतर माझ्या लक्षात आलं. रिझचा बेपर्वा चेहरा माझ्यासमोर होता. त्यानं त्याच्या भावाविषयी कसा काय गैरसमज करून घेतला होता?

''ती त्याच्याकडे आहे का? तुला त्याबद्दल काही माहिती आहे का?''

''शालिनी, ती नाझकडे नाही. ती त्याच्याकडे कशी काय असू शकेल? त्याला दोन मुलगे आहेत हे मला माहिती आहे. मी त्यांना भेटलेय. ते अगदी त्याच्यासारखे दिसतात. अगदी रिझसारखे दिसतात. त्यांना लैला सापडलेली नाही.''

''मग आणखी एक शक्यता आहे. त्यांनी मला फरपटत नेलं त्याच्या थोडंसंच आधी पार्टीत एक रिपीटर बोलत होता ते मी ऐकलं होतं. त्यानं काय म्हटलं होतं ते मला सतत आठवत राहतं.''

''ते काय म्हणत होते?''

''त्यांच्यापैकी एक तरुण त्यांच्या नेत्याकडे, त्या प्रमुखाकडे धावतच आला. त्यानं त्याला लैला घरात नसल्याचं सांगितलं. ती सपना, आमची मोलकरीणही तिथे नव्हती. त्याचा काय अर्थ असू शकतो?''

“तिथे खूपच गोंधळ होता. त्यांनी मुलांना खाली आणलं होतं आणि आम्हाला सगळ्यांना जायला भाग पाडलं; पण तो प्रमुख नेता खूपच चिडला होता. तो सतत त्याच्या फोनवरून ओरडत होता. कशाचा तरी शोध घ्यायला तो वरच्या मजल्यावर लोकांना पाठवत राहिला होता.”

“तुला असं वाटतं का की, ती त्यांना सापडलीच नसेल? ती कुठेतरी अशी लपली असेल की, त्यामुळे ती त्यांना दिसलीच नसेल?”

“माझी मुलं गाढ झोपली होती. त्यांना काहीही आठवत नाही. लैला लपून लपून कुठे लपणार होती? त्यांनी ती जागा अक्षरशः पिंजून काढली होती. ती कुठे जाऊ शकणार होती?”

मी डोळे मिटून एक खोल श्वास घेतला. जर ती नाझकडे नसेल आणि कौन्सिलला जर ती सापडली नसेल तर मग फक्त एकच शक्यता होती. माझ्या मुलीकडे जाणारा एकच मार्ग होता. बांधकामाच्या ठिकाणांहून आमच्यापर्यंत हळूहळू आवाज पोहोचत होते. दगड फोडणाऱ्या धातूचा आवाज, हातोड्यांचे एका पाठोपाठ घातले जाणारे सात-आठ घाव, हातोड्याचं प्रचंड वजन दर्शवणारं दोन घावांमधील वेळेचं अंतर... सगळे आवाज ऐकू येत होते. स्टीलवर ठेवलेल्या वेल्डिंगच्या टॉर्चचा आवाज येत होता. सगळे आवाज चक्रासारखे फिरत होते. जणू काही एकच व्यक्ती प्रत्येक काम आळीपाळीनं करत असावी.

“मी तर काहीतरी वेगळंच ऐकलं होतं,” मी अजूनही डोळे बंद करूनच बसले होते.

“काय?”

“तो रिपीटर त्याच्या बॉसला सांगत होता ते मी ऐकलंय. तो म्हणत होता की, ब्रदरनं त्याला एक फोटो पाठवलाय. आमचा. लैलाचा.”

“ब्रदर?”

“म्हणूनच तो मला नाझ होता असं वाटतंय. त्यांचा काहीतरी सांकेतिक शब्द असणार. काहीतरी पद असावं; पण त्यांचं कशाला असेल? तो नाझविषयीच बोलत असावा. नाझसाठी वापरलेला तो सांकेतिक शब्द असावा...”

“अरे देवा!” दीपनीता म्हणाली. तिचा हात हळूहळू तिच्या छातीकडे गेला. जणू काही मी तिची धडधडच बंद केली होती. “तुझी खात्री आहे?”

मला रक्तप्रवाह माझ्या चेहऱ्याकडे जोरात वाहत असल्यासारखं वाटलं. माझी कानशिलं गरम झाली होती. "अगदी नक्की! पण आता मला कुठल्याही गोष्टीविषयी खरोखरच कसली खात्री वाटत असेल, असं तुला वाटतं का? कशालाच अर्थ नाही. मी घडून गेलेल्या ज्या ज्या गोष्टींचा विचार करते, ती प्रत्येक गोष्ट आता संदिग्ध, अस्पष्ट आहे. एखाद्या काळ्या स्वप्नासारखी. काही वेळा गोष्टी एका पद्धतीनं घडतात, तर काही वेळा दुसऱ्या पद्धतीनं. मी सकाळी उठते आणि मला माझ्यासमोर उगवलेला दिवस खरा आहे, असं वाटतच नाही."

"त्यांच्या कुटुंबाच्या बाबतीत जे घडलं ते का घडलं याचं यातून स्पष्टीकरण मिळतं," तिचा उजवा हात तिनं तिच्या चेहऱ्यासमोर धरला होता. तिचं प्रत्येक बोट पहिल्या पेराजवळ वाकडं झालं होतं. तिच्या तिसऱ्या बोटात एक अंडाकृती अंगठी होती. तिच्यात काळ्या पार्श्वभूमीवर देवमाणसाचं चित्र होतं. "देवच त्याला शिक्षा देत होता," ती म्हणाली. त्यानंतर तिनं त्या हालचालीची अगदी सवय झालेली असावी, त्याप्रमाणे ती अंगठी तिच्या हनुवटीवर, ओठांवर, नाकावर आणि कपाळावर टेकवली.

"तुला काय म्हणायचंय?"

"ती अत्यंत दुःखद गोष्ट होती. काही दिवस तर ती बातमीचा विषयच झाली होती."

"काय झालं होतं?"

"रिझचे डॅड मरण पावले, त्या वेळी त्यांच्या कौटुंबिक दफनभूमीत त्यांचं दफन करण्यात आलं. ते कुटुंब बरेल्वी असावं, असं मला वाटतं; पण त्यांच्या धर्मगुरूंनी, काही स्थानिक नेत्यांनी असं सांगितलं की, कोणीतरी त्यांना असं सांगितलंय की ते त्यांच्या जातीचे नव्हते. त्यांच्या बिरादरीचे नव्हते."

"होय. बरेल्वीच होते ते. मग काय झालं?"

"त्या वेळी नाझ कौन्सिलमध्ये नवखा होता. अतुलनं असं सांगितलं की, त्यांनी त्याला दफन तर करू दिलं. त्या वेळी हरकत घेण्यास नकारही दिला. कारण, त्यामुळे त्यांना त्याचं मत गमवावं लागलं असतं; पण नंतर नाझला काहीही करता आलं नसावं. ज्या वेळी हे लोक संतप्त होतात त्या वेळी काय होतं ते तुला माहिती आहे का?"

“मला काहीच समजत नाही. त्यांनी काय केलं?”

“त्यांनी एके रात्री पुरलेला मृतदेह उकरून काढला. तुझा यावर विश्वास बसू शकतो? त्यांच्यावर सगळ्या प्रकारचे आरोप केले. त्यांनी मंदिरात पूजा केली, त्यांच्या जातीची पर्वा केली नाही, त्यांच्या कुटुंबानं नियम मोडले. त्यांनी मृतदेह उकरून काढला आणि एके रात्री रुग्णवाहिकेतून तो पुन्हा घरी परत पाठवून दिला.”

मला हे ऐकणंही सहन होत नव्हतं. माझ्या मनात शरमिंदेपणाचा भाव दाटून आला. आम्ही त्यांना अवमानित केलं होतं, असं मला वाटलं. रिझचे वडील खूप अभिमानी आणि कणखर पुरुष होते. त्यांच्या मुलांहून ते खूपच काळसर रंगाचे होते. वृद्धत्वामुळे त्यांचे केस पांढरे झाले होते; पण त्यांचा रुबाब कमी झाला नव्हता. त्यांच्या उजव्या हातावरून तांबूस तपकिरी रंगाची त्वचा खाली लोंबकळत होती. अब्बूंनी ती काढून टाकायला नकार दिला होता. ते त्याला त्यांचं सहावं सुदैवाचं बोट म्हणत होते. आम्ही तिथून दुसरीकडे राहायला गेल्यावर रिझ आणि त्याचे वडील यांच्यात वितुष्ट आलं होतं. ते एवढं टोकाचं होतं की, अखेरची काही वर्षं ते एकमेकांशी बिलकूल बोलत नव्हते; पण अब्बूंनी म्हणून कधीही त्याचा राग त्याच्यावर काढला नव्हता. ते रिझच्या व्यवसायासाठी शांतपणे पैसे पाठवत राहिले होते म्हणूनच कदाचित नाझला चिंता वाटली असावी. अब्बूंचं तरीही रिझवर प्रेम होतं हे त्याला दिसत होतं.

“ते नेहमीच इतके स्वाभिमानानं आणि अधिकारवाणीनं वागले. संपूर्ण आयुष्यभर ते तसंच वागले. त्या लोकांनी असं काही केलं असेल, यावर माझा विश्वासच बसत नाही.”

वेटर परत आला. तो काय घेणार, असं विचारत होता. मेन्यूकार्डावरचा प्रत्येक पदार्थ फिक्या हिरव्या रंगात लिहिलेला होता. प्रत्येक पानाच्या वरच्या उजव्या कोपऱ्यात शुचिता दर्शवणारे तीन तारे होते. मी आणखी एकदा कॉफी घ्यायला नकार दिला.

“अतुल कसा आहे? मी मुलांसाठी काहीतरी आणलंय.”

“याची काय गरज होती शाल? खरंच. ती आधीच एवढी लाडावलेयत की काय सांगू!”

बऱ्याच दिवसांपासून मला कोणीही शाल म्हटलं नव्हतं. मला थोडंसं विचित्र आणि खूपच आरामदायी वाटलं. गिफ्ट असलेली ती पॉलिथीनची पिशवी मी तिच्याकडे दिली. तिच्या ओठांच्या कोपऱ्यात आसुरी आनंद चमकला. काय पण दिलंय, अशा स्वरूपाचा की ते एक वेगळ्या प्रकारचं स्मित होतं? समाधानाचं स्मित होतं का ते? कारण, काहीही झालं तरी ती एक यशस्वी संरक्षक होती. तिचं घरटं सुरक्षित, व्यवस्थित होतं. दीपनीतानं ती प्लॅस्टिकची पिशवी तिच्या मांडीवर ठेवली आणि त्यातली क्रिकेटची बॅट बाहेर काढली.

''अंशूला क्रिकेट आवडतं,'' ती म्हणाली. ''त्याला हे आवडेल. मी त्याला सांगत राहते की, त्यात काही अर्थ नाही.''

''काही अर्थ नाही?''

''इथल्या कोणालाही संघात घेतलं जात नाही. सगळ्यांना ते माहिती आहे. निवड करणाऱ्यांचे स्वतःचे मार्ग असतात. त्यांना कोण जलदगती गोलंदाजी करतो, कोणत्या समाजातून चांगले फलंदाज येतात, चांगले यष्टिरक्षक तयार होतात ते माहिती असतं. अतुलनं त्याला तेच सांगितलंय. त्यानं त्याच्या अभ्यासावर लक्ष एकवटलं पाहिजे.''

तिनं प्लॅस्टिकच्या पिशवीतून तो गुलाबी बॉक्स बाहेर काढला आणि तिच्या हातातच फिरवून बघितला. त्याच्यावरचं त्या स्त्रीचं चित्र बघितल्यावर तिचे डोळे विस्फारले. ''हे मी देऊ शकणार नाही.'' तिनं वर बघितलं. ''परी या प्रकारची मुलगी नाही. तिचे वडील तिला हे वापरू देणार नाहीत,'' ती म्हणाली.

''अशा प्रकारची मुलगी? चल, काहीतरीच काय, आपण या वयाच्या असताना नेलपॉलिश वापरत होतोच की!''

''आता या सगळ्याला किती महत्त्व आलंय ते तुला माहिती नाही. आम्हाला मुलींना योग्य प्रकारेच वाढवावं लागतंय. तीच महत्त्वाची गोष्ट आहे. प्रत्येक जण पाहत असतो. तुलना करत असतो. एखाद्या चांगल्या पुरुषानं तिला नेईपर्यंत आम्हाला दक्षता बाळगावीच लागते.''

''दक्षता काय घ्यायची?''

''तू आम्हाला दोष देऊ शकतेस का? त्यांनी तुझ्या बाबतीत काय केलंय ते बघ बरं.''

''आह म्हणजे ती माझी चूक होती. माझी चूक होती ना?''

तिचा चेहरा अपराधी भावनेनं विस्फारल्यासारखा झाला. ''शालिनी, तुला माहिती आहे की हे मी म्हणत नाही.''

''मग तू काय म्हणतेयस?''

''अतुल मला सतत हे सांगत असतो म्हणूनच मी तुला घरी बोलावू शकले नाही. सध्याच्या दिवसांत समाज हीच सर्वाधिक महत्त्वाची गोष्ट बनलेय. लहानपणी आपल्या मनात असलेल्या प्रेमाविषयीच्या आणि आनंदाविषयीच्या, धाडसाविषयीच्या सगळ्या आधुनिक कल्पना म्हणजे आताचे वाईट शब्द आहेत.'' तिच्या कॉफीच्या कपासमोर तिनं ठेवलेले तिचे हात आता थरथरत होते, त्यामुळे टेबलाचाही सौम्यपणानं खडखड आवाज येत होता. ''आम्ही मुलांना अशा प्रकारे वाढवू शकत नाही. शेजारी काय विचार करतात याची आम्हाला काळजी करावी लागते. तुला भेटणंही तसं जोखमीचंच होतं म्हणूनच आज इकडे कोणीही येता कामा नये. अगदी एखाद्या टोळक्यानंही येऊ नये. आम्हाला टॉवरमधील लोकांना भेटण्याची परवानगी नाही. तुला ते माहितीच आहे. ही खूपच मोठी जोखीम आहे. मी अशी जोखीम घेऊ शकत नाही. माझ्या मुलांपर्यंत मी अशा प्रकारची कोणतीही जोखीम नेऊ शकत नाही.''

ती आधी काहीतरी बोलली होती आणि मला त्याविषयी काहीतरी विचारणं आवश्यकच होतं. गिटार वाजवणारे तिघे जण आमच्याजवळ आले. हातात गिटार घेतलेला पुरुष माझ्याकडे पाहून हसत होता. तो चालत पुढे गेला त्या वेळी त्या वाद्याची फुगरी बाजू त्याच्या नितंबांवर हिंदकळत राहिली. पानाच्या रसानं त्याच्या हिरड्या रंगल्या होत्या. त्याच्या गणवेशाच्या पुढच्या खिशावर लिहिलेलं होतं, 'कृपया, टिप्स देऊ नयेत.' आणि त्याभोवती एम्ब्रॉयडरी केलेली होती. दीपनीताने रागानं हात वर केला आणि त्या टोळक्याला तिथून पिटाळलं.

''तू माझ्यासाठी एक गोष्ट करावीस, असं मला वाटतं दीप्स. काळजी करू नकोस. ती तितकीशी वाईट नाही. मला तू नाझच्या संपर्कात राहावं, असं वाटतं.''

''गेली अनेक वर्षं मी त्याच्याशी बोललेलीसुद्धा नाही, शाल. आता लगेच मी त्याच्याशी संपर्क साधू शकत नाही. आता सगळ्या गोष्टी

पूर्वीसारख्या राहिलेल्या नाहीत. आता त्या प्रकारच्या गोष्टी पुन्हा होऊ शकणार नाहीत.''

"मग गझालाशी संपर्क साध. खरं तर ते अधिक चांगलं होईल. ती आई आहे. कदाचित, तिला कसली तरी संवेदना जाणवू शकेल.''

"मी काय करावं असं तुला वाटतं?''

मी एक खोल श्वास घेतला. "माझ्याकडे तिचा एखादा फोटोसुद्धा नाही. माझ्या बाळाचा एक फोटोही नाही. त्या रात्री त्यांनी मला तसंच फरपटत नेलं. तिची आठवण म्हणून एखादी गोष्टही त्यांनी मला जवळ ठेवू दिली नाही. एखाद्या दिवशी मला तिचा चेहराही आठवेनासा झाला तर? याची मला खूपच भीती वाटते. मी यामुळे खूपच विव्हळ बनते. मी खूप सैरभैर होऊ लागले, *मला जर तिचा चेहरा आठवेनासा झाला तर?* जर तिच्या चेहऱ्याचे तपशील हळूहळू माझ्या स्मृतीतून मंद होत गेले तर? तिचा गळा, तिचे गाल, ते केसांच्या महिरपीपुढचे छोटे केस – हे सगळं तसंच्या तसं मला आठवू शकेल काय? यात सगळ्यात थोडाफार फरक होईल. थोडंसं इकडे-तिकडे होईल. जर एखाद्या दिवशी मला चुकीचा चेहराच आठवू लागला तर? म्हणून ते करण्यासाठी मला तुझी गरज आहे दीप्स. त्यांच्याकडे काहीतरी असेल. कदाचित, असा फोटो एखाद्या जुन्या अल्बममध्ये असेल. कदाचित, आमच्या अपार्टमेंटमध्ये वरच्या भिंतीवर असलेले फोटो ते घेऊन गेले असतील. गझालाला विचार. मला फक्त एका फोटोची गरज आहे. फक्त एक फोटो.''

दीपनीताचे डोळे आक्रसल्यासारखे बारीक झाले होते. तिच्या डोळ्यांत अश्रू चमकत होते. "मला काय करता येईल ते मी बघते शालिनी. कदाचित, माझ्या स्वतःकडे एखादा फोटो असू शकेल. आपण त्या दिवशी पिकनिकसाठी टेकड्यांच्या पलीकडे गेलो होतो. त्या दिवशी अतुलनं खूप फोटो काढले होते; पण त्यांच्यापैकी कोणते फोटो आमच्याकडे अजूनही आहेत, त्याविषयी मी खात्रीपूर्वक सांगू शकणार नाही. मी शक्य ते सगळे प्रयत्न करेन. जर आमच्याकडे एखादा फोटो नसेल, तर मी गझालाला फोन करेन. अरे देवा,'' ती म्हणाली. बाजूच्या बशीजवळचा पेपर नॅपकिन घेऊन तिनं डोळे पुसले आणि ती म्हणाली, "मी अतुलला वचन दिलंय की मी तुला यापुढे कधीही

भेटणार नाही. त्यानं ते करायला लावलं. त्यानं मला तशी शपथ घ्यायला लावली; पण तरीही मी प्रयत्न करेन, मी प्रयत्न करेन.''

माझ्या लगेच लक्षात आलं की, याचा अर्थ मला कधीच फोटो मिळणार नव्हता. तिच्याकडे मी जे मागितलं होतं त्याच्या दबावाखाली ती आधीच दडपल्यासारखी झाली होती. मी तिच्याकडून खूपच अपेक्षा ठेवत होते.

''पण एक गोष्ट आहे...'' ती अचानक म्हणाली. ''त्या दिवशी... त्या रात्री ते आले होते, त्यानंतर काही दिवसांनी मला परीच्या खेळण्यांमध्ये प्लॅस्टिकचं एक लहानसं फावडं सापडलं होतं. मुलांनी समुद्र किनाऱ्यावर न्यावेत म्हणून ते अशा प्रकारचे खेळण्यांचे संच विकतात ते तुला माहितीच आहे. तो परीचा नाही. माझी त्याविषयी खात्रीच आहे. माझ्या मोलकरणीला असं वाटलं की, आम्ही त्या दिवशीच्या त्या सगळ्या गोंधळात तिथून येताना चुकून ते आमच्या बॅगेत टाकून सोबत आणलं असावं. मी तो फेकून देऊ शकले नाही. कारण, मला वाटलं की तो कदाचित... तुला माहिती आहे... लैलाकडे असा संच होता का? ते तिचं आहे का? ते मी तुला पाठवू शकते.''

मी बोलू शकले नाही. रिझनं लैलाला समुद्रावर नेलं होतं. सागरी किनारपट्टीवर येण्याची तिची ती पहिलीच वेळ होती. मी कॅमेरा घेऊन तिच्या मागेच काही पावलं होते. त्याच्या खांद्यावरून ती माझ्याकडे पाहत होती. थोडीशी गोंधळलेली, घाबरलेली होती. ती अगदी रडायलाच आली होती. नंतर लाटांचा फेस तयार होतो तिथे ती पाण्यात डुंबली. तिच्या फिकट गोलाकार मांड्या चंदेरी वाळूत रुतल्या. मी पुन्हा रडत होते.

''होय. प्लीज, प्लीज ते पाठवून दे.''

बिल घेऊन आमच्याकडे येत असताना वेटर आमचं मूल्यमापन करत होता. त्यानं शांतपणे बिल असलेलं चामडी फोल्डर दीपनीतासमोर ठेवलं. ''आणि अतुल? तो कसा आहे? तू मला त्याच्याविषयी काहीच सांगितलं नाहीस. तुझ्या स्वतःच्या आयुष्याविषयी काहीच बोलली नाहीस.''

   ''अतुल ठीक आहे. मला वाटतं त्याचा व्यवसायही चांगला सुरू असावा.''

"दीप्स हे ऐकून मला आनंद झाला. तू आनंदी आहेस, याचा मला आनंद वाटतो."

"आनंदी?" ती अगदी अतर्क्यपणे, विश्वास बसणार नाही, अशा पद्धतीनं हसली. "मी हे तुला सांगणार नव्हते... अतुल स्वतःला हुशार समजतो; पण तो मूर्ख आहे. त्याचं प्रेमप्रकरण सुरू आहे."

दीपनीताच्या डोळ्यांत पहिल्यांदाच पराभवाची भावना होती. ती पराभूत होती. "मला हे ऐकून वाईट वाटतंय डी," मी म्हणाले. "पण तुझी खात्री आहे का?"

"होय. त्याची सेक्रेटरी," तिचे डोळे पुन्हा एकदा भरून आले. "ती माझ्याबरोबर इतकी हलकटपणानं वागते. स्वतःला श्रेष्ठ समजते. त्याला माझा निरोप देत नाही. माझ्या फोनला उत्तरं देत नाही. मी तिला दिलेलं कोणतंही काम करत नाही आणि मी हे अतुलला सांगते, त्या वेळी तो आरडाओरडा करायला सुरुवात करतो. 'मग यासाठी मी तिला काढून टाकायला पाहिजे का,' असं मला विचारतो. जणू काही मीच गैरफायदा घेणारी आहे, असा वागतो. ती कुठल्या तरी घाणेरड्या जागेतून आलेली आहे. तिचं आयुष्य कठीण परिस्थितीत गेलंय. सगळ्याच बाबतीत."

"खरंच?"

"मला तर आता ती एक गंमतच वाटतेय. हे सगळे बॉस असलेले पुरुष बाहेरख्याली असतात. निषिद्ध सुख आणि इतर सगळं मिळवतात. जणू काही त्यांच्या घाणीचा वास वेगळा असतो. लग्न करण्याचा प्रश्नच नसतो, त्यामुळे सगळं परिपूर्ण असतं. सगळी मजा तर करायची आणि कुठलाही तणाव, त्रास नाही."

हंसाच्या आकाराची पेडलबोट कालव्यातून वेड्यावाकड्या रस्त्यानं चालली होती. दोन तरुण पुरुष पेडल मारत होते. ते त्या कष्टानं घामाघूम झाले होते. त्यांचा एक मित्र बोटीच्या वरच्या किनारीनं झाकला गेला होता. आपला गोरा चपळ, लवचीक हात त्यानं पाण्यात घातला होता. दीपनीतानं तिच्या हातातील काही नोटा त्या बिलाच्या फोल्डरमध्ये सरकवल्या आणि अचानकच ती उठून उभी राहिली. "म्हणून मी हे केलं. समजलं?" ती म्हणाली. "म्हणजे हे त्वचा

गोरी करण्याचं काम, त्यामुळे तरी त्याला माझ्यात पुन्हा स्वारस्य वाटू लागेल, असं मला वाटलं. ती एक दीर्घ प्रक्रिया होती. अतिशय वेदनादायक.'' ती पुन्हा एकदा हसली. पुन्हा एकदा त्या हास्यातून त्याच वेदनेचा स्फोट झाला. ''मी किती मूर्ख होते. मला खरंच वाटलं होतं की, यामुळे उपयोग होईल.''

मी तशीच बसून राहिले होते. ''मी पुन्हा तुला भेटू शकेन का?'' मी विचारलं.

ती खूपच काळजीत पडल्यासारखी दिसत होती. हताश झाल्यासारखी ती हातावर हात चोळत होती. ''ते अवघड आहे, शाल. खूपच कठीण. अर्थातच मी गझालाशी बोलण्याचा प्रयत्न करणार आहे; पण माझ्या पतीशी खोटं बोलायला मला आवडत नाही. हा मुलांचा प्रश्न आहे. जर मी तुझ्या संपर्कात होते, असं त्याला समजलं तर तो मला घराबाहेर काढेल. मी मुलांना अशी संकटात ढकलू शकत नाही.''

मी उठून उभी राहिले आणि टेबलाजवळून चालत तिच्याकडे गेले. मी मिठी मारण्यासाठी हात पुढे केले. आम्ही एकमेकींना मिठी मारली, त्या वेळी पुन्हा एकदा तिच्या डोळ्यांत आलेले अश्रू मला जाणवले. ''तुझी पुन्हा भेट झाली ते चांगलं झालं दीपनीता,'' मी पुटपुटले. ''ते खरंच चांगलं झालं. आता तुझ्या घरात तुझ्या मुलांकडे जा,'' मी म्हटलं.

वसाहत

त्या मुलीनं माझ्याकडे दुर्लक्ष केलं. दिवस संपण्याच्या सुमारास ती माझ्या जवळून पुढे गेली, त्या वेळी तिनं माझ्याकडे बघून स्मित केलं नाही. इतर काही लोकही असंच करत असत. ती दीप्सची मोठी झालेली मुलगी, परी असेल का, या शक्यतेचा विचार मी करत होते; पण त्यांनी तिला इकडे कधीच पाठवलं नसतं.

तिचं नाव अद्रिका चौहान होतं. मी तिच्या पोस्टेज लेबलवर ते वाचलं. ती अग्निकुल रजपूत जातीची होती. तिच्या मनगटावर बांधण्यात आलेल्या दोऱ्यावरून माझ्या ते लक्षात आलं होतं की, ती अधिक चांगल्या समाजातून आली होती; पण अद्रिकाचं कुटुंब श्रीमंत नव्हतं हे स्पष्ट होतं. तिचे वडील इमारतीत रखवालदार असावेत किंवा एखाद्या फॅक्टरीत सुरक्षारक्षक म्हणून काम करत असावेत किंवा असंच काहीतरी काम करत असावेत. कालौघात नष्ट झालेल्या अभिमानाच्या जाणिवेसह ते त्या विभागाच्या कडांना घट्ट पकडून राहिले होते; पण खूपच गरीब होते. खरं सांगायचं तर कौन्सिलचे कर, मालमत्तेचे आकाशाला भिडत असलेले दर हे सगळं त्यांच्या आवाक्याच्या बाहेरचं होतं म्हणूनच त्यांनी तिला ती कमवत असलेल्या मासिक काही हजारो रुपयांसाठी एवढ्या लांब पाठवलं होतं.

तिच्या मनगटावर गडद लाल आणि पिवळ्या रंगाचा सुमारे अर्ध्या इंचाचा तागाचा धागा गुंडाळलेला होता. तो डाव्या मनगटावर होता. याचा अर्थ ती अविवाहित होती. राजकीय विभागात शहराच्या सगळ्या भागांतून आमच्याकडे लोक येत असत. तुम्ही कुठून आला आहात ते ओळखण्यासाठी त्या धाग्यांचा उपयोग होत असे. प्रत्येक दर्जासाठी

वेगवेगळे रंग होते. माझ्या स्वतःच्या मनगटाकडे मी बघितलं. माझं मनगट एवढं लहान आणि अशक्त दिसत होतं की, आता तिथल्या हाडांवर बहुधा सूज आल्यासारखी वाटत होती; पण मनगट हडकुळं आणि मोकळंच होतं. तुम्ही झोपडपट्टीत किंवा आमच्यासारख्या टॉवरमध्ये राहणाऱ्या महिला असाल म्हणजेच भिंतींच्या बाहेर राहत असाल, तर तुमच्या मनगटावर धागा असण्याची काहीच गरज नव्हती.

अद्विकानं तिच्या संगणकाचा मॉनिटर नीट करून घेतला. तिच्या मागे असलेल्या खिडकीतून रस्त्याचा काही भाग दिसत होता. पादचारी, पानांच्या जाळ्यांच्या मागे असलेल्या सेडानचं उंचवट्यासारखं दिसणारं करड्या रंगाचं बॉनेट असं बरंच काही दिसत होतं. छान, करड्या रंगाचे पट्टे असलेल्या गुळगुळीत डांबरी रस्त्यांवरून दर काही मिनिटांनी काही मंत्रालयांचा सुरक्षा यंत्रणेचा लवाजमा जात असे. फुगीर पांढऱ्या कार मागे-पुढे असत आणि मध्यभागी डोक्यावर लाल दिवा असलेली, आवाज करणारी गाडी असे. माझं स्टूल ओढून घेऊन मी खिडकीतून बाहेर बघत बसत असे. त्या दिवशी सकाळी मला तिथे एक ढेरपोट्या, काळा माणूस दिसला. त्याच्या गळ्यात सोन्याच्या चेन होत्या. तो सेल फोनवर बोलत होता आणि दुसरा हात एखाद्या गझल गायकाप्रमाणे त्यानं हवेत सोडून दिला होता. जड सिल्कच्या साड्या नेसलेल्या दोन महिला पुढे निघाल्या होत्या. फिक्या निळसर रंगाच्या सुटातील एक व्यक्ती खाली वाकली आणि तिनं स्वतःचे शूज नीट केले. त्या चमकत्या पांढऱ्या उन्हाच्या तुकड्यातून पुढे जाणाऱ्या प्रत्येकाला आपल्याभोवती काय घडतंय त्याची माहिती नव्हती. त्याचा त्यांच्यावर कसलाच तणाव नव्हता. ते आनंदात होते. ते त्यांचा दिवस जसा असेल तसा जगत होते. काळज्या डोक्यात ठेवूनही विचार करत होते. इच्छांचा पाठपुरावा करत होते. त्यांना वाढण्याची, निर्मिती करण्याची परवानगी होती. त्यांच्या रस्त्यांच्या मधल्या भागात आणि भिंतींच्या बाहेर काय चाललं होतं, त्याचा विचार करण्याची त्यांना गरजच नव्हती.

कशी कोण जाणे, त्या वसंत ऋतूतील सूर्यप्रकाशाच्या चौरसात मला लैलाही अडखळत अडकल्यासारखी दिसत होती. कौन्सिलला ती सापडली नव्हती. तिला कधीही त्यांची गळचेपी करणारी पकड समजली नव्हती. ते बरंच होतं.

खरं तर त्यासाठी मी काहीही दिलं असतं. आज मला तो पत्ता मिळणार होता. त्याच दिवशी दुपारी प्रत्येक जण निश्चिंत असताना मला तो मिळणार होता. माझा प्रवास आता अखेरीपर्यंत आला होता.

==

ईस्ट झोपडपट्टीत आग भडकली होती. तिथे सात आठवडे कचरा जाळण्यात आला होता. हरनगरमधील भराव हा शहराबाहेरचा कचऱ्याचा ढिगारा टाकण्याच्या चार भरावांपैकी एक होता. प्रत्येक दिवशीच हा ढिगारा वाढत चालला होता. हरनगर ही कचरा टाकण्याची सर्वांत मोठी जागा होती. हा खड्डा सगळ्या दिशांना एकेक किलोमीटरपर्यंत पसरला होता. कचरा टाकण्याचा हा विभाग भिंतीहून अधिक लांब होता. कोणत्याही मंत्रालयाच्या इमारतीच्या पुढे गेला होता आणि सुमारे दोनशे फूट खोलीचा होता. मी कामावर जात असताना माझी बस या आगीला उजवीकडून वळसा घालून पुढे जात होती. कचरा जळल्याचा येणारा वास स्पष्ट कळत होता. तो त्वचेवर साचून राहत होता. अंगठा बोटांच्या टोकाशी चोळला किंवा अगदी डोळे मिटले तरी हवेत तरंगणारे ते काळे कण दिसत.

झोपडपट्टी किंवा सांडपाण्याचा नाला यांसारख्या एखाद्या दुर्गंधी येणाऱ्या परिसरावरून किंवा इतर भयंकर दुर्गंधी असलेल्या भागांतून आम्ही जात असलो आणि तिथे मी माझं नाक चिमटीत पकडलं तर मम्मी माझ्या हातावर फटका द्यायची. तिच्या डोळ्यांत एक प्रकारचा नैराश्यपूर्ण प्रकाश मला दिसत असे. 'इथे राहणाऱ्या लोकांचा विचार कर,' ती म्हणत असे. 'पण ते आपल्याला बघू शकत नाहीत,' मी बचावात्मक पवित्र्यात म्हणत असे. 'त्यांनी तुझ्या बाबतीत असंच केलं तर? तुला ते आवडेल का?' ती विचारत असे. त्या वेळी आम्हा दोघींपैकी कोणालाही असं वाटलं नव्हतं की, एके दिवशी माझ्याकडे या प्रश्नाचं उत्तर असेल.

जर सगळ्या गोष्टी सुरळीत झाल्या असत्या, तर आज लैलाला अशा प्रकारच्या आदर दर्शवणाऱ्या छोट्या छोट्या गोष्टी शिकवण्याची संधी मलाही मिळाली असती. केस काळजीपूर्वक विंचरावेत यांसारखा आईकडून मुलीकडे दिला

गेलेला संदेश. जर सगळं सुरळीत झालं, तर आज मला फक्त एवढीच एक संधी द्या. एवढी एकच संधी द्या. प्लीज.

दर उन्हाळ्यात हा कचरा जाळला जात असे. अशा प्रकारे कचरा जाळल्यामुळे हवेत मिथेनचं प्रमाण कसं खूप वाढत होतं, कचरा जाळणारे लोक सांगत. सहसा अशा आगी नियंत्रित ठेवता येण्याएवढ्या लहान असत; पण या वेळी वेगळंच घडलं होतं. अकाली पडलेल्या उन्हामुळे मिथेनचा स्फोट घडून आला होता. काही क्षणांतच निळसर–नारिंगी रंगाच्या ज्वाळा टेकडीच्या रांगेपासून खालच्या दिशेला चार वेगवेगळ्या मार्गांनी पसरल्या होत्या. रुग्णालयातील जैव कचऱ्याच्या भल्या मोठ्या ढिगाऱ्यातून या आगीला आणखी ताजं इंधन मिळालं होतं. सुया, प्राणवायूचे सिलिंडर, ब्लेड, काचेच्या फुंकनळ्या म्हणजेच पिपेट्स तिथे पडल्या होत्या. गंजलेल्या पलंगांच्या चौकटी तिथेच कचऱ्यात पडलेल्या होत्या. याखेरीज प्रक्रिया करता न येणाऱ्या प्लॅस्टिकचा लांबलचक, अरुंद पट्टा एखाद्या पठारी प्रदेशासारखा तिथे पसरला होता. आग लागल्याच्या पहिल्या दिवशी प्रदूषित पदार्थांचे ढग तयार झाले होते, ते एवढे दाट होते की कावळे, घारी आणि कुरव पक्षी उंच आकाशात उडून गेले होते. गाई, म्हशी आणि इतर गुरंढोरं यांच्या पाठीवर बसणारे बगळे एकदम उडून पर्वतांवर घिरट्या घालू लागले आणि नंतर त्यांनी अगदी आनंदानं आपल्या लांब चोचा चिकणमातीत खुपसून ठेवल्या. आता तेही निघून गेले आहेत. कचऱ्यावर उपजीविका करणारे उंदीर आणि कचरावेचक माणसं तेवढीच तिथे राहिली आहेत. कणखर आणि सहजासहजी हुसकावून लावता न येणारी.

==

फोन वाजला त्या वेळी नुकतीच दुपार टळून गेली होती. बत्तीस छोट्या छोट्या रिंग झाल्या. जवळजवळ नेमक्या एकाच क्षणी खोलीच्या वेगवेगळ्या भागांत त्या झाल्या होत्या. माझा स्वतःचा फोन शांत होता. मला तो प्रसारित करण्यात आलेला संदेश मिळाला नव्हता. प्रत्येक संगणकीय यंत्रणेचं कामकाज योग्य प्रकारे सुरू आहे की नाही ते त्या संवेदकांच्या साहाय्यानं मोजलं जात होतं. आम्हाला त्यानंतर एक ते दोन मिनिटांनी संदेश येत असे.

‘सीलिंग’साठी बरोबर तीन वाजता ट्रक निघणार होते. यात दिरंगाई खपवून घेतली जाणार नव्हती.

तीन वाजायला बरोबर पंधरा मिनिटं कमी असताना मी इतरांबरोबरच ट्रकमध्ये ढकलली गेले आणि चढून बसले. माझ्या बरोबर काही शिपाईही होते. मी एवढी हर्षभरित झाले होते की, ट्रक अगदी सुरू होण्याच्या क्षणापर्यंत माझ्या पाठोपाठ चढणाऱ्या लोकांकडे माझं लक्षच नव्हतं. बरेच लोक असल्यामुळे मी ट्रकच्या एका बाजूला ढकलले होते. कुंपण ओलांडता यावं यासाठी टाकण्यात आलेल्या बेड्यासारख्या ट्रकच्या धातूच्या चौकटीत जाडजूड लाकडी फळ्या टाकण्यात आल्या होत्या. त्या बेड्यामुळे मला पावसानं खराब झालेल्या महामार्गांवरून बालपणी कारमधून केलेल्या प्रवासाची आठवण झाली. जनावरांनी भरलेल्या ट्रकच्या मागे आम्ही अडकलो होतो. दोन जाडजूड, काळे बैल माझ्याकडे पाठीमागे वळून थरथरत बघत होते. शेणानं भरलेल्या शेपट्या हलवून ते रस्त्यावरच्या किड्यांना दूर हाकलत होते. आता आमचा ट्रक निघाला होता. मी एका लाकडी फळीला गच्च पकडलं आणि ओंडक्यावर माझं डोकं ठेवलं, त्यामुळे मला आता प्रत्येकाचा गंध घ्यावा लागणार नव्हता. आतल्या बाजूला धान्यासारखा किंवा नारळाच्या काथ्यासारखा किंवा तंतूंसारखा आणि धुळकट दरवळ सुटला होता. मी अतिशय नर्व्हस झाले होते. मी मनातल्या मनात एकच मंत्र जपत होते, रिपीटर्स नसावेत, रिपीटर्स नसावेत, रिपीटर्स नसावेत. या चिंतेबरोबरच माझ्या मनात आणखीही कसला तरी विचार होता. अखेरीस माझ्या लक्षात आलं की, माझ्या मुलीचा पत्ता माझ्या हातात येणार असल्यामुळे माझ्या अंगावर थंड वेटोळ्यासारखे रोमांच निर्माण झाले होते. प्रेमाच्या सुरुवातीला निर्माण होतात तसे.

एक हडकुळा मुलगा समोर आला. बहुधा तो त्या टेकड्यांवरून आला असावा. त्याचे डोळे खोबणीत एखादं नाणं बसवलेलं असावं तसे दिसत होते. गर्दीतून धक्काबुक्की करत तो गंडे आणि ताईत विकत होता. त्याच्या उजव्या हाताभोवती ते काळे धागे गुंडाळलेले होते, त्यामुळे त्यांचे काही भाग त्याच्या हातावरून खाली लोंबकळत होते. ट्रक तिथून गेला त्या वेळी त्याच्याकडच्या खडबडीत निळ्या, हिरव्या आणि लाल खड्यांवर सूर्यप्रकाश पडला आणि ते सापाच्या डोळ्यांसारखे चमकू लागले.

डॉ. अय्यरनं मला एकदा सांगितलं होतं की, योग्य खड्याची निवड करण्याशी माझं भवितव्य निगडित असणार होतं. त्या दिवशी दुपारी आम्ही त्या कॅम्पच्या सीमेजवळून जाणाऱ्या मार्गावरून चालत होतो. त्या सत्रांना तो मुलगा 'आय टू इज' असं म्हणत असे.

''त्या खड्याचा आकार अंड्यासारखा असेल. ते कोंबडीच्या अंड्याहूनही मोठं असेल. हंसाच्या अंड्यासारखं,'' तो म्हणाला. तेव्हा खूपच उकडत होतं आणि तिथे कुठेही जवळपास सावली नव्हती. अय्यरने त्याच्या खिशातून रुमाल काढला आणि त्याचं कपाळ काळजीपूर्वक पुसून काढलं. ''हत्तीच्या मस्तकावरचा मोती,'' तो म्हणाला.

''कुठला हत्ती मोती तयार करतो?'' मी विचारलं.

''दहा लाखांत एखादा, त्यामुळेच तर हा खडा खूप, खूप दुर्मीळ असतो. मी तुझी पत्रिका बघितली. त्यावरचा हाच उपाय आहे. तू हा खडा शोधून काढ आणि मग बघ, तुला पुन्हा एकदा आनंद लाभेल.''

मी एकदम थिजल्यासारखी थांबले आणि त्याच्याकडे वळले. ''मी कशी काय शोधू शकेन?'' मी जवळजवळ किंचाळलेच. माझ्या डोक्यात संतप्त भावनांची गर्दी होत होती आणि ती उसळून बाहेर पडत होती. मला त्याला विचारायचं होतं की, माझ्या बाबतीत हे जे सगळं घडलंय त्यानंतरही मी तुमच्यासारखी बनावं, असं तुम्हाला वाटतंय की काय? हे सगळं आता सुरू आहे. कारण, लोक प्राचीन कथांवर विश्वास ठेवतायत.

मला हेच सगळं बोलायचं होतं; पण मी शांतच राहिले. चालण्याचा वेगही मंदावला नाही. आम्ही शांतपणे चालत राहिलो. प्रत्येक श्वास एखाद्या तप्त अवर्षणासारखा खाली जात होता. मातीच्या वरचा कडक थर सँडलखाली चुरडला जात होता. मी शांत झाल्यावर म्हणाले, ''डॉक्टर, त्यांनी माझ्या बाबतीत काय केलं ते बघा. मी अशा गोष्टींवर कसा काय विश्वास ठेवू शकेन?''

''याच्यावर विश्वास ठेवणाऱ्यांनी हे तुझ्या बाबतीत घडवलेलं नाही, शालिनी,'' तो म्हणाला. त्यानं हळूहळू मान डोलावली. त्याचा आवाज हळुवार बनला. ''जो खरोखरचा श्रद्धाळू असतो तो दयाळू असतो. धार्मिकवृत्तीचा असतो. ते लोक श्रद्धाळू नव्हते. ते फक्त त्या क्षणाचा एक परिणाम होते. कधीतरी अगदी

सौम्य, दयाळू हातही मूठ तयार करण्यासाठी वळावाच लागतो. ते असे होते. ते ती मूठ होते.''

''म्हणजे आपण एखाद्या वादळाच्या तडाख्यात सापडलो आहोत का?''

ते अमान्य करत असल्याप्रमाणे त्यानं नकारार्थी मान हलवली. अचानकच त्यानं खांदे उडवले.

''ज्या वेळी भिंती नव्हत्या, त्या वेळी गोष्टी अधिक वाईट होत्या,'' तो म्हणाला. ''लोक एकमेकांशी भांडत होते, लढत होते. ते एकमेकांना जाळत होते. हे सगळं स्त्रियांवरून होत नव्हतं. ते सरकारी पैसा कोणाला मिळावा यावरून होत होता. नोकऱ्या कोणाला मिळतील यावरून होत होतं. ते प्रत्येक गोष्टीवरून भांडत होते. आपण जनावरांसारखे बनलो होतो. भिंती आल्यानंतर आपल्याला शिस्त लागली. आपल्याला आता अखेरीस शांतता मिळेल.''

पण किती काळापर्यंत?

==

आमचा ट्रक आता प्युरिटी पिरॅमिडकडे वळत होता. दहा मिनिटांतच आम्ही दुपारच्या वेळी दिसणाऱ्या मृगजळाच्या लाटांसारख्या लुकलुकत्या अतिप्रचंड गोमेदासारख्या दिसणाऱ्या रचनेसमोर उभे होतो. त्याचं शिखर पांढरं होतं. त्या शिखराभोवती एक गच्ची होती. ती टेहळणीची गच्ची होती. तिथूनच कौन्सिल संपूर्ण शहरावर बारकाईनं टेहळणी करत असे. राजकीय विभागाच्या जवळजवळ मध्यभागी हा प्युरिटी पिरॅमिड बांधण्यात आला होता. त्याचं शिखर शंभर फूट उंच होतं. त्याच्या पायथ्याशी नीटनेटकी, आकर्षक चौरसाकृती हिरवळ होती. कमी उंचीच्या झोयसिया या आशियातील गवताचा त्यासाठी वापर करण्यात आला होता. त्या हिरवळीतील गवताच्या प्रत्येक पात्यावर तेजस्वी सूर्यप्रकाश पसरला होता. जणू त्या प्रकाशाचं पॉलिश त्यावर चढलं होतं. आम्ही टॉवरमधील महिलांनी या पिरॅमिडच्या इतकं जवळ जाणं अपेक्षित नव्हतं; पण मला हे माहिती होतं की, फरश्यांवर खूप मोठे अर्ध-षटकोनी आरसे बसवण्यात आले होते. एक पुरुषभर हात खोल

खोबणीत ते एकमेकांशी घट्ट जोडून बसवण्यात आले होते, त्यामुळे ते डोळे दिपवणारी काळसर व्यूहरचना परावर्तित करत होते म्हणूनच ते डोळे मिचकावत असल्यासारखे किंवा लुकलुकल्यासारखे दिसत होते.

त्या गवतावर एक व्यासपीठ उभारण्यात आलं होतं. त्यावर कौन्सिलचे ज्येष्ठ सदस्य हिऱ्यासारख्या शुभ्र रंगाच्या कपड्यांत उभे होते. आम्हाला अनेक बोगद्यांतून नेण्यात आलं. तिथे आमच्यापैकी खूप जणी होत्या. सगळीकडे पावलांचे ठसे उमटले होते आणि कुजबुज सुरू होती. आम्ही पुन्हा एकदा वरच्या बाजूला आलो त्या वेळी खाली जमलेले श्रोते मुंग्यांसारखे दिसत होते. रिपीटर्सनी आम्हाला खंदकाच्या एका बाजूच्या एका रुंद, वक्राकार संरक्षक भिंतीजवळ नेऊन एकत्रितपणे उभं केलं. ही भिंत पार्किंग लॉटच्या बाह्य भिंतीच्या समोर होती. खाली वातानुकूलित बसगाड्यांतून मंत्रालयातील कर्मचाऱ्यांना आणलं गेलं होतं. ते गोंधळलेल्या अवस्थेत आवतीभोवती फिरले. अँटेनांवरून ते धडपडले. इतर लोकांची ओळख आणि त्यांच्या वसाहतीतील त्यांची भूमिका ते शोधू पाहत होते. त्यांचा परिसर त्यांना सापडल्यावर ते घाईघाईनं तिकडे गेले. रस्त्यावर त्यांच्या पडत असलेल्या प्रत्येक पावलाबरोबर त्यांना मिळालेला दिलासा दिसून येत होता. हेच तर होतं. ज्या वेळी शिस्त आणि उतरंड एखाद्या क्षणासाठीसुद्धा तुटते, त्या वेळी तिथे कीटकांसारखी विव्हळता आणि तडफड निर्माण होते.

व्यासपीठामागे भल्यामोठ्या स्क्रीनची मालिका होती. तिथे मांसाच्या मोठ्या तुकड्यांसारख्या दिसणाऱ्या ढगांनी बनलेलं बेबी ब्ल्यू रंगाचं आभाळ दाखवलं जात होतं. तिथलं प्रतीक परिचित होतं. आम्ही ढगांकडे टक लावून पाहत असताना त्यांचं रूपांतर पत्रांमध्ये झालं आणि त्यामधून एक शब्द तयार झाला. स्कायडोम.

खाली जमिनीवर एक गाणं सुरू झालं होतं. 'हवा का वाटून घ्यावी?' उष्णतेमुळे त्यांचं गाणं कर्कश, उग्र आणि बोथट वाटत होतं. ते सारखं तेच म्हणत होते. 'हवा का वाटून घ्यावी?' त्यावर हळूहळू दूरवरचे दीर्घ, कर्कश आवाज, बाटल्यांची बुचं काढल्याचे आवाज आणि एकमेकांवर वस्तू आपटत असल्यासारखे कर्णकटू आवाज येऊ लागले. हे आवाज औद्योगिक भागातील असल्यासारखे आणि आवाजावरून त्या वस्तूंचे आकार सुचवणारे

वाटत होते. ते आमच्या वरच्या भागातून आणि आमच्या भोवती येत होते आणि क्षणाक्षणाला ते अधिकाधिक मोठे होत चालले होते. जणू काही आम्ही महासागराच्या जोरदार लाटांच्या आवाजाकडे ओढले जात होतो.

आता कार्यक्रमाचा समारोप सुरू होणार होता. ढोलक वाजवणारी मुलं प्रेक्षकांसमोर जोरदार प्रहार करून ढोलक वाजवत होती. प्रत्येक विभागाकडे अशी ढोलकवादकांची एकेक जोडी होती. त्यांनी एम्ब्रॉयडरी केलेल्या शेरवानी घातल्या होत्या. त्यांचा सातत्यपूर्ण ठेका त्यांच्या खांद्यांतून, मानांमधून, हातांतून आणि अखेरीस त्यांच्या मागे उभ्या असलेल्या लांबलचक ओळींतील लोकांच्या पावलांतून दिसून येत होता. कॉर्पोरेशनचं गाणं आता आमच्यापर्यंत त्या जाडजूड ढोलकांवरून अगदी तुकड्या-तुकड्यांनी ऐकू येत होतं. डोळ्यांवर कोल या सौंदर्यप्रसाधनाची काळी भुकटी चोपडलेल्या एका मुलीनं एका बाजूला उभारण्यात आलेल्या एका लाकडी व्यासपीठावर हळुवार, लयबद्ध नृत्य करण्यास सुरुवात केली. तिच्याच जवळ दुसरी एक काळ्या आणि सोनेरी रंगाच्या साडीतील मुलगी तिच्यासारखीच नृत्य करू लागली. खूप मोठ्या गोलाकार यज्ञकुंडातून विझत चाललेले निखारे मोठ्या गोलाकार दगडांसारखे दिसत होते. मात्र अजूनही लालसर गडद नारिंगी रंगाचा प्रकाश बाहेर फेकण्याएवढे ते प्रज्ज्वलित होते. अग्निकुंडाभोवती निश्चित करण्यात आलेल्या ठरावीक अंतरांवर पुरोहित बसले होते. जणू काही घड्याळाच्या तबकडीवर बसवण्यात आलेले आकडेच. प्रत्येक मठवासीयाच्या सैलसर टोपीमागे लोकांची भली मोठी रांग दिसत होती. पुरोहिताच्या जवळ पोहोचल्यावर श्रद्धाळू लोक त्यांना पॉलिथीनच्या पिशव्या देत होते. त्यामध्ये असलेला नारळ, तूप, फुलं, फळं सगळं काही त्या यज्ञकुंडातील जिभल्या चाटत धडधडत असलेल्या ज्वाळांमध्ये स्वाहा होत होतं. एका विभागात लांब कुर्ते घातलेले आणि दाढी राखलेले व गोलाकार विणलेल्या टोप्या घातलेले पुरुष काळे बुरखे घातलेल्या त्यांच्या महिलांना चौरसाकृती मर्यादारेषेभोवती हळूहळू पुढे नेत होते. इतर लोक उभे होते, काही बसले होते. काही अनिश्चित लयबद्धतेत जमिनीवर दुपटीनं खाली वाकले होते. दुसऱ्या विभागात रेवाळ रस्त्यावरून गुडघ्याएवढी वस्त्रं घातलेल्या पुरुषांची आणि स्त्रियांची मिरवणूक दिसत होती. त्यांच्या पुढे एक स्त्री तिच्या डोक्याच्या वर उंच क्रूस धरून चालत होती. परम आदर दर्शवला जात असल्यामुळे तिथे एक प्रकारचा

ओशटपणा निर्माण झाला होता. धर्मनिष्ठा दांभिकतेत परावर्तित झाली होती. ती एक पोकळ नम्रता, प्रार्थना होती. ते लोक स्वतःलाच देव समजून तिथे राज्य करत होते.

मला बाहेर पडण्याची गरज होती. मी गर्दीतून वाट काढली. आधीच खंदकाच्या बाजूच्या संरक्षक भिंतीजवळ चेंगराचेंगरी सुरू होती. चार रिपीटर्सवर आमच्यावर देखरेख ठेवण्याचं काम सोपवण्यात आलं होतं. थोड्या अंतरावर असलेल्या दोघांची नजर व्यासपीठावर होती. दुसरी जोडी अधिक काळजी करत होती. मी पुढे सरकत होते त्या वेळी आजूबाजूचे लोक तक्रारी करत होते. कोपरांनी, बोटांनी मला ढकलत होते. मी भुयारांमध्ये जाणाऱ्या प्रवेशद्वाराजवळ पोहोचल्यावर थांबले. रिपीटर व्यापक वर्तुळांमध्ये फिरत होते. नोकरांच्या लांबलचक रांगेवर त्यांची कडक नजर होती. तिथे कुठल्याही प्रकारची अस्वस्थता, काही क्षुल्लकशीही त्रासदायक गोष्ट दिसते का याकडे ते डोळ्यांत तेल घालून लक्ष देत होते. घुमटाचे दोन अर्धपारदर्शक अर्धगोल जिथे एकत्र आले होते, तिथे जोरदार कोलाहल माजला होता. ते बहुधा शंभर फुटांवर असावेत. हवेत चांगलीच थंडी होती. वरून बर्फाळ वाऱ्याचे प्रवाह खालच्या दिशेनं वाहत होते. एअर कंडिशनिंग सुरू झालं होतं. टाळ्या आणि शिट्ट्या सुरू झाल्या. आनंदीआनंद सुरू होता. माझ्या भोवती झोपडपट्टीतील लोक आणि टॉवरमधील लोक होते. आपल्या निवाराहीन आयुष्यात त्यांना रोजच परतावं लागत असलं आणि अशा स्वच्छ, आभासी आभाळाखाली झोपण्याचं भाग्य त्यांना लाभत नसलं तरीही या सगळ्या दृश्यामुळे त्यांना अत्यानंद झाला होता. खाली असलेले प्रेक्षक पवित्र गाणं म्हणू लागले. रिपीटर्सही तिकडे इतरांसारखेच थेट बघू लागले. मला शक्य होतं तितक्या झपाट्यानं मी प्रवेशद्वारातून बाहेर निसटले.

बोगद्यांतून फारसं काहीही न घडता मी विनासायास पुढे गेले. रस्त्यावर गेल्यावर मी उड्या मारू लागले. जर जमा झालेले लोक पुरेसे श्रद्धावान नाहीत, त्यांना पुरेसा पैसा गोळा झालेला नाही, असं वाटलं, तर पुरोहित आणि धर्मगुरू त्यांना आवश्यक वाटेल तितका अधिक वेळ घेत असत; पण यावर अवलंबून राहणं मूर्खपणाचं ठरलं असतं. समारोपाचा कार्यक्रम पूर्ण झाल्याबद्दल नागरिक आनंद साजरा करत असताना माझ्या मागे बोगद्यात त्यांनी आनंदानं ठोकलेली

एक मोठी आरोळी उमटली. त्यांनी आणखी एकदा छान पॅकेज तयार केलं होतं. हा घुमट वैभवशाली होता. बाहेर पाहण्याच्या झरोक्याजवळ आकाशभर प्लॅस्टिकच्या जाळीदार नक्षीकामासारखी सुंदर जाळी पसरली होती. शहरावर दिवस आणि रात्र टांगून ठेवणारं करड्या रंगाचं कफन आता बदललं होतं. जिथे सूर्य त्या कफनाचा वक्राकार अचूकपणे पकडत होता, तिथे इंद्रधनुष्याचे फटकारे बाहेर पडत होते.

प्रत्येक जणच सीलिंगच्या कार्यक्रमात असल्यानं रस्ते ओस पडले होते. माझी पावलं रस्त्यावर झपाझप पडत होती. मी मुक्तपणानं धावत होते. समारंभातून गुंडाळीसारख्या तरंगत बाहेर पडणाऱ्या शोकगीतासारख्या भासणाऱ्या घोषणा आणि दावे कानांवर पडत होते.

हवा विभागून, वाटून का घ्यायची?

प्युअर सिल

...अशुद्धतेच्या बाहेर

१००%पर्यावरण नियंत्रण

सहजतेनं श्वसन करा

थंड झुळूक. धूळरहीत.

आयात केलेलं तंत्रज्ञान.

तुमच्या कौन्सिलला आजच प्रतिनिधित्व करायला सांगा.

वसाहतींच्या मंत्रालयाच्या वळणावर मी चालण्याचा वेग कमी केला. माझ्या वरच्या ओठावरचे थेंब मी पुसून काढले. एअर कंडिशनिंग खूपच वैभवशाली होतं, तो एक विजयच होता. त्यानं मला आपण कोणी तरी खास आहोत, असं वाटायला लावलं होतं. जणू काही या उष्म्याला मी स्वतः बोथट करून टाकलं होतं. मी पुन्हा भानावर आले. आता मला रिपीटर्सना तोंड द्यायचं होतं. मी श्वासोच्छ्वासावर नियंत्रण मिळवलं आणि माझ्या हृदयावरचं ओझं दूर केलं.

अगदी त्यांचं लक्षही वरच्या दिशेलाच होतं. एका तरुण उत्साही रिपीटरनं माझी कागदपत्रं तपासली. त्यानं मला पुढे जाऊ दिलं त्या वेळी तो छपराकडे

बघत होता. त्याच्या हातातला सुरक्षारक्षकाचा दंडुका खाली ठेवून त्यानं तो परजल्यासारखा केला. मी सिलिंगसाठी का थांबले नाही, हे विचारताना जणू काही तो आता लगेच टाळ्याच पिटायला सुरुवात करेल की काय असं वाटायला लागलं. लहान मुलासारखी उत्सुकता आणि खळखळ त्याच्या आवाजात जाणवत होती.

''मी आता तिथेच होते,'' मी म्हणाले. ''मला इकडे परत पाठवलं गेलं.''
    ''कोणी?''
    ''मंत्री सरांनी. त्यांचा नवीन कॅमेरा घेऊन यायला त्यांनी मला सांगितलंय. त्यांना या दिवसाची आठवण त्यांच्याजवळ जपून ठेवायची आहे.''

हे ऐकल्यावर त्यापुढे एकही शब्द न उच्चारता त्यानं माझा रस्ता सोडला. आता जग अचानकच वेगळं झालं होतं का? प्रत्येक गोष्ट ताजीतवानी झाली होती. रंग समृद्ध बनले होते. पक्ष्यांची कूजनं ऐकू येत होती. रिपीटर स्मित करत होता. त्यानं इतर काही अनावश्यक गोष्टींची कटकट केली नाही. आधीच श्वसन खूपच सहज बनलं होतं. छातीत आता आग आग होत नव्हती, त्यामुळे खूप दीर्घ श्वासही घ्यावा लागत नव्हता. हवा अगदी एकसारखी सुंदर थंडगार बनली होती. रिपीटरच्या मागच्या त्याच्या दोघा सहकाऱ्यांनाही माझ्या उपस्थितीबद्दल काहीच वाटलं नव्हतं. एकानं आपल्या समोरच्या खुर्चीवर पाय टाकले होते. त्याच्या शर्टची बटणं खुली होती. तो त्या मार्गावरून पुन्हा परत गेला. प्रत्येक जणच त्या भव्य समारंभाचा आनंद घेत होता.

==

मी आणि लैला एकत्रितपणे करणार होतो, त्या काही गोष्टी अशा होत्या.

१.   तिच्या केसांना तेल लावून मी विंचरणार होते. माझ्यासारखेच तिचे केसही लांबसडक आणि अतिशय कुरळे होते. मला तिच्या टाळूवर तेल चोळायचं आहे. माझ्या तळव्यावर तिच्या केसांच्या बटा एकत्रित घेऊन मला प्रत्येक बटेला खोलवर तेल चोळायचं आहे.

२. ईस्ट झोपडपट्टीतील फॅक्टरी धाबा. तिथली फोर्मिका टेबल आणि ट्यूब लाइट. तिथे फारसा त्रास न होता स्त्रिया बिअर पिऊ शकतात. वेटर पुरुषांवर लक्ष ठेवतात. मी आता क्वचितच दारू पिते; पण मला तिची प्रत्येक गोष्ट ऐकता आलीच पाहिजे. तिला कोणतं संगीत आवडतं, रंग आवडतात, तिनं कोणावर प्रेम केलंय, ही सगळी वर्षं तिनं कशी घालवली हे सगळं मला समजलं पाहिजे. तिला मी अनोळखी व्यक्ती वाटेन. अनोळखी व्यक्तीबरोबर आपण बोलत आहोत असं वाटेल; पण मी या सगळ्याची तयारी ठेवलीच पाहिजे.

३. तिला ड्रेस विकत घ्यायचा आहे. ही गोष्ट थोडीशी अवघड आहे. कारण, उत्तम विभागांमध्येच चांगली दुकानं आहेत.

४. ईस्ट एंडला मला जायचं आहे. आता तो मोह्याल ब्राह्मणांचा विभाग आहे. तो लहानसाच आहे; पण प्रतिष्ठित विभाग आहे. अर्थातच ते आम्हाला प्रवेश करू देणार नाहीत; पण ती कुठे जन्मली ते तिनं पाहिलंच पाहिजे. तिच्या वडिलांनी विकत घेतलेलं ते घर आम्ही शोधू शकलो, तर एके काळी आम्ही कसे होतो ते तिला समजेल.

==

रेकॉर्ड ठेवलेला हॉल म्हणजे एक लांबलचक खोली होती. तिथे छतापर्यंत पोहोचणाऱ्या निळ्या-करड्या रंगाच्या धातूच्या फडताळांची रांग होती. त्यांच्यामुळे खिडक्या बंद झाल्या होत्या. अगदी या वेळीसुद्धा त्या खोलीत फक्त नैसर्गिक प्रकाशाची बारीक तिरीप येत होती. तिचं छत कमी उंचीवर होतं. भिंती दमट होत्या आणि श्वास गुदमरवून टाकणारी हवा होती.

त्या खोलीच्या एका टोकाला भिंतीला लागून जुन्या संगणकांची रांग होती. प्रत्येक स्क्रीनर प्रिंट्सचा सुळसुळाट होता. काही छोट्या कामांसाठी मला त्याआधीही रेकॉर्डस ठेवलेल्या खोलीत पाठवण्यात आलं होतं. आता पहिल्यांदाच ती खोली रिकामी होती. तिथले संगणक आणि एअर कंडिशनिंग

बंद होतं, त्यामुळे तिथे येणारे परिचित आवाज ऐकू येत नसल्यानं एक प्रकारच्या पोकळ्या जाणवत होत्या.

मी एक संगणक सुरू केला आणि तिथलीच एक फिरती खुर्ची पुढे ओढून घेतली. निळ्या प्रकाशाचा गूं गूं असा आवाज आला. नंतर थोडासा घरघर असा आवाजही आला. एखाद्या बंद होत जाणाऱ्या विद्युत करवतीचा आवाज शांततेचा भंग करतो, तशी तणावपूर्ण गुणगुण. जमिनीच्या नोंदी साठवून ठेवणारा प्रोग्रॅम अतिशय जुना होता, त्यामुळे तो ओपन करणं अवघड होतं. अनेक वर्षांपूर्वीच ही मशीन काढून टाकण्याची गरज होती.

त्यातही सगळ्यात मोठी समस्या हीच होती की, मला तिचं आडनाव आठवत नव्हतं. आम्हाला आडनावं माहितीच नव्हती. आमच्या घरांमध्ये काम करणाऱ्या लोकांविषयीच्या अनेक गोष्टी मला आठवत होत्या, त्यांच्या विशिष्ट लकबी, त्यांच्या चेहऱ्यांवरचे व्रण, चेहरेपट्टा, त्यांच्या चेहऱ्याच्या स्नायूंच्या विशिष्ट हालचाली, असं बरंच काही मला आठवत होतं; पण सपनाच्या नावासमोर कोणतं आडनाव येत होतं? माझा असा समज होता – कदाचित तो चुकीचाही असू शकेल – पण झोपडपट्टीत जन्मलेल्या लोकांकडे खरं कौटुंबिक नाव नसतं असं मला वाटत होतं. ते लाखो वर्षं समाजाबाहेर राहिलेले असतात, त्यामुळे त्यांच्याकडे परंपरेनं पुढे देण्यासारखं काहीही नसतं. पालकांनी दिलेल्या अल्प नावाखेरीज त्यांच्याकडे आणखी एक नाव कशाला असायला हवं? सपना माझ्या घरात काम करायला आली होती, त्या वेळी तिनं ओळखीसाठी जो काही कागदाचा कपटा दाखवला होता, त्यावर बहुधा कुमार हे आडनाव असावं अशी माझी कल्पना होती. कुमार म्हणजे राजकुमार, पवित्र किंवा सद्‌गुणी. काही वेळा ते राजा किंवा राणी अशी नावंही स्वीकारतात. यातला उपहास खूपच समृद्ध असतो.

संगणकाच्या डेस्कटॉपवर हरनगर नावाची एक फाइल होती. नोंदी लोड होण्याची वाट बघत असताना मी ती ओपन केली. कचरा टाकण्याच्या भरावाकडे कौन्सिलनं पाठवलेल्या पथकानं दिलेला तो अहवाल होता. त्या आगीविषयी काय करता येईल ते त्यांना पाहायचं होतं. आगीच्या उसळलेल्या डोंबापासून निघालेला धूर शहरभर पांढऱ्या ढगांच्या रूपात

पसरला होता आणि तसाच कुठेही न तुटता-फाटता तो ढग अगदी क्षितिजापर्यंत पसरला होता. कचरा टाकण्याच्या त्या भरावाच्या अगदी जवळ राहणाऱ्या विभागांतील रहिवाशांनी फुफ्फुसाचा तीव्र दाह होत असल्याच्या आणि इतर त्रास होत असल्याच्या तक्रारी केल्या होत्या. त्यांना डोळ्यांचे त्रासही होत होते. आगीच्या ज्वाळा झुडपांना लागलेल्या आगीसारख्या पसरल्या होत्या. अग्निशामक दलाच्या जवानांनी एका ठिकाणची आग विझवली होती. त्या वेळी त्यांना ती भूपृष्ठाखालीही पसरल्याचं आढळलं होतं. बाकी सगळीकडे तिच्या ज्वाळा भडकल्या होत्या. शहरावर पडलेल्या विशिष्ट घातक गोष्टींच्या कफनात त्यामुळे आणखी एका नवीन थराची भर पडली होती.

तिथे चौदा सपना कुमार होत्या. मी ती यादी खालपर्यंत तपासत गेले. त्यातली मला खात्री वाटणारी नावं मी खोडत होते. मी तिथे नसल्याचं त्यांच्या लक्षात येण्याआधी मला सिलिंग कार्यक्रमात पोहोचणं भाग होतं. ती कोणत्या विभागातील कोणत्या झोपडपट्टीत राहायला गेली असेल, ते मला शोधून काढावं लागणार होतं. ती जर औद्योगिक विभागाला लागूनच असलेल्या झोपडपट्ट्यांच्या व्यापक पट्ट्यात राहत असेल तर ती गोष्ट आणखी गुंतागुंतीची बनणार होती. मी त्यांचे सध्याचे व्यवसाय, उत्पन्नाच्या पातळ्या तपासल्या. त्यानंतर एक महत्त्वाची गोष्ट माझ्या लक्षात आली. फक्त दोन सपनांनाच अगदी मला हवं होतं त्याच वयाच्या मुली होत्या. त्या सगळ्या माहितीतील हीच महत्त्वाची गोष्ट तर मी शोधायला हवी होती.

एक पत्ता योग्य दिसत होता. ती सपना हरनगरमध्ये राहत होती. झोपडी क्रमांक होता ८६. ती ईस्ट झोपडपट्टीतील महाननगरमध्ये राहत होती. ही तीच असली पाहिजे. तिच्या मुलीचं वय एकोणीस वर्षं होतं. ते वयही अगदी तितकंच होतं; पण ती कचऱ्याच्या भरावाच्या ठिकाणी का राहत असावी? मला माहिती असलेली सपना कचरा वेचणाऱ्यांच्या जातीतील नव्हती. तसं असतं तर आमच्या मुलीची देखभाल करायला आम्ही तिला ठेवलंच नसतं; पण नंतरच्या काळात तिची परिस्थिती कदाचित अगदीच बिकट झाली असावी. कदाचित, तिला कोणीही काम दिलं नसावं. नाही तर तिला एकदम कचरावेचकाच्या पातळीपर्यंत का घसरावं लागलं असतं?

दुसऱ्या सपनाची मुलगी अठरा वर्षांची होती. ही गोष्ट अगदी आश्चर्यकारक होती. ती इथेच राजकीय विभागात राहत होती. विभाग : २३, ऑफिसर्स सर्कल. तिथली घरं ही कौन्सिलच्या सर्वोच्च स्तरीय अधिकाऱ्यांची होती. प्राचीन शिडीवरच्या सर्वोच्च स्थानी असलेल्या लोकांची होती. मी दक्षता म्हणून त्यांचे पत्ते आणि फोन क्रमांक टिपून घेतले.

म्हणजे आता मला त्या कचरा टाकण्याच्या भरावाच्या ठिकाणी जावंच लागणार होतं.

सपना

मी ईस्ट झोपडपट्टीतील एका लहानशा मिठाईच्या दुकानात लपले होते. या दुकानात मी पत्ता विचारण्यासाठी आत गेले होते; पण तेवढ्यातच आमच्या मागच्या बाजूला कोलाहल सुरू झाला. दुकानाचा मालक एखाद्या माकडाच्या चपळाईनं काउंटरच्या मागे लपला. मी एका ग्राहकाला कोपरानं ढोसून त्या दुकानाच्या बाहेर काढलं आणि माझी पाठ भिंतीला टेकवली. तिथे पसरलेल्या दुधाच्या दुर्गंधीनं मला दडपल्यासारखं वाटत होतं; पण मी बाहेर रस्त्यावरही जाऊ शकत नव्हते. तिथे रिपीटर्स होते. ते हाताला लागतील त्या लोकांना घेऊन चालले होते. ते कोणीही असले तरी त्यांना फरक पडत नव्हता. पुरुष, स्त्रिया... सगळ्यांना ते रस्त्यावरून उचलत होते आणि निळ्या रंगाच्या व्हॅनमध्ये फेकून देत होते. ऊन प्रखर होतं. झोपडपट्टीत सर्वत्र डबकी साचली होती. करड्या रंगाचे तलाव उकळत असल्यासारखे वाहत होते. टपालाच्या पेटीला बांधून ठेवलेला एक बकरा गवत चघळता चघळता माझ्याकडे रोखून बघत होता.

कोणीतरी रिपीटर्सना गोपनीय माहिती पुरवली होती. आदल्या रात्री मी बातम्यांमध्ये ते पाहिलं होतं. इथे राहणाऱ्या कचरावेचक समाजानं भरावातील कचरा जाळण्यास सुरुवात केली होती. ते तसं का करत होते ते कोणालाच माहिती नव्हतं; पण त्यामुळे दिवसेंदिवस कचरा टाकण्याच्या ठिकाणापासून निघत असलेल्या सल्फर वायूचे ढग अधिकाधिक दाट बनत चालले होते. आता ते लढाऊ विमानांसारखे आकाशात घिरट्या घालत होते आणि त्यामुळेच उच्च विभागांतील लोकांनी त्यांना श्वसनाचा, मूत्रपिंडाच्या आजारांचा आणि संधिवाताचा त्रास होत असल्याच्या तक्रारी केल्या होत्या.

मी समोर बघितलं. एका माणसाची पँट त्याच्या गुडघ्यापर्यंत आली होती. ते बघून एक रिपीटर झपाट्यानं मागे वळला आणि त्यानं त्याला जोरदार

फटका मारला. त्यानंतर त्याच्या हातातील लाठी हवेतून सपासप वार करत खाली-वर फिरत राहिली. त्याच्या लाठीच्या आवाजामुळे मला रिझच्या स्क्वॉशच्या रॅकेटच्या फटक्यांच्या आवाजाची आठवण झाली. तो तासन्तास तसा सराव करत असे. झोपडपट्टीतील तो रहिवासी उड्या मारून वार चुकवण्याचा प्रयत्न करत होता आणि आपले नितंब घट्ट पकडून वेदनांनी आणि दुःखानं कळवळत ओरडत होता. गेल्या अनेक वर्षांत ईस्ट झोपडपट्टी पूर्वेकडच्या एका कोपऱ्यात कशीही अस्ताव्यस्त पसरली होती. तिथल्या झोपड्यांच्या निळ्या आणि काळ्या ताडपत्र्यांच्या छपरामुळे तिथे निळी-काळी नदी वाहत चालल्याचा भास होत होता. या नदीच्या प्रवाहात स्थलांतरितांच्या मॉन्सूननं चांगलीच भर टाकली होती. कचरा टाकण्याच्या भरावाच्या ठिकाणी राहणाऱ्या कचरावेचकांनी ईस्ट झोपडपट्टीतील ओंगळ दिसणाऱ्या कचऱ्याच्या सावलीतील एका गल्लीत वस्ती केली होती. एकेका खोलीच्या, जीर्णशीर्ण झोपड्यांची त्या रस्त्यावर गर्दी झाली होती.

सपना तिथे राहत होती. *लैलाही* तिथेच राहत होती... त्यामुळे रिपीटर्स तिथे पोहोचण्याआधीपासूनच मी कमालीची नर्व्हस झाले होते. त्या संपूर्ण सकाळभर माझ्या पोटात सारखं ढवळत होतं. त्यांच्या झोपडीचा शोध घेताना मी थरथरत होते. आता मला कानशीलं गरम झाल्यासारखी वाटली. माझ्या संपूर्ण शरीरातून रक्तप्रवाह कमालीच्या आवेगानं प्रत्येक अवयवातून वाहत होता.

पण मला मंद गतीनं काम करणं भाग होतं. रिपीटर्सना त्यांचं काम पूर्ण करायचं होतं, त्यामुळे मी लक्ष दुसरीकडे वळवलं. एक वृद्ध गृहस्थ एका लहान मुलाला एका खुल्या छोट्या खड्ड्यासारख्या भागात उकिडवं बसण्यास मदत करत होता. तो भाग थेट गटाराला जाऊन मिळत होता. ओल्या दळलेल्या कॉफीच्या रंगासारख्या पाण्यातून त्या गटारातून घाणीचा एक धुरकट ढीग वाहत चालला होता. त्याच बाजूला तोंड करून एक हातपंपही होता. एका सिमेंट काँक्रीटच्या लहानशा चौरसाकृती जागेत लहान मुली आणि त्यांच्या आया वाकून विड्या वळत होत्या. त्यांच्या विड्या वळण्याचा आवाज तिथे पसरला होता. हातपंपाजवळच्या बहुतांश स्त्रिया धुणं-भांडी करत होत्या. एक म्हातारी स्त्री एका प्लॅस्टिकच्या खुर्चीत बसली होती. प्रत्येक जणच रिपीटर्सकडे आपलं

लक्ष नसल्याचं भासवण्याचा प्रयत्न करत होता. गर्दीतील लोक रिपीटर्सबरोबर वाद घालत होते. त्यांच्या मित्रांच्या, मुलांच्या, जोडीदारांच्या निर्दोषपणाबद्दल त्यांना गयावया करत सांगत होते. चपराक मारल्यासारखा एक आवाज झाला. त्या पाठोपाठ दुसऱ्यांदा तसाच आवाज झाला. रिपीटर्स आपल्या हातातील लाठ्या फिरवत आणि इरसाल शिव्या घालत व्हॅनमध्ये चढले. व्हॅन सुरू झाली आणि नंतर स्वतःच निर्माण केलेल्या धुळीच्या लोटात रस्त्यावरून खाली दिसेनाशीही झाली.

तोपर्यंत वाराही सुरू झाला होता, त्यामुळे सतत धुमसत, भडकत राहिलेल्या आगीतून धुराची वलयं बाहेर पडत राहिली. लगेच मी आणखी खाली वाकून जवळजवळ गुडघ्यावर रांगत, कोरड्या ओकाऱ्या काढत; पण अतिशय उत्साहानं बाहेर पडले. माझ्या डोळ्यांत आणि घशात तिखट, झणझणीत वाफा शिरल्या. मी वर बघितलं त्या वेळी काही लहान मुलं माझ्याकडे बघून खिदळत होती.

अशा ठिकाणी या पद्धतीनं लैला लहानाची मोठी झाली होती हे बघून माझं हृदय तिळतिळ तुटू लागलं. अशा घाणेरड्या जागेत राहिल्यामुळे तिची नाजूक, छोटीशी फुप्फुसं प्रदूषित द्रव्यांनी भरली असतील, तिच्या चेहऱ्यावर घाणीचे थर जमा झाले असतील. आता ती या व्रात्य, खोडकर मुलांपेक्षा खचितच वेगळी दिसत नसेल. सपना, माझ्याप्रमाणेच लैलाची देखभाल करणारी ही स्त्री. तिनं लैलाला अशा घाणेरड्या, गलिच्छ, मुख्य वस्तीपासून दूर असलेल्या जागी कसं काय आणलं होतं? तिच्याकडे खरोखरच दुसरा पर्यायच नव्हता का? अशा रोगट, दमट भागातून अनवाणी आणि खुल्या हातांनी फिरायला तिनं तिला शिकवलं होतं का? तिला तिनं या घाणीत उदरनिर्वाहासाठी वस्तू विकायला पाठवलं होतं का? माझ्या तोंडातून रस्त्यावर पडलेल्या चंदेरी लाळेच्या रेघांकडे मी बघितलं आणि मला ताप आला असावा, अशी मी शहारले.

एक तरुण स्त्री माझ्या पाठीवर थाप मारत होती. ''तुम्ही ठीक आहात ना?'' तिच्या मागच्या बाजूच्या आकाशातून बाहेर पडणाऱ्या किरणांमुळे तिचा चेहरा मला स्पष्ट दिसत नव्हता, काळपट दिसत होता. तरीही तिच्याभोवती चमकता

प्रकाश होता. एक तेजोवलय. लैला. बहुधा मोठी झालेली लैला माझ्याकडे आली होती. अखेरीस आम्ही तिला शोधून काढलं होतं; पण त्याच वेळी अंतःकरणात कुठेतरी खोलवर मला खरोखरच अंतःप्रेरणेनंच माहिती झालं होतं का की, ती लैला नव्हती? वेगात असताना झटकन एखाद्या उंचवट्यावर आदळावं तशी माझी रोमहर्षकता आदळली. मी तोंड आणि डोळे पुसले. ती मुलगी माझ्याकडे बघून सहानुभूतीनं हसली. ती पुढे चालू लागली. मी तिची झिरझिरीत साडी घट्ट पकडली आणि झटकन तिला प्रश्न विचारला.

होय. तिला सपना कुमारचं घर माहिती होतं. तिनं ज्या झोपडीकडे बोट दाखवलं तिच्या समोरच एका दोरीवर धुतलेले कपडे वाळत घातलेले होते. त्यावर एकुलती एक ब्रॅववामन बॉक्सर्सची पँट चिमटे लावून वाळत घातलेली होती. पुन्हा एकदा माझ्या पोटरीतील झिणझिण्या वाढू लागल्या. साफल्याचा क्षण जवळ येत होता. "लगेच जा," ती म्हणाली. "लवकरच ती भरावाकडे जाईल."

==

एके दिवशी संध्याकाळी ईस्ट एंडमधील आमच्या घरी दीप्स आली होती. आम्ही डायनिंग टेबलाभोवती बसलो होतो. लैलाच्या बाहुल्या आणि खेळायचे ठोकळे त्या पॉलिश केलेल्या चकाकत्या लाकडावर इतस्ततः पसरले होते. दीपनीता तिच्या हँडबॅगची चेन बंद करत होती आणि तिथून निघण्याच्या तयारीत होती. तेवढ्यात आमच्याकडे सपना तरातरा चालत आली. तिचे तपकिरी डोळे चमकत होते.

"तुझे खेळ गोळा कर बरं!" ती लैलाच्या अंगावर ओरडली. "नाही तर त्या आंटीला काय वाटेल?"

दीपनीताच्या चेहऱ्यावर हे खटकल्याचे सौम्य भाव निर्माण झाले होते. तिच्या चेहऱ्यावर कसंबसं तिनं स्मित राखलं होतं. "ही मुलगी अगदी घरचीच बनलेय," ती इंग्रजीत म्हणाली. सपनाला ती काय म्हणाली होती, त्याचा पत्ताच नव्हता. ती लैलाबरोबर तिची खेळणी गोळा करत होती आणि एका मोठ्या प्लॅस्टिकच्या टोपलीत ठेवत होती.

‘‘ती चांगली आहे,’’ मी म्हणाले. ‘‘त्या दोघींची अगदी छान गट्टी जमलेय. सपनाचं तिच्यावर खूप प्रेम आहे.’’

आम्ही तिच्याविषयी बोलत आहोत का हे पाहण्यासाठी लैलानं वर बघितलं. सपनानं ती टोपली तिच्या कपड्याच्या शिवणीजवळ कोपराजवळ ठेवली होती; पण तेवढ्यात ती खेळणी त्या टोपलीतून खाली पडली आणि पुन्हा आमच्या सभोवती पसरली.

दीपनीतानं तिची खुर्ची मागे ओढली आणि ती उठून उभी राहिली. ‘‘तुझ्या मुलीला कसं वाढवायचं ते तुला माहिती आहे,’’ ती स्मित करत म्हणाली; पण आम्ही दरवाजाजवळ पोहोचल्यावर आणि माझी पाठ खोलीकडे असताना तिनं माझा हात दाबला आणि ती म्हणाली, ‘‘बघ, बघ. ती तिचा मुका घेतेय. ते बघ. नाकाचा, गालांचा, कपाळाचा कसे ती मटामट मुके घेतेय. तू हे कसं काय खपवून घेतेयस?’’

‘‘त्याला काय होतंय?’’ मी विचारलं. ‘‘ती तिचं ढुंगणही धुते.’’

‘‘ती वेगळी गोष्ट आहे. ही गोष्ट चांगली नाही. त्यांच्यामध्ये थोडं तरी अंतर असलंच पाहिजे. काहीतरी शिष्टाचार पाळलाच पाहिजे. तिच्या तोंडात काय असेल कोणास ठाऊक!’’ तिनं माझा हात आणखी जोरात दाबला. तिचे डोळे शिकार करणाऱ्या मांजरीसारखे मोठे झाले. ‘‘त्यांना खूप आजार असतात. हे सगळं थांबव. मला तसं वचन दे.’’

‘‘मला यावर विचार करावाच लागेल,’’ मी म्हटलं आणि मी तो केलाही. तिची लाळ माझ्या मुलीच्या अंगाला लागेल, या विचारानं मला उबग येत होती. माझ्या मुलीच्या त्वचेत हळूहळू झिरपत आत जाणाऱ्या, तिच्या शरीराचा एक भाग बनणाऱ्या अगदी फिकट आणि जवळजवळ न दिसणाऱ्या थुंकीच्या रेषांची मी कल्पना केली. त्या रात्री मी सपनाला सांगितलं की, यापुढे तिनं माझ्या मुलीचा मुका घेऊ नये.

==

त्या झोपडीला दरवाजा नव्हता. पऱ्हाळी असलेल्या पत्र्याच्या भिंतीला एक लंबवर्तुळाकार भोक होतं. त्याच्यावर टाकलेल्या गाठी मारलेल्या चादरीमुळे

आतला भाग झाकला जात होता. निळ्या तुकड्या-तुकड्यांनी बनलेलं एक पाण्याचं पिंप अर्ध भरलेलं होतं आणि एखाद्या रखवालदारासारखं झोपडीच्या समोरच ठेवलेलं होतं. मी भिंतीवर टकटक केली त्या वेळी आत डोकावून न पाहण्याची दक्षता घेतली होती. पहिल्यांदाच प्रतिकार नको होता. 'घाई नको. सबुरी ठेव,' मी मनातल्या मनात स्वतःलाच सूचना दिली. त्या दोघींच्या मध्ये आता एक प्रकारची प्रामाणिक माया, वात्सल्य असणार. एक प्रकारचं प्रेम असणार; पण तिथल्या गलिच्छपणामुळे माझ्या मनात आशा निर्माण झाली होती. मी जेवढे पैसे देऊ शकत होते, त्याहून अधिक पैसे देण्याचं वचन मला द्यावं लागलं असतं तरीही मी पैसे देऊ शकले असते... मंत्रालयाकडे माझ्या सोळा वर्षांच्या बचतीचे पैसे होते. माझ्याकडे असलेली प्रत्येक गोष्ट मी देऊन टाकली असती. फक्त त्यासाठी मला कदाचित सावकाराकडे जावं लागलं असतं. अशा प्रकारे जगत असताना असे मागून मागून ती किती पैसे मागू शकणार होती?

त्या स्त्रीनं झोपडीतूनच ओ दिली. ती सपना होती? की ती... ती माझी मुलगी होती? तो तिचा वयात आल्यानंतरचा प्रौढ आवाज होता का?

पहिल्यांदा आत शिरल्यावर प्रकाशाच्या तीव्रतेत झालेला बदल खूपच मोठा होता. मला काहीच दिसत नव्हतं. हळूहळू अंधाराला नजर सरावली आणि आतील आकृत्या दिसू लागल्या. जमिनीवर समोरच एक स्त्री खाली बसून आलं सोलत होती. ती काळी आणि भक्कम शरीरयष्टीची होती. तिच्या डोळ्यांत धूर्तपणाची झाक होती. तिचे दात पुढे आले होते. तिच्या चेहऱ्यावर किंचित उन्मादक स्मित होतं; पण ही माझ्याकडे काम करणारी सपना नव्हती. माझ्या फुप्फुसातून हवा जोरजोरात फिरू लागली. ती छोटीशी अंधारी खोली माझ्या भोवती गरागरा फिरू लागली. मी जमिनीवर कोसळले, तेव्हा माझ्या लक्षात आलं की, तिथे कशाला तरी आधार म्हणून धरावं, असं कुठलंच फर्निचरही नव्हतं.

मी बेशुद्ध पडले नव्हते. हळूहळू मी गुडघ्यांवर बसले. मला वेदना होत नव्हत्या. सपना... म्हणजे ही सपना माझ्याकडे रोखून बघत होती. तिच्या चेहऱ्याचा नूर पालटला होता. तिच्या चेहऱ्यावर गोंधळ दिसत होता. ''माझी

मुलगी पाणी आणायला गेलेय,'' ती म्हणाली. ''तुम्हाला फ्रीजमधलं पाणी हवंय, बरोबर ना?'' तिनं विचारलं.

''कुठलंही पाणी चालेल,'' मी म्हणाले. ती मुलगी झोपडीत आली आणि थोड्याशा तुसडेपणानं तिनं मला पेल्यातून पाणी दिलं. पेल्यावर जमलेल्या वाफेच्या द्रवीभवनामुळे पेल्यावरून पाणी ठिबकत होतं. तिच्या आईहून ती दिसायला जास्त चांगली होती; पण ती लैला नव्हती. पाणी थंड आणि मचूळ होतं.

त्यांच्या घराचा आकार एखाद्या बाथरूमएवढा होता; पण कुठेही कसलाच डाग दिसत नव्हता. ताटं, बशा भांडी, जमीन, सगळं लखलखीत होतं. एका कोपऱ्यात एका पुरुषाचा शर्ट दिसत होता. सगळं कसं स्वच्छ होतं. कोपऱ्यात दोन रांगांमध्ये घागरी आणि पाणी भरायची इतर भांडी होती. ती जवळजवळ छपरापर्यंत पोहोचली होती. मी उभी राहिल्यानंतर माझी जेवढी उंची होती, त्याहून ते छप्पर थोडंसंच अधिक उंच होतं. छताजवळच्या छोट्याशा कपाटाजवळ घट्ट गुंडाळून ठेवलेल्या तीन चटया दिसत होत्या. त्यापुढेच एक ॲल्युमिनियमची मोठी पेटी होती आणि तिला भरभक्कम कुलूप होतं. ''तुम्ही मला शोधत होतात,'' ती स्त्री म्हणाली. ती हलली नव्हती. ती सोललेल्या आल्याचे चाकूनं अगदी सहजपणे तुकडे करत होती. ती मुलगी त्यांच्या पत्र्याच्या कपाटासमोर झुकली आणि जमिनीवर खाली सरकून बसली. त्यानंतर तिनं आपले दोन्ही पाय वाकवून गुडघ्यांभोवती मिठी घातली आणि तशीच बसून राहिली.

''माझी चूक झाली,'' मी म्हणाले. माझा गोंधळ झाला. ''मला वाटलं की, तुम्ही कोणीतरी दुसऱ्याच आहात.''

बाहेर पुन्हा एकदा गोंधळ सुरू झाला होता. मी आले होते त्याच दिशेनं लोक भराभरा निघाले होते हे मला झोपडीचा दरवाजा असतो त्या भागात आल्यावर दिसलं. सपनानं तिची मान हलवली. तिची मुलगी झपाट्यानं उठून उभी राहिली आणि तिनं दरवाजाजवळच्या जागेत दोरीवर टाकलेली चादर पसरून टाकली, त्यामुळे बाहेरचा प्रकाश आत येणं बंद झालं. तिची आई आरामात मागे रेलल्यासारखी झुकली आणि तिनं तिचं डोकं मागच्या भिंतीवर टेकवलं.

पहिल्यांदा ती लपत असावी, असं वाटत होतं; पण नाही. पत्र्याच्या दोन भिंती एकमेकींना जिथे मिळत होत्या तिथे त्या पत्र्याच्या भिंतीला पडलेल्या लांबलचक उभ्या फटीतून ती बाहेर बघत होती. आता झोपडीत अंधार जडावल्यासारखा वाटत होता. भिंतीवरच्या पडद्याखालून येणारी प्रकाशाची तिरीप हाच काय तो त्या झोपडीत असलेला प्रकाश होता. सपना सरळ ताठ बसली. ''ते बदमाश पुन्हा परत आलेयत,'' ती शांतपणे म्हणाली.

''ते इथे का आलेयत?'' मी विचारलं. बाहेर आरडाओरडा आणि रडारड सुरू असली तरी आम्ही हळू आवाजात बोलत होतो.

''त्यांना असं वाटतंय की, त्या आगींना आम्हीच जबाबदार आहोत. आम्ही त्यांना सांगण्याचा प्रयत्न केला; पण त्यांच्यापैकी बहुतेक जण अतिशय नालायक आहेत.''

तिची मुलगी हसली, त्यामुळे तिच्या तोंडातली पांढऱ्याशुभ्र दातांची ओळ चमकली. सपना बोलत होती. ''आम्ही बऱ्याच आधीपासून पालिकेला या आगीबद्दल सांगत होतो. दर उन्हाळ्यात हे होतं; पण या उन्हाळ्यात आग विझतच नाही. ती हाताबाहेर गेलेय. आमच्यापैकी कोणीही राहत नसलेल्या पर्वतांच्या काही भागातही ती पसरलेय.''

''पण ती आग तुम्हीच लावलेय असं त्यांना का वाटतंय?''

''देवालाच माहिती. ते स्वतःच तयार केलेल्या गोष्टी एकमेकांच्या कानांत सांगतात आणि नेहमीच आम्हाला त्रास देतात. आम्ही इथे काम करतो म्हणून ते आम्हाला त्रास देत असावेत, असं मला वाटतं. त्यांना कोणाला तरी बळीचा बकरा बनवायचंच असतं ना?'' ती बोलता बोलता मध्ये मध्ये हवा आत ओढून घेत होती, त्यामुळे सतत अधूनमधून 'स्स स्स...' असा आवाज येत होता. ''त्यांनी हे याआधीही केलंय. एकदा सगळ्या गोष्टी थंडावल्या की, ते पैसा मागतील. प्रत्येक माणसाला सोडवण्यासाठी पंधरा-वीस हजार रुपये मागतात. हा पैसा आम्ही कुठून आणणार? मी दिवसाला शंभर रुपये मिळवते. जर मला एखादा धातू मिळाला किंवा खराब न झालेलं प्लॅस्टिक मिळालं तर दीडशे रुपये. आम्ही वेडे आहोत का? (स्स...स्स...) पर्वतावरच आमची रोजीरोटी चालते. तेच आमचं उत्पन्नाचं साधन आहे. आम्ही त्यालाच का जाळून टाकू?''

‘‘हे सगळं काही आठवड्यांपासून चाललंय.’’

‘‘आणि फॅक्टऱ्यांतून बाहेर पडणाऱ्या त्या सगळ्या कचऱ्याचं काय? एखाद्या बॅटरीतून बाहेर पडतं तसल्या दाट, लाल ॲसिडचे मोठे डबे फेकलेले असतात; पण तुम्ही त्याला हात लावू शकत नाही.’’ तिनं तिचा हात वर केला. तिच्या तळहाताच्या टोकाची त्वचा भाजल्यासारखी झाली होती. तिच्या तळहातावर त्यामुळे गुलाबी रंगाच्या रबरासारख्या दिसणाऱ्या खाचा पडल्या होत्या. मला पुन्हा एकदा मळमळू लागलं. ‘‘या हिवाळाभर ट्रक भरभरून ते डबे आणले जात होते. ते डबे ते इथे फेकत होते आणि दिसेनासे होत होते. इकडे सगळीकडे त्या डब्यांतून गळती झाली.’’

ती मुलगी तिच्या आईच्या फोनवरून मेसेज पाठवत होती. तिच्या चेहऱ्यावर मोबाईलचा निळसर पांढरा प्रकाश पडत होता. आता तिनं वर बघितलं. ‘‘पण दीदी, तुम्ही इथे काय करताय? तुम्ही झोपडपट्टीतल्या आहात का? तुम्ही माझ्या आईला भेटायला का आलात?’’

‘‘मी टॉवर्समधून आलेय बाळा. टॉवर्स म्हणजे काय ते तुला माहिती आहे का?’’

‘‘नाही.’’

‘‘तुझ्या आईला माहिती असावंसं दिसतंय,’’ मी चेहऱ्यावर सहज स्मित आणण्याचा प्रयत्न करत म्हणाले. ‘‘जे लोक त्यांच्या नियमात बसत नाहीत, त्या लोकांना कौन्सिल त्या भागात ठेवतं. जे लोक त्यांचे नियम मोडतात, त्यांना तिथे ठेवलं जातं.’’

‘‘तुम्ही कोणता नियम मोडलात?’’

‘‘मी प्रेमात पडले होते.’’

सपना यावर हसली. तिच्या ओठांना एक कडवट मुरड पडली. ‘‘हे लक्षात ठेव,’’ तिनं मुलीला सांगितलं.

‘‘या बाईलाही लक्षात ठेव. टॉवर्समध्ये मोठ्या घराण्यात जन्मलेल्यांना ठेवतात. ज्या लोकांनी त्यांचे नियम मोडलेले असतात त्यांना तिथे ठेवतात. स्स...स्स..., तरीही त्यांना मोठमोठ्या इमारती, संडास, वीज, पंखे, असा सगळा ऐषआरामी थाट मिळतो. ज्या वेळी ते नियम मोडतात, तेव्हाही

आपल्याबरोबर ठेवण्यासारखे ते नसतात. त्याहून खूप खूप चांगले असतात; पण आपण? आपण जन्मतो हाच आपला गुन्हा असतो. आपल्याला काहीही मिळत नाही. आपली ती लायकीच नसते.''

माझ्या मनात विचार आला की, 'तिला कोणीतरी सांगा. मी अगदी आनंदानं तिच्या आणि माझ्या परिस्थितीची अदलाबदल करायला तयार आहे. तिची मुलगी तिच्या घरात आहे. ती तिच्याजवळ केव्हाही जाऊ शकते. तिला स्पर्श करू शकते. तिच्या केसांवरून हात फिरवू शकते. या जगाला कसं तोंड द्यायचं ते तिला शिकवू शकते. माझ्याकडे सोळा वर्षांचा रितेपणा आहे. मला लैलाच्या गुडघ्यावर एकदाही मलमपट्टी करण्याची संधी मिळालेली नाही. एखाद्या मुलाच्या प्रेमातून बाहेर पडण्यास तिला मदत करण्याची संधी मिळालेली नाही. लैलानं माझ्यापासून कधीही तिचं गुपित दडवलेलं नाही. तिनं कधीही अपराधीपणा दाखवलेला नाही. तिनं कधीही आपल्या मित्राचा विश्वास तोडून मला एखादं रसाळ गॉसिप सांगितलेलं नाही. खोलीतून संतप्तपणे बाहेर पडून मी जगातली सगळ्यात दुष्ट आई आहे, असं तिनं कधीही ओरडून सांगितलेलं नाही. आम्हाला हा सगळा नैसर्गिक वळणाचा प्रवास नाकारण्यात आलाय. नाजूकपणा आणि असंतोष याच्यातील हेलकावा आम्हाला नाकारला गेलाय. आई आणि मुलगी यांच्यातलं प्रेमच आम्हाला नाकारलं गेलंय.'

पण मी नेमकं काय करण्याचा प्रयत्न करत होते, ते कोणालाही कळताच कामा नये, असं मला वाटत होतं. ते महत्त्वाचं होतं. मला पुढचा विचार करावाच लागणार होता. आता मला अधिकाऱ्यांच्या मंडलात राहणाऱ्या सपनाला भेटण्याचा विचार करावाच लागणार होता.

ही सपना तिनं सोललेल्या आल्याच्या ढिगाऱ्याकडे एकटक बघत राहिली. पडदा खाली ओढल्यामुळे झोपडीतली हवा कुंद, दाट बनली होती. तिनं माझ्याकडे नजर उंचावून बघितलं. तिच्या चेहऱ्यावर ते लबाड, कावेबाज स्मित पुन्हा परतलं. ''बाई, तुम्ही आम्हाला अजून तुम्ही इथे का आलायत ते सांगितलंच नाही. तुम्ही त्यांच्यापासून लपताय काय?'' तिनं पडद्यावर अंगठा आपटत विचारलं.

''नाही, नाही,'' मी झटकन म्हणाले. ''फक्त... मला वाटतं की, मी जिला खूप वर्षांपूर्वी ओळखत होते ती सपना तुम्ही नाही. तुम्ही दुसरी सपना आहात; पण तुमचं बरोबर आहे. मला या सगळ्यात पकडलंही जायचं नाही आणि अडकायचंही नाही. जर तुम्हा दोघींची काहीच हरकत नसेल, तर मी इथे आत असणं अधिक सुरक्षित आहे.''

काही काळ तिथे शांतता पसरली. बाहेर सुरू असलेल्या शिव्यांची आणि आरडाओरड्याची जागा आता एका अर्भकाच्या रडण्यानं घेतली. सपनानं तिच्या मुलीकडे बघून मान डोलावली. त्याबरोबर मुलीनं पुन्हा एकदा पडदा एका बाजूला घेतला. त्याबरोबर संतप्त प्रकाशाचा झोत आत शिरला.

''इथेही आग लागली होती हे तुम्हाला माहिती होतं?'' सपनानं विचारलं. ''स्स... स्स... तुम्ही त्याविषयी ऐकलं होतं का?''

मी नकारार्थी मान हलवली.

''महाननगरच्या दुसऱ्या टोकाचा भाग पूर्ण उद्‌ध्वस्त झालाय. अगदी पूर्ण भस्मसात झालाय. तिथली सगळी घरं जळालीयत. सहा मुलं मेली. शंभर कुटुंबं बेघर झाली.''

''त्या भरावापासूनची आगच तिकडे पसरली होती का?''

''नाही. त्या दोन्ही भागांमध्ये बरंच अंतर आहे. इथली आग तिकडे पसरू शकत नाही. ती तिकडे उडी मारून कशी जाईल? ते आणखी काहीतरी वेगळंच होतं.''

''ते कशामुळे झालं, तुम्हाला माहिती आहे का?''

''तेच तर. तुम्ही लोक कुठल्याही घटनेभोवती अशाच मनाला येतील, त्या गोष्टी रंगवत फिरता. आमच्या बाबतीत काय घडलंय, याची तुम्ही पर्वाही करत नाही.''

माझा ज्या गोष्टींशी काडीचाही संबंध नव्हता, त्या गोष्टींसाठी ती माझ्यावर दोषारोप करत होती. तिथे माझ्यासाठी काहीच उरलेलं नव्हतं. मी तिथून थेट बाहेर पडू शकत होते. मी एक खोल श्वास घेतला.

''कसल्या काल्पनिक, मनाला येतील त्या गोष्टी सपना?'' मी विचारलं.

‘‘याच गोष्टी की, त्या सगळ्या शहरभर पसरल्यात. तुम्ही काय म्हणता त्याला? हं.’’ ती त्याचं इंग्रजी नाव आठवण्याचा जोरदार प्रयत्न करत होती. ‘‘डॉम. तुम्ही ज्या वेळी छप्पर बांधता त्या वेळी तुम्ही काहीतरी बाहेर ठेवता. त्या प्रत्येक घुमटात थंड हवा आत सोडण्यासाठी तुम्ही भले मोठे एअर कंडिशनर ठेवता. त्या एअर कंडिशनरच्या मागे काय घडत असतं ते तुम्हाला माहिती नाही का? त्याच्या ढुंगणातून काय बाहेर पडतं ते तुम्हाला माहिती नाही? तिथेच तर गरम हवा असते. ती उन्हाहूनही जास्त गरम असते. त्यांनी महाननगरच्या अगदी शेजारीच असं एक भलं मोठं एअर कंडिशनिंग युनिट ठेवलं. त्याच्यातून सतत, रात्रंदिवस गरम हवा बाहेर पडत राहिली. एके दिवशी एका झोपडीला आग लागली, नंतर दुसरीला लागली. लवकरच सगळा रस्ता जळायला लागला. अशी त्यांची सगळी घरं उद्‌ध्वस्त झाली.’’

‘‘मला माफ कर सपना. तू काही करू शकत नाहीस का? म्हणजे तक्रार वगैरे?’’

‘‘कसली तक्रार? तुम्हाला काय वाटतं की, कोणी आमचं ऐकून घेईल? कचरा टाकायच्या भरावाला लागणाऱ्या आगीची कोणीही वर्षानुवर्षं दखल घेतली नव्हती. ते वर्षानुवर्षं कचरा जाळत होते आणि आम्ही, आमची मुलं, आमचे म्हातारे लोक सगळे त्या हवेत श्वासोच्छ्‌वास करत होते. *तुम्ही* लोक तक्रार करता, तेव्हाच फक्त ते ऐकतात. भिंतींच्या आतले लोक.’’

‘‘मी त्यांच्यापैकी एक नाही, सपना. तुमच्या लक्षात का येत नाही? मी त्यांच्यासारखी नाही.’’

‘‘होय. तुम्हीही तशाच आहात बाई. त्यांनी तुमच्या बाबतीत काहीही केलेलं असू देत; पण ते काय आहे ते *तुमच्या* लक्षात येत नाही.’’

आम्हाला एकत्र आणणाऱ्या गोष्टी

आठवड्यापूर्वी सपनाचं पत्र आलं होतं. त्या दुपारपासूनच माझ्या शरीरात नुसता उत्साह संचारला होता. इतका की, कोणत्याही क्षणी त्याचा स्फोट होऊ शकला असता. मला आपण खूपच जलद गतीनं हालचाली करत असल्याचं जाणवत होतं. आपण अधिक सक्षम आहोत, असंही वाटत होतं. त्या दिवशी कामावरही लोक मी इतकी का हसतेय, असं मला विचारत होते. माझ्या शेजारणीला तिची मनी प्लांटची लांबलचक धातूची कुंडी धुवायला मी मदत केली. चौथ्या मजल्यावरच्या दोन स्त्रियांबरोबर मी चित्रपट बघायला गेले. आम्ही चित्रपटगृहातून बाहेर पडलो, तेव्हा पुरुषांनी आम्हाला थोडीशी धक्काबुक्की करून, छेडछाड करून त्रासही दिला. कामावरून परत येताना मला एक लहानसं ब्युटी पार्लर दिसलं तिथे मी छानपैकी भुवयाही कोरून घेतल्या. लैलाचं स्वप्न मला पडलं होतं. ते संपल्यानंतर दुसऱ्या दिवशी पहाटेच मी जागी झाले. संध्याकाळी मी मुलांच्या वस्तूंच्या दुकानात गेले आणि चित्रं रंगवायची पुस्तकं आणि पेन्सिली आणल्या. घरात आल्यावर मी त्या पुस्तकातली बुटके, डालमेशियन कुत्री, उंदीर आणि बदकं यांची चित्रं रंगवली; पण ती गोष्ट किती विचित्र होती याचा विचार केल्यावर मी हसू लागले. माझ्या हसण्याच्या आवाजामुळे अपार्टमेंट एखाद्या भांड्यासारखं रिकामं वाटत होतं.

प्रत्यक्षात मला उत्तर येईल, याची खात्री नव्हती. त्या दिवशी रेकॉर्ड ठेवण्याच्या खोलीत मला मिळालेला दुसरा पत्ता तसा निरर्थक होता. राजकीय विभागात फक्त कौन्सिलचे सदस्यच राहू शकत होते. कशी कोण जाणे; पण सपना झोपडपट्टीतून अधिकाऱ्यांच्या मंडलात राहायला गेली होती. तो शहराच्या सगळ्या विभागांमधला सर्वोत्तम पत्ता होता. तिथे कौन्सिलच्या

अति महत्त्वाच्या लोकांचे बंगले होते, त्यामुळे तिथे सपना असेल असं वाटलं नव्हतं; पण सपनाचं तिथूनच उत्तर आलं. तिथेच तिनं मला भेटायला बोलावलं होतं. तिथेच ते राहत असले पाहिजेत.

एकदा आश्चर्याचा धक्का ओसरल्यावर मी याचा लैलाच्या दृष्टीनं काय अर्थ होतो, याचा विचार केला. सपनानं पत्रात तिचा उल्लेखसुद्धा केला नव्हता, तरीही मी त्याचा विचार करू शकत होते. लैला एका मोठ्या घरात मोठी झाली होती. बाग, झाडं, स्वच्छ हवा, सायकल चालवायला प्रशस्त रस्ते, खेळायला चांगल्या कुटुंबातील मित्र-मैत्रिणी, उत्तम शाळा अशा वातावरणात ती वाढली होती. त्या वातावरणाच्या सीमेपासूनही मी खूप दूर होते. माझ्या दृष्टीनं ती जणू दुसऱ्या ग्रहावरचीच सृष्टी होती. सपनानं तिला हे सगळं देणं साध्य केल्याबद्दल मी खरं तर तिच्याशी कृतज्ञ असायला हवं होतं. त्याऐवजी मला अत्यंत लाज वाटत होती. माझ्या मनात अनेक आठवणी उसळून वर येऊ लागल्या. मी काय केलं होतं? मी लैलाच्या आयुष्यात दुःख आणलं होतं. सपना तिची संरक्षक होती.

दुसऱ्या दिवशी संध्याकाळच्या सुमारास आभाळ दाटून आलं. माझ्या मनात विचार आला की, त्या जिथे राहत होत्या तिथे आता पाऊस पडत असेल. लैला भराभरा पायऱ्या चढून वरच्या मजल्यावर जात असेल. तिच्या आईच्या म्हणजे सपनाच्या खोलीत जाऊन तिला ती अंथरुणातून ओढून बाहेर बागेत आणेल. मला तसं होत असल्याचं दृश्य दिसू लागलं. मी अशीही कल्पना केली की, लैला तिला ओढून बाहेरच्या हिरव्यागार बागेत घेऊन जात असेल आणि फांद्या पसरून बसलेली छपरांसारखी भासणारी तिथली झाडं पहिल्या पावसाच्या धारा अंगावर घेण्यासाठी आसुसलेली असतील. माझ्या मुलीच्या संरक्षणाच्या बाबतीत मी अपयशी ठरले होते, ही सल बरोबर घेऊन मी सगळीकडे फिरत होते. ती सल माझ्या अस्तित्वाचा एक भागच बनून गेली होती. इतक्या सगळ्या वर्षांत कुठल्या तरी कठीण कवचाआड मी ती तशीच दडपून टाकली होती; पण आता मात्र माझं मन लैलाच्या सपनाबरोबरच्या आयुष्याचं चित्र रेखाटत होतं आणि ते मला वेगळं, विचित्र वाटत होतं. खपली धरण्याआधीच जबरदस्तीनं काढून टाकलेल्या फोडामुळे आतल्या गुलाबी त्वचेची जळजळ होत असते, तसंच काहीसं वाटत होतं. त्या तर नेहमीच इथेच होत्या.

मंत्रालयांपासून अधिकाऱ्यांची मंडलं फक्त काही मिनिटांच्या अंतरावर होती. लैला मोठी होत असताना आमच्या मध्ये दोन किंवा जास्तीत जास्त तीन भिंतींचंच अंतर होतं. या सगळ्या वर्षांत आम्ही एकमेकींच्या किती जवळ होतो, हे लक्षात आल्यावर माझ्या छातीत कळा उठू लागल्या. या सगळ्या गोष्टी अगदी सहजपणे वेगळ्या घडू शकल्या असत्या हे माझ्या सतत लक्षात येऊ लागलं. सपनानं त्या झोपडपट्टीतून बाहेर पडण्यात कसं काय यश मिळवलं होतं? मला आश्चर्य वाटत होतं. या सगळ्या वर्षांत मी यंत्रणेपासून दूर, विभागांपासून दूर, त्यांच्या बाहेर राहिले होते आणि ती आत राहिली होती.

सपनानं तिची त्वचा छान, मृदू, मऊसर ठेवली असेल. ती आरामात राहत असेल. ज्या वेळी मी लैलाला आमची गोष्ट सांगेन त्या वेळी मी तिची आई आहे, याची खात्री पटवून घेण्यासाठी ती माझ्यातही त्या संदर्भातली लक्षणं शोधणार नाही का? तिच्यासमोर मी किती खराब, फाटकी दिसेन. धुरानं आणि धुळीनं माझ्या त्वचेचं, केसांचं आणि डोळ्यांचं कसं मातेरं केलं होतं, ते मला माहिती होतं. जर दीपनीताचा विश्वास बसला होता, त्याप्रमाणंच लैलालाही बाहेरची घाण माझ्या त्वचेखाली साचलेय असं वाटलं तर? अशुद्धता हा मी जी कोणी होते तिचा एक भागच बनली होती. मी आत जाईन त्या वेळी लैला तिच्याबरोबर असली तर तिचं माझ्याबद्दलचं पहिलं मत काय बनेल? त्यांच्या घरी तसंच चालत जाणं ही चूक ठरेल. मी त्यापेक्षा टॅक्सीनंच जाईन.

त्या सकाळी मी सर्व्हिस टॅक्सीवाल्याला फोन केला. बॅडमिंटन कोर्टच्या परिसरापर्यंत मला घेऊन आलेल्या त्या कॅबचा वरचा भाग फुगीर होता आणि तिच्या दोन्ही बाजूंना लांब चंदेरी चरा पडल्या होत्या, तरीही त्याला हजार रुपये हवे होते. थोडेच टॅक्सीवाले शहराबाहेरच्या रस्त्यांचं भाडं घेत होत्या. त्याहूनही आणखी कमी टॅक्सीवाले टॉवर्सकडे यायला तयार व्हायचे. मी भाडं कमी करावं म्हणून गयावया केली. त्यानं फक्त खांदे उडवले आणि ओठ पुढे काढून ती त्याची समस्या नसल्याचं दर्शवलं. नंतर मात्र मी काहीही दिलं नाही, त्यामुळे त्याला फुकटच एवढ्या लांबवर आणल्याबद्दल तो चिडला. त्यानं माझा, माझ्या कुटुंबाचा नुसता उद्धार केला, त्यामुळे मला जास्तच बरं वाटलं. त्यांना वाटतं की, आम्ही एवढ्या छोट्या महिला

आहोत की, ते आमचा गैरफायदा घेऊ शकतील. मुख्य प्रवेशद्वाराच्या दिशेला वाकलेल्या भिंतीजवळ पोहोचल्यावर त्यानं कार थांबवली आणि तो ओरडला, "तुझ्यासारख्या ओंगळ, बदफैली स्त्रियांची लायकी तिथे बाहेर राहण्याचीच असते." मी फक्त हसले.

नंतर मी बसमध्ये चढले. बसमध्ये मला एक आश्चर्याचा धक्काच बसला. मी तिकीट विकत घेतलं आणि वर बघितलं, तर तिथे शेवटच्या सीटवर रिझ हसत बसला होता. त्यानं त्याचा आवडता बारीक नेव्ही चौकड्यांचा काळा शर्ट घातला होता. सूर्यप्रकाशाच्या किरणांमध्ये उजळून निघाल्यासारखा तो दिसत होता. मी जवळजवळ धावतच त्याच्याकडे गेले.

"आलास तू?" मी विचारलं.

"अर्थात. हे सगळं मी तुला एकटीला करू देईन का?"

"तो कॅबचा ड्रायव्हर एवढा बदमाश होता, त्याचा मला खूप आनंद झाला," मी त्याच्या शेजारी बसत म्हटलं.

"तू मला बोलवायला हवं होतंस," तो म्हणाला. मला त्याच्या खांद्यावर डोकं टेकवायचं होतं; पण बसमधल्या इतरांना ते कसं वाटलं असतं ते मला माहिती होतं. रिझनं माझ्याकडे वरपासून खालपर्यंत नजर टाकली. "नवीन ड्रेस?"

"नाही. नवीन नाही. मला चांगलं दिसायचं होतं. माझे डोळे चोळावे लागू नयेत, असा प्रयत्नही मी करतेय. लैलाला ही काळी वर्तुळं दिसू नयेत, असं मला वाटतंय."

"फार काळजी करू नकोस. तू कितीतरी तरुण दिसतेयस. तू आनंदी दिसतेयस."

"मी खूपच आनंदी आहे, रिझ. मला खूपच उत्साह आणि उत्सुकता वाटतेय. मी तर भुवयाही कोरून घेतल्यायत. गेले कित्येक दिवस मला असं वाटलं नव्हतं; पण गेल्या महिन्यात ते सगळंच भयावह होतं. मी त्या वेळी किती काळजीत पडले होते, ते तुला माहिती नाही आणि ती माझीच चूक होती. मी दीपनीताला फोन करण्याचा प्रयत्न केला होता, तशीच ही आणखी एक चूक. मी फोन करत होते आणि लगेच ठेवून देत होते, फोन करत होते आणि लगेच ठेवून देत होते.

मला अशी भीती वाटत होती की, ती माझा आवाज ऐकेल आणि फोन दाणकन् आदळेल. मग क्षणातच सगळं संपून जाईल," मी म्हणाले. "लैला मला कधीच पाहणार नाही, मी तिला भेटण्याचे किती वर्षं प्रयत्न करत आहे, त्याविषयीही तिला कधीच काही कळणार नाही."

मला एकदम लवादाची आठवण झाली. तोंडातून लाळ गळत असलेल्या, धक्के बसल्यासारखं हिंदकळत असलेल्या चेहऱ्याच्या लवादाच्या अधिकाऱ्याची मला अचानकच आठवण झाली. रिझच्या नजरेत थेट नजर मिसळावी लागू नये म्हणून मी नजर चुकवली; पण त्यानं मला माफ केलं होतं म्हणूनच तर तो इथे आला होता.

"तू काय केलंस?"

"मी पत्र लिहिलं. तीच चूक होती. त्याचं उत्तर द्यायला तिला तब्बल एक महिना लागला. तिनं उत्तर पाठवल्यापासूनच मला खूप, खूप रोमांचित, उत्साहित झाल्यासारखं वाटतंय. कारण, गेला महिना अतिशय भयानक होता. मी कामात स्वतःला लपवत होते, झाकोळून टाकत होते. मी माझ्या अपार्टमेंटमध्ये लपले होते. मी अगदी बॅडमिंटन बघायलाही खाली जात नव्हते. दरवाजावर कोणीही टकटक केली किंवा थाप मारली, लिफ्टचा आवाज झाला, एखादा मोठा आवाज झाला तर रिपीटर्स मला पुन्हा घेऊन जायला आले आहेत, असं मला वाटत होतं."

"पण सपना तुझ्याशी एवढी विश्वासघातकीपणानं का वागली?" रिझनं विचारलं.

"आपण तर तिच्याशी नेहमीच चांगले वागलो होतो."

सपनाचं पत्र कोरडं, भावनाहीनतेनं लिहिलेलं होतं. मी तिला हिंदीत पत्र लिहिलं होतं आणि तिचं उत्तर इंग्रजीतून आलं होतं. 'होय. आपण भेटू शकू,' असं ते होतं. तिनं तारीख आणि वेळ सांगितली होती. त्यात बदल करण्यास वावच नव्हता, त्यामुळे मला आशा वाटली. माझ्यासाठी ती भेट किती महत्त्वाची होती ते तिला माहिती होतं. तिचा पत्ता मिळवण्यासाठी मला कुठल्या कुठल्या दिव्यातून जावं लागलं होतं, तेही तिला माहिती होतं. मी का येत होते ते तिला माहिती होतं, तरीही तिनं ते मान्य केलं होतं. याचा अर्थ तीही माझी वाट बघत होती.

आज नेमकं काय घडेल याचा अंदाज घेण्यासाठी मी तिचं पत्र पुन:पुन्हा वाचत राहिले होते.

''ती झोपडपट्टीत राहते हे त्यांना माहिती असणारच,'' रिझ म्हणाला. ''तिच्यासारख्या एखाद्या बाईसाठी ते आपल्याच नियमांच्या विरोधात का वागतील?''

''हे तर काहीच नाही. ती अधिकाऱ्यांच्या मंडलात राहतेय. तिथे कौन्सिलचे ज्येष्ठ लोक राहतात. मी त्याचा बराच विचार करत राहिले; पण मला तर काहीच समजेनासं झालंय.''

विभागाच्या भिंतीच्या सावलीतून आम्ही पुढे चाललो होतो. रस्त्यावर पडलेल्या कचऱ्याच्या भल्या मोठ्या ढिगाऱ्याकडे रिझ रोखून बघत होता. त्या कचऱ्याच्या मधून उंदीर-घुशींच्या उपद्व्यापामुळे कचरा अस्ताव्यस्त पसरला होता. काही वेळा ते केसाळ, काळपट-तपकिरी प्राणी उघड्यावरच उड्या मारत फिरत होते. एखाद्या घोडचुकीसारखे ते मोठे, जाडजूड दिसत होते. विभागाच्या भिंतीच्या व्यवस्थितपणे बसवण्यात आलेल्या विटांजवळून आम्ही पुढे गेल्यावर मला खूप वर्षांपूर्वीची एक रात्र आठवली.

''तुझी एक गर्लफ्रेंड तुला एकदा अमेरिकेहून भेटायला आली होती, ते तुला आठवतं का रिझ?''

रिझचे डोळे विस्फारले. त्यानं स्मित केलं आणि माझ्या खांद्यांभोवती हात टाकले.

''ती माझी गर्लफ्रेंड नव्हती गं मूर्ख मुली. कॉलेजमध्ये आम्ही महिनाभर डेटिंग करत होतो. ती तिच्या नवऱ्याबरोबर आली होती! आपलं हे गूढ शहर बघायला.''

''हो, हो मला ते माहिती आहे. माहिती आहे मला,'' मी त्याचा हात हातात घेतला. ''आता मला राग आलेला नाही; पण तरीही त्या वेळी आपलं भांडण झालं होतं ते तुला आठवतं का? त्या वेळी लैलाचा जन्म झाला होता का रे? मला ते आठवत नाही.''

''मला वाटतं ती होती. बहुतेक असावी.''

‘‘मी तुझ्याबरोबर यायला नकार दिला होता. आपण दारू प्यायलेलो नाही, असं ढोंग करत तू रात्री उशिरा आला होतास. तिचा नवरा काहीतरी अरबट-चरबट खाऊन आजारी पडला होता आणि त्या रात्री फक्त तुम्ही दोघंच होतात, हे समजल्यावर दुसऱ्या दिवशी सकाळी मी प्रचंड संतापले होते. संपूर्ण रात्रभर मी घरात विचार करत बसले होते की, तुला एवढा उशीर होण्याजोगं असं तिथे काय होतं? ते काय होतं ते मला समजलं होतं, याची मला खात्री वाटत होती, त्यामुळे मी एवढी रागावले होते. माझ्या नजरेसमोर तुम्ही दोघं टेबलाजवळ बसलेले आहात, एकमेकांवर झुकला आहात, हसत आहात, काही मागच्या गोष्टी आठवत बसला आहात, एकमेकांचे हात थोपटत आहात, अशी अनेक दृश्यं तरळत होती.’’

‘‘हे सगळं आता तू पुन्हा का उकरून काढतेयस शालिनी? त्याला आता कमीत कमी वीस वर्षं झालेयत. आज पुन्हा ते सगळं कशाला उगाळतेयस?’’

मी त्याचा हात दाबला. ‘‘मला त्या रात्रीची पर्वा वाटत नाही; पण आपण किती भांडलो होतो, ते मला आठवतंय. आपण एकमेकांवर खूप किंचाळलो, ओरडलो होतो. मी स्वतःला बेडरूममध्ये बंद करून घेतलं होतं. मी किती वेळ अंधारात तशीच पडून राहिले होते कोणास ठाऊक! त्यानंतरच मला शांत झाल्यासारखं वाटलं. त्याच वेळी तू काय बोलत होतास ते मी ऐकू शकेन, असं मला वाटलं. तू म्हणत होतास ते घडावं असा तुझा हेतू नव्हता. ती खाली एकटीच आली, त्या वेळी इतर कोणाहीसारखंच तुलाही आश्चर्य वाटलं होतं. दुसऱ्या एखाद्या स्त्रीबरोबर थोडं ड्रिंक घेण्यास तू तयार झाला होतास ही भांडण्याचीच गोष्ट होती. हॉलपर्यंत येणाऱ्या लिव्हिंग रूममध्ये येरझाऱ्या घालत मी तुझं सगळं ऐकून घेत होते. मला बाहेर येऊन तुझ्याशी बोलायचं होतं. मला फक्त तुला सॉरी म्हणायचं होतं. कारण, ती काही फार मोठी गोष्ट नव्हती. माझं तुझ्यावर प्रेम होतं; पण मला तुझी माफी मागणं शक्य झालं नाही. जणू काही तुझ्या-माझ्यात माझ्या रागानं भिंत बांधली होती. मला संकटाचं सावट भेडसावत होतं. बेडरूमची भिंत क्षुल्लक असल्यासारखी वाटत होती; पण प्रत्यक्षात माझ्या मनातील भिंत ओलांडून मला बाहेर येता आलं नव्हतं.’’

रिझनं मला जवळ ओढून घेतलं. त्यानं माझ्या कपाळाचं चुंबन घेतलं. ‘‘काही हरकत नाही, लाडके. आता त्यानं काहीही फरक पडत नाही. आज

आपल्याला आपली मुलगी मिळणार आहे. आपण आता तरी अखेर भूतकाळ विसरू शकतो.''

''तुझ्या लक्षात येत नाही का? आपणही तसेच आहोत. मला तसं नेहमीच वाटतं. त्या दिवशी मी जशी त्या खोलीत अडकून पडले होते ना, तसा प्रत्येक जणच त्यानं स्वतः तयार केलेल्या गोष्टींच्या मागे चिकटून राहतोय. अडकून पडलाय. प्रत्येक जण खासगी शरमिंदेपणात उकळतोय, कडवट होतोय. ज्याला ज्याला ते परवडतंय, तो प्रत्येक जण भिंतींच्या मागे लपतोय. हे सगळं आपण सुरक्षिततेसाठी, शुचितेसाठी, शुद्धतेसाठी करतोय, असं त्यांना वाटतंय; पण कुठेतरी त्यांच्या आतही एक प्रकारचा शरमिंदेपणा आहे, त्यांच्या स्वतःच्या लोभाविषयीचा शरमिंदेपणा. आपल्याला उर्वरित सगळ्यांना त्यांनी कसं जगायला भाग पाडलंय त्याविषयीचा शरमिंदेपणा म्हणूनच ते नेहमी इतरांपासून दूर, एकांतात राहतात आणि अधिकाधिक उंच जात राहतात. त्यांना जमिनीवर काय चाललंय ते बघायचंच नसतं. तिथे कोण राहतंय ते बघण्याची त्यांची इच्छा नसते.''

काही अंतरावर प्युरिटी वन ही करड्या रंगाची, कठोर इमारत उभी होती. भिंतीच्या वरच्या भागातून स्कायडोमची सुरुवात होत होती. एखाद्या खोबणीत एखादा संगमरवर घट्ट बसवावा तसा. तो घुमट सूर्यप्रकाशात अर्धपारदर्शक आणि जवळजवळ हिरवट चंदेरी रंगाचा दिसत होता. एखाद्या पावसाच्या थेंबासारखा तो चकाकत होता.

''आत गेल्यावर मला जास्त बरं वाटेल,'' रिझ मला म्हणाला. ''तो घुमट मला शांत करतो. तिथली हवा ते इतक्या छान तापमानावर ठेवतात की, तिथे नुकताच पाऊस पडून गेलेला असावा आणि वारे वाहत असावेत, तसं वाटतं. रात्रंदिवस शुद्धीकरण यंत्रणा सुरू असते.'' खालच्या प्रवेशद्वाराजवळ बस आल्याबरोबर माझं ओळखपत्र मी बाहेर काढलं. आम्ही एकदा सुरक्षितपणे आत शिरल्यावर मी भरपूर शुद्ध हवेत मनसोक्त श्वासोच्छ्वास करायला सुरुवात केली. ''हा घुमट हवा किती छान, मधुर बनवतो ते तू सांगूच शकणार नाहीस,'' मी रिझला म्हणाले. मी आनंदित झाले होते, खूप हवा आत घेतल्यामुळे मला थोडंसं भोवळ आल्यासारखं वाटत होतं. ''हवा

अगदी छान मोकळी झालेय. भिंती बांधण्याआधी होती तशीच हवा आता इथे जाणवतेय.''

''पण या फिल्टरनी बाहेरच्या हवेचं काय केलं असेल त्याचा एकदा विचार करून बघ,'' रिझ म्हणाला.

पण एकदा तुम्ही त्या घुमटाखाली गेलात की, असा विचार करणं अवघड होत होतं. झाडांच्या पानांची झालर असलेल्या रस्त्यानं बस पुढे गेली. ढगांच्या पुंजक्यांमधून सूर्य इंद्रधनुष्याचे रंग प्रवाहित करत होता. माझा स्टॉप आला. मी खुर्च्यांच्या रांगांमधल्या जागेतून आता खाली उतरणार होते; पण त्या वेळी रिझ माझ्याबरोबर नव्हता. माझ्या मनात एकाएकी नेहमीची विव्हळता आणि दुःखद भावना निर्माण झाली. मी उठून उभी राहिले आणि बस स्टॉपवरच्या बाकड्यावर बसून राहिले. काही मिनिटं मी तिथून हललेच नाही. त्यानंतर हळूहळू मी श्वासोच्छ्वास पूर्ववत सुरळीत केला आणि पूर्णपणे संरक्षित जागी बसण्यामुळे मी भानावरही आले. त्या सकाळी माझ्या अतिरोमांचित उत्साहानं माझ्या पोटात घट्ट पीळ पडल्यासारखं झालं होतं. मी खाऊ शकले नव्हते. जर नंतर भूक लागली तर असावेत म्हणून मी माझ्याबरोबर सँडविचेस आणले होते. आता मी ते बाहेर काढले. तेवढ्यात लगेच बाकड्याच्या पाठ टेकवण्याच्या जागेच्या कडेवर एक मैना येऊन बसली. पहिला घास कागदासारखा लागला. मला तरीही भूक लागलेली नव्हती. मी सारखी अधूनमधून घड्याळाकडे नजर टाकत बसले होते. माझ्या पायांतून, पोटऱ्यांमधून आणि जांघांमधून झिणझिण्या येत होत्या. एखाद्या मंदिरातून हजारो घंटा वाजत राहाव्यात तशा. मी पुढे चालत राहिलंच पाहिजे, असं त्या मला सारखं सांगत होत्या. मला पुढे जायचं होतं, भराभर जायचं होत. मी उठून उभी राहिले. मैनेच्या डोळ्याभोवतीचा पिवळसर काळा रंग दोषारोपानं चमकत असल्यासारखा भासत होता. मी तिला सँडविचचा वरचा कडक भाग खाऊ घातला आणि उरलेला सँडविच पुन्हा एकदा माझ्या पर्समध्ये ठेवून दिला.

रिझचं म्हणणं बरोबर होतं का? आम्ही नेहमीच सपनाला चांगलं वागवलं होतं का? मला दयाळूपणा आठवत होता. मी तिला जुने कपडे देत होते. तिच्या वडिलांनी आत्महत्या केली होती आणि त्यानंतर सगळी तजवीज करण्याची

जबाबदारी तिच्यावर पडली होती, त्या वेळी मी तिला तीन महिन्यांचा पंधरा हजार रुपये पगार ॲडव्हान्स म्हणून दिला होता.

चमकत्या आकाशाखाली त्या बाकड्यावर बसल्यावर मला ईस्ट एंडमधील आमच्या घरात आम्ही असतानाची एक दुपार आठवली. अंगाची लाही लाही करणारं ऊन होतं. मी घामाघूम झाले होते. उन्हाळ्याचा अगदी ऐन मोसम सुरू होता. आम्ही ड्राइव्ह-वेवर होतो. सकाळची उष्णता कमी करण्यासाठी माझ्या कारचे दरवाजे उघडण्यात आले; पण मुलांच्या सीटचा बेल्ट व्यवस्थित लावला गेला नव्हता. मला इतका संताप आला की, मी दात ओठ खात ओरडले. माझ्या मुलीच्या सुरक्षिततेच्या बाबतीत सपना किती निष्काळजी होती या विचारानं माझा संताप होत होता. सूर्य नुसती आग ओकत होता आणि त्यामुळे ड्राइव्ह-वेवर डोळ्यांसमोर काळसर रेषा उमटल्यासारखं वाटत होतं. माझी पाठ आणि मांड्या घामानं चिकट झाल्या होत्या. ''तुला एक साधी गोष्ट व्यवस्थित करता येत नाही?'' मी ओरडले. ''एकच गोष्ट किती वेळा सांगायची?''

सपनानं मान खाली घातल्यामुळे तिचे खांदे आक्रसल्यासारखे झाले होते. तिच्या ओठांवर विरोधादाखल एक हलकासा हुंदका दाटून आला. प्रवेशद्वाराजवळचा रखवालदार आमच्याकडे रोखून बघत होता. मी मागे वळून बघितलं. मी मागे वळले तेव्हा सपना त्याच्याकडे बघून नाउमेद झाल्यासारखी स्मित करत होती. त्या स्मितात मला उद्धटपणा, उन्मत्तपणा, अभिमान आणि दर्जाविषयीची पोकळ खात्री जाणवली. ''अगं नालायके, तू स्वतःला समजतेस तरी कोण?'' मी ओरडले. ''तू हसण्याएवढं यात एवढं गमतीशीर काय आहे? तू जिच्याबद्दल बोलतेयस ती माझी *मुलगी* आहे. माझ्या मुलीच्या सुरक्षिततेचा हा प्रश्न आहे. तुला काय वाटतं मी मूर्ख आहे की अर्धवट आहे? असला निष्काळजीपणा करून तू तशीच सुटशील?'' माझ्या मोडक्यातोडक्या हिंदीत अपशब्द मिसळून मी बोलत असलेले शब्द ऐकल्यावर सपनाच्या चेहऱ्यावर पुन्हा एकदा स्मित उमटलं. पुन्हा एकदा त्या सुरक्षारक्षकाबरोबर तिची तशीच सांकेतिक नजरानजर झाली, त्यामुळे मी इतकी संतप्त झाले की, मी थोडासा हात उगारून तिच्या दिशेनं एक पाऊल टाकलं, त्यामुळे ती मागे गेली आणि कारवर पडली. ''मी हाकलून देईन हं तुला. तुला दुसरं कामही

मिळू देणार नाही. मग ज्या गटारातून आलेयस तिथेच पुन्हा परत जाशील,'' मी किंचाळले.

थोड्या दिवसांनी आमच्या दोघींमधील सगळ्या गोष्टी पुन्हा सुरळीत झाल्यानंतर सपना माझ्याकडे आली. ''दीदी, मला माहिती आहे की, तुम्हाला राग येतो; पण कृपा करून त्या सुरक्षारक्षकासमोर ओरडू नका. त्या दिवसासारखं नकोच. त्याला असं वाटलं की, तुम्ही मला मारणारच होतात. इतर अपार्टमेंटच्या नोकरांना तो सांगत होता की, ड्राईव्ह-वेवर तुम्ही मला अशा धमक्या देत होतात, तर बंद दरवाजाआड तुम्ही मला नक्कीच आणखी काहीतरी भयंकर करत असाल.''

अजूनही ती दुपार सपनाच्या लक्षात असेल का असा विचार माझ्या मनात आला.

==

त्या प्रवेशद्वारापर्यंत पोहोचण्यासाठी बस स्टॉपपासून फक्त काही पावलंच चालावं लागलं. त्याच्या मागेच एक अरुंद गल्ली होती. तिच्या एका बाजूला अरुंद भिंत होती आणि तिच्यावर गडद हिरव्या रंगाचं शेवाळ उगवलं होतं. लांबलचक रांगेत लावलेल्या झाडांची सावली पडल्यामुळे त्या गल्लीवर एक गूढ रंग चढला होता. जणू काही ती बालकथांमधली एखादी गल्ली होती.

प्रवेशद्वाराजवळ प्लॅस्टिकच्या खुर्चीत बसलेल्या रिपीटर्सपैकी एकाच्या हातात मी सपनाचं पत्र दिलं. त्यानं किंचितशी आठी घालत ते वाचलं.

''यातून काहीच बोध होत नाही,'' तो म्हणाला. तो एक अशक्त दिसणारा तरुण होता. मेहंदी लावल्यामुळे त्याच्या मिश्या रंगल्या होत्या आणि मुलायम झाल्या होत्या. ''कोण आहेस तू आणि इथे का आलेयस?'' त्यानं विचारलं.

''मी टॉवर्समध्ये राहते,'' मी म्हटलं. ''मी सपनाला भेटायला आलेय.''

''सपना मॅडम?'' तो हसला आणि त्यानं त्याच्या सहकाऱ्याकडे बघितलं. त्यानं टिंगल केल्याप्रमाणे हसत माझ्याकडे बघून मान डोलावली.

"अरे हिच्याकडे बघ तरी. *स-प-ना...* काय पण मेमसाहेब आहे. बोलण्यातली ऐट बघ..." त्यानंतर त्याचा आवाज करडा झाला. "थोडी आदरानं बोल," तो म्हणाला.

"सॉरी. सपना मॅडम. मी इथे त्यांना भेटायला आलेय."

"का?"

"मी त्यांना खूप वर्षांपासून ओळखतेय. त्यांनीच मला इथे यायला सांगितलंय. वाटलं तर त्यांना विचारा," मी म्हणाले. मी श्वास रोखून धरला होता. ज्या वेळी मी श्वास घेतला त्या वेळी त्याचा आवाज झाला. तो ऐकून दोघे रिपीटर्स माझ्याकडे रोखून पाहू लागले. स्वच्छ, शुद्ध हवेतून तुतीचा आणि आणखी काही सुगंधी झाडांचे गंध दरवळत होते.

पहिल्या रिपीटरनं हळूहळू माझ्याकडे निरखून बघितलं. "हे आम्ही प्रत्येकाच्या बाबतीत करतो. यात कसलाही वाईट हेतू नाही, ही काही गंमत नाही," तो म्हणाला आणि हसू लागला. प्रवेशद्वाराच्या दुसऱ्या बाजूला एक ससा गवतातून बाहेर पडला आणि त्याचं गुलाबी नाक त्यानं प्रवेशद्वाराच्या दरवाजाच्या गजांतून बाहेर काढलं. त्याचे कान थरथरत होते. नंतर रिपीटरच्या बुटाचा आवाज आल्यावर तो टुणटुण उड्या मारत पळून गेला. रिपीटर तसाच चालत प्रवेशद्वाराजवळ पोहोचला. तो तिथे थांबला. त्यानं त्याच्या कानांना रिसीव्हर लावला. त्यानंतर तिथेच थांबून त्यानं मानेनंच मला जवळ बोलावलं आणि आत जाण्याचा इशारा केला. मी पुढे निघालेच होते, तेवढ्यात तो ओरडला, "या बाजूनं." त्यानं मला बोटानंच इशारा करून दिशा दाखवली.

शेवाळानं भरलेल्या भिंतीच्या समोरच एकमेकांपासून पुरेसं अंतर राखून आतला प्रवेश रोखणारी एका पाठोपाठ एक अशी धातूची प्रवेशद्वारं होती. त्यांच्यावर भरपूर काळा गंज चढला होता आणि उन्हात गडद लाल रंगाची तावदानं चमकत होती. फक्त पहिलं तावदान तेवढंच उघडं होतं. त्यावरून ओलसर गवताच्या मागे एक लहान कार्यालय असल्याचं समजत होतं. गवतातच खुंट्या ठोकून तीन न धुतलेले ऑलिव्ह ग्रीन रंगाचे तंबू होते. त्या रिपीटरनं मला त्या दिशेनं जायला सांगितलं होतं. मी गवतातून कार्यालयाच्या इमारतीकडे निघाले होते. तेवढ्यात तंबूतून एक काळा चेहरा बाहेर पडला. "मी इथे आहे," ती म्हणाली. "लवकर चल."

तंबूचा पडदा अगदी प्रचंड दमट होता. आतल्या बाजूला बुरशी, शरीराला लावायची पावडर आणि घाम यांचा दर्प येत होता. मागच्या बाजूला बऱ्याच खाटा टाकलेल्या होत्या. मात्र त्यांच्यावरच्या गाद्या अद्याप उघडून त्यांच्यावर टाकलेल्या नव्हत्या. गणवेश न घातलेल्या तीन महिला एका कमी उंचीच्या लाकडी टेबलाभोवती बसल्या होत्या. सोललेल्या शेंगांवर त्या ताव मारत होत्या आणि चहा पीत होत्या. आपलं डोकं बाहेर काढून मला बोलावणारी स्त्री त्यांच्यापैकी चौथी स्त्री होती. तिचे हात लहान आणि गोलाकार होते आणि चेहरा अगदी निर्विकार होता.

''झटपट आवर, सगळ्यांचा वेळ खाऊ नकोस,'' ती म्हणाली. कमरेच्या थोड्या वरच बांधलेल्या पट्ट्यामुळे बकलच्या अगदी खाली असलेला तिचा चरबीचा लोंबणारा गोळा झाकला जात नव्हता. तिच्या पँटची चेन फक्त तीन चतुर्थांश उंचीपर्यंतच वर चढवता येऊ शकत होती. मला काहीच समजलं नव्हतं.

''झटपट काय? काय करायचंय?'' मी विचारलं. आपल्या छातीवर आलेली शर्टाची कॉलर पकडून तिनं मला शर्ट काढायची खूण केली. ''लवकर, आपल्याला दिवसभर हेच करत बसायचं नाही,'' ती म्हणाली.

म्हणजे मला इथे निर्वस्त्र व्हावं लागणार होतं तर. रोज सकाळी उच्च विभागांत प्रवेश करणाऱ्या नोकरांसारखं. ठीक आहे. काहीच हरकत नव्हती. मी डोक्यावरून कमीज काढला आणि त्या स्त्रीकडे दिला. तिनं तो रिकाम्या खुर्चीवर फेकून दिला. आता दुसरी सुरक्षारक्षक महिला उभी राहिली आणि माझ्या समोर आली. मी सलवारची नाडी सोडत असताना तिनं माझी पर्स उलटी केली. तिच्यातल्या सगळ्या वस्तू एका घडीच्या टेबलावर पसरल्या. तिनं प्रत्येक वस्तूचं नाव मोठ्यानं घेतलं आणि त्याचं वर्णन सांगितलं. गणवेशातील तिसऱ्या स्त्रीनं ते संगणकावर टाइप केलं. त्या सुरक्षारक्षकानं माझं सँडविचचं पार्सल उघडून बघितलं. त्याची तपासणी केली आणि ते कचऱ्यात फेकून दिलं.

आता मी अंडरवेअरवर तंबूत मध्यभागी उभी होते. माझ्या मांड्या मला जास्त जाड आहेत असं वाटत होतं. त्या थंड पडल्या होत्या आणि उघड्या होत्या.

''तेसुद्धा काढ,'' सुरक्षारक्षक म्हणाली. ''सगळं काढ,'' तिनं सांगितलं. अगदी समोरासमोर उभी असताना तिनं माझी हनुवटीही तपासली. मी ब्राचे हूक काढले आणि तिथे फेकून देण्यात आलेल्या सलवार-कमीजच्या खुर्चीवर ती हळुवारपणे ठेवली. त्या ढिगाऱ्यावर ब्रा काढून ठेवल्यावर मी पँटीजही काढली.

सपनाला हे नक्कीच माहिती असणार. त्या माझ्या बाबतीत काय करणार आहेत ते सपनाला नक्कीच माहिती असणार. त्या सुरक्षारक्षकानं माझ्या पायांमधून सुरक्षा दंड घालून हळूवारपणे माझ्या प्रत्येक गुडघ्यावर ठोकल्यासारखं केलं. माझे पाय बाजूला होईपर्यंत तिनं हे केलं. त्यानंतर तिची सहकारी वैद्यकीय हातमोजे घेऊन आली. त्यानंतर तिची बोटं काम करू लागली. तिनं माझ्या केसांपासून सुरुवात केली. बोटांनी माझे केस विंचरल्यासारखे तपासले. माझ्या कानांच्या मागे तिची बोटं फिरली. तिनं माझी मान, खांदे आणि हात यांच्यावर थोपटल्यासारखं करून तपासून बघितलं. त्यानंतर माझ्या धडावरून तिची बोटं फिरली. मांसातून तिची बोटं फिरत होती. तिनं माझ्या नितंबावर फटकारे मारले आणि मांड्यांच्या घड्यांमधून बोटं फिरवताना किंचितसा चिमटा काढला. त्यानंतर ती माझ्याभोवती गोल फिरत राहिली. त्या वेळी ती माझ्या मागे होती. माझे पाय थरथरत होते. गुडघ्यांतली शक्ती चालल्यासारखं वाटत होतं; पण हे काहीच नव्हतं. काहीच नव्हतं. 'तुझ्या मुलीला तुझी गरज आहे,' मी स्वतःला सांगत होते. ती सुरक्षारक्षक धपकन खाली बसली. तिचा श्वासोच्छ्वास आता तणावपूर्ण बनला होता. माझ्या गुडघ्यांवर तिचा श्वास मक्याच्या लाह्या उडतात तसा हिंदकळत होता. तिनं माझे नितंबाचे दोन्ही भाग बाजूला करून चाचपून बघितलं. क्षणभरासाठी कसलीच हालचाल नव्हती. कसलाच आवाज येत नव्हता. 'फक्त लैलाचा विचार कर,' मी स्वतःला बजावत राहिले. त्या रखवालदाराचा प्रत्येक उच्छ्वास माझ्यात प्रवेश करत असल्यासारखं मला वाटत होतं. अजूनही तिचा शोध सुरूच होता. त्यानंतर तिनं तशीच माझ्या योनीचीही आतून आणि बाहेरून तपासणी केली. तपासणी पूर्ण झाल्यावर तिनं इतर दोघींकडे बघून मान डोलावली आणि ती तिथून निघून गेली. आपल्या हातातून हातमोजे काढण्याआधी ती ते गुपचूप हुंगत असल्याचंही मला दिसलं.

एका नोकरानं मला ड्राइव्ह-वेवरून खाली नेलं. पहिल्याच वळणावर रुंद हिरवळीच्या पट्ट्यापलीकडे एक मोठी हवेली होती. त्याच्या समोर कारंजं उडत होतं आणि बर्फाळ निळ्या पाण्याचा तलाव होता. व्यवस्थित नीटनेटकी मांडणी केलेल्या आणि कुंड्यांत लावलेल्या पाम वृक्षाच्या रांगाही होत्या. वाळवंटांतील राजवाड्यांपासून स्फूर्ती घेऊन ते केल्यासारखं दिसत होतं. घराच्या छपरावरून कस्टर्डसारख्या पिवळ्या रंगाचं प्रशस्त घुमटाकार छप्पर दिसत होतं. गच्चीच्या चारही कोपऱ्यांत नक्षीकाम केलेले सोंड वर करून उभे असलेले हत्ती बसवण्यात आले होते. सपना अशी कशी बनली होती? माझ्या छातीत पुन्हा एकदा कळा येऊ लागल्या.

"मॅडम इथे किती दिवसांपासून राहतायत?" मी तिथल्या मुलाला विचारलं.

"खूप वर्षांपासून दीदी. मी इथे काम करण्याच्या आधीपासून."

"हा बंगला खूपच मोठा आहे. तिचं कुटुंबही मोठं आहे का?"

तो मुलगा गर्रकन वळला. त्याच्या चेहऱ्यावर गोंधळल्याचे भाव होते. त्यानं काहीही न सांगण्याचं ठरवलं. आम्ही स्पोर्ट्स कार्सच्या आणि करड्या-काळसर ऐषआरामी सेडान कारच्या रांगांच्या मधून निघालो होतो. थोड्याच फुटांवर एक दुहेरी जिना सुरू झाला. एखाद्या दुहेरी कंसासारखा. तो वरच्या बाजूला जात होता. संपूर्ण मार्गावर ओकच्या लाकडाचा एक भला मोठा दरवाजा होता. आम्ही त्याच दिशेनं चाललो होतो, असं मला वाटलं होतं; पण त्या नोकरानं पुन्हा एकदाही माझ्याकडे न पाहता मला त्या पायऱ्यांच्या पलीकडे नेलं.

"आपण कुठे चाललोय?" मी विचारलं. तो मुलगा शांत राहिला. त्याच्या लक्षात आलं होतं की, मी नेहमी येणारी पाहुणी नव्हते. हवेलीभोवती असलेल्या एका तुकड्या-तुकड्यांसारख्या जोडांनी बनलेल्या दगडी मार्गावरून आम्ही चालत निघालो होतो. मागच्या बाजूला टेनिस कोर्ट होतं. नर्सरी म्हणून त्याचा वापर केला जात होता. त्यात प्लॅस्टिकच्या कुंड्यांमध्ये अनेक ओळींत लावलेल्या वनस्पती दिसत होत्या. टेनिस कोर्टच्या जुन्या

फिक्या रंगाच्या मातीतून पिवळी आणि पांढरी जरबेराची फुलं, शेवंती, काही प्रकारचे निवडुंग, ॲडेनियम हा वाळवंटी गुलाब अशी झाडं जोमानं फुलली होती. आधी झाडांमागे लपलेलं तेच ते गडद पिवळ्या रंगाचं दुमजली घर होतं. वास्तुविशारदांच्या भाषेत ज्याला मॅचबॉक्स प्रकारचं घर म्हणतात, तसं ते होतं. मी त्या घरात पाहू शकत होते. कारण, तळमजल्याला एक खूप मोठी लिव्हिंग रूम होती आणि तिला फ्रेंच खिडक्या होत्या आणि अचानकच तिथे सपना दिसली. नक्कीच. ती तीच होती. तिची प्रत्येक गोष्ट आता बदलली होती तरीही ती सपनाच होती. एका पांढऱ्या लेदरच्या सोफ्यावर पाय दुमडून घेऊन ती बसली होती आणि फोनवर कोणाशी तरी बोलताना स्मित करत होती. तिनं लांब, काळा बाटिकचा शर्ट घातला होता. तिच्या पायांत फरचे बाथरूम स्लिपर होते. तिनं ते तसेच बेपर्वाईनं अडकवले होते. ती एकटीच होती. तो मुलगा खिडकीकडे गेला आणि त्यानं खिडकीवर टकटक केली. मी लगेच चेहऱ्यावर उत्सुक स्मित आणलं, त्यामुळे तीच तिथली प्रमुख आहे हे मला मान्य असल्याचं तिला समजलं असतं.

"मी फक्त वर्षं मोजत होते. त्याला आता सोळा वर्षं उलटली," सपना पहिल्यांदा बोलली ते हेच वाक्य होतं. चेहऱ्यावर स्मित तसंच ठेवून ती फ्रेंच दरवाजांपासून दूर झाली. या गेल्या काही दिवसांत मी स्वतःला दोन गोष्टी बजावत राहिले होते. पहिली म्हणजे लगेच कोणतेही आरोप करू नकोस आणि दुसरी म्हणजे कोणत्याही गोष्टीनं आश्चर्यचकित होऊ नकोस; पण सपनाच्या आवाजात आता सुसंस्कृतपणा होता. तिचे खांदे तपकिरी दिसत होते आणि समुद्रकिनारी घालवलेल्या सुट्ट्यांमुळे किंचित रापल्यासारखे दिसत होते. तिच्या वागण्या-बोलण्यात श्रीमंतीचा थाट आणि जागरूकपणा जाणवत होता. मला नेमकं काय हवं आहे ते शोधून काढण्याचा ती प्रयत्न करत होती.

"तू किती छान बोलतेयस," मी म्हणाले. मी सपनाला समजून घेण्यात चूक केली होती. तिच्यात स्वतःमध्ये सुधारणा घडवून आणण्याची, भाषा शिकण्याची, आमच्या पद्धती शिकण्याची केवढी जिद्द आणि ओढ होती. तिची वागण्या-बोलण्याची पद्धत मी पूर्वी कशी जगले होते, त्याची मला आठवण देणारी होती. समुद्रात फेरफटका मारून आलेल्या आणि किनाऱ्यापासून दूरवर नांगरून ठेवण्यात आलेल्या जहाजासारखी.

“मला एक चांगली शिक्षिका मिळाली होती,” तिनं उत्तर दिलं. ती पुन्हा तिच्या कोचाकडे परत गेली आणि तिच्या समोरच्या खुर्चीकडे तिनं बोट करून मला बसण्याचा इशारा केला. घराचा आतील भागावर सगळीकडे पांढऱ्या शुभ्र रंगाचा वरचष्मा होता. थंडगार, पांढरी संगमरवरी फरशी, बहुतेक सगळं फर्निचर, भिंती आणि छत सगळं पांढरं होतं. फक्त आधुनिक चित्रकारांच्या केशरी आणि चमकत्या तपकिरी रंगातील चित्रांमुळे या रंगाला आणखी उठाव आला होता. मला आता भोवळ आल्यासारखं वाटू लागलं. मला ओकारी येऊ लागली. जे आयुष्य माझं होतं, ते सगळं तिनं घेतलं होतं. सपना तिच्या फोनकडे रोखून बघत होती. “आपण थोडं पाणी पिऊ या. तुलाही हवं ना?” तिनं विचारलं आणि वर न बघताच त्या मुलाला पाणी आणायला सांगितलं. त्यानंतर ती माझ्याकडे वळली. “चहा? कॉफी?” तिनं विचारलं.

माझ्या दुपट्ट्यानं माझ्या ओठांवरचा घाम मी पुसला. “पाणीच जास्त बरं,” मी म्हटलं.

“तुला माहिती आहे का, आपण पहिल्यांदाच अशा समोरासमोर बसलोय,” सपना अधिकारवाणीनं म्हणाली. “तुझ्या घरातल्या फर्निचरसंदर्भात तुझे नियम किती कडक होते. इथे बस, तिथे बसू नकोस,” सपना थोडी हसली. “मला जमिनीवर बसण्याची परवानगी होती.”

मी खाली बघितलं. “काळजी करू नकोस,” ती म्हणाली; पण तिच्या आवाजात कडवटपणा होता. “छोटू परत येईल तेव्हा बघ. आम्हीही नियम पाळतो. ती परंपरा आहे. नाही का? तो कोणाचाही दोष नाही.”

जणू काही सूचना मिळाल्याप्रमाणेच छोटू आत आला. मी झटपट पाणी प्यायले. मला वापरून फेकून द्यायच्या कपातून पाणी देण्यात आलं होतं. सपनाच्या हातात मात्र निमुळतं क्रिस्टल ग्लास होतं. तिनं आपल्या लक्षातच आलं नाही, असं दाखवलं. आता मी बाहेरची घाण घेऊन येत होते. माझ्या घामातून, माझ्या थुंकीतून. तिनं छोटूला आधीच सूचना देऊन ठेवली होती का की त्यानं मला बघितल्यानंतर तसं ठरवलं होतं? “तुझं घर सुंदर आहे,” मी म्हटलं. “खरोखरच ही विलक्षण गोष्ट आहे. हे कसं काय... तू

कसं काय हे मिळवलं, त्यांना कसं पटवून दिलंस...?'' चेहऱ्यावर सौम्य स्मित खेळवत ती माझं निरीक्षण करत होती. माझं वाक्य मी संपवण्याची वाट बघत होती. ''तू राजकीय विभागात कशी काय आलीस? तीही अधिकाऱ्यांच्या मंडलात?''

''आम्ही इथले नाही, इथे शोभत नाही, असंच म्हणायचं आहे ना?''

''माझ्या बोलण्याचा तसा अर्थ नव्हता सपना, प्लीज.''

''तुझं बरोबर आहे,'' ती हसली. ''तुझ्या बोलण्यातला अर्थ फार कठीण बनवण्यात काहीच अर्थ नाही. तुला माझा नवरा माहिती आहे ना, आशिष?''

''होय, होय. अर्थात तो मला माहिती आहे; पण तुम्ही दोघांनी लग्न केल्याचं मला माहिती नव्हतं.''

''तू ती हवेली बघितलीस ना तिथे कौन्सिलचे श्री. जोशी राहतात. आशिष त्यांचा उजवा हात आहे. जोशीजींनी खूप मोठी व्यक्ती बनल्यावर आशिषची सगळी काळजी घेण्याचं त्याला वचन दिलं होतं. त्यांनी आमच्या कुटुंबाला झोपडपट्टीतून वाचवलं. आम्हाला सगळ्यांना.''

''तुला मुलं आहेत का?'' मी विचारलं. माझा आवाज थरथरत होता. कापरा झाला होता.

''एक मुलगी, लक्ष्मी,'' क्षणभरासाठी तिच्या पापण्या फडफडल्या होत्या का आणि नजर झुकली होती का?

''किती छान!'' मी आवाज तसाच स्थिर ठेवत म्हटलं. ''लक्ष्मी केवढी आहे?''

''लक्ष्मीनंच मला इंग्रजी शिकवलं. ती अभ्यासात खूपच हुशार आहे.''

''मला तिला भेटायला आवडलं असतं,'' मी लिव्हिंग रूममध्ये आजूबाजूला बघितलं. ''तिचे कुठेच फोटो दिसत नाहीत.''

काही क्षण सपना धूर्तपणानं डोळे बारीक करून बघत राहिली. ''तुला खूप राग येणं साहजिकच आहे, शालिनी,'' ती म्हणाली. ''मी तुला शालिनी म्हटलं तर चालेल ना?''

''हो, हो जरूर. तसंच म्हण.''

"थँक यू" तिनं मान डोलावली. "ते जे काय घडलं होतं त्याचा तुला खूपच राग आला असेल. ते कौन्सिल, रिपीटर्स. त्या लोकांनी तुझ्या आयुष्याचा सत्यानाश केला."

"नाही, मी रागावले नाही," मी म्हणाले. "माझ्या आता लक्षात आलंय की, ते सगळं अटळ होतं. ते मी प्युरिटी कॅम्पमध्ये, शुचिता शिबिरात शिकलेय. आम्ही ज्या पद्धतीनं जगत होतो, त्यामुळे आम्ही हा त्रास ओढवून घेतला होता."

"याचा अर्थ कौन्सिलनं जे केलं ते योग्यच होतं, असं तुला म्हणायचंय?"

रिझ, माझ्या देखण्या लाडक्या मला माफ कर. तू माझ्याशी नेहमीच खूप, खूपच चांगला वागलास. "हो तर. त्यांचं सगळं बरोबर होतं," मी म्हणाले. "मी त्याविषयी खूप विचार केला. अर्थातच ते मान्य करायला मला थोडासा वेळ लागला." माझ्या कपात घोटभर पाणी शिल्लक राहिलं होतं. पुढे बोलण्याआधी मी ते पिऊन टाकलं. "कॅम्पमध्ये त्यांनी आम्हाला गोष्टींकडे कसं बघायचं ते शिकवलं. प्रयेक गोष्टीला तिची एक श्रेणी आणि जागा असते हे समजून घ्यायला शिकवलं. त्यांनी पहिल्यांदा मला टॉवर्समध्ये पाठवलं होतं, त्या वेळी मला बिलकूल झोप येत नव्हती. म्हणून मी रात्रीची फिरत असे. काही वेळा माझ्याबरोबर कुत्र्यांचा कळप येत असे. ते एका विशिष्ट अंतरापर्यंत माझ्या सोबत चालत. त्यानंतर ते मागे फिरत आणि दूर निघून जात. आपणही किती त्यांच्यासारखे आहोत, असा विचार मी करू लागले. त्यांना त्यांच्या भूभागाची हद्द माहिती होती. ती त्यांनी ओलांडली तर काय होईल याची त्यांना कल्पना होती. त्यांच्या मेंदूत कुठेतरी ते ठाम बसलेलं होतं. आपले मेंदू अधिक सक्षम आहेत, अधिक गुंतागुंतीचे आहेत, ही खरी समस्या आहे म्हणूनच आपल्या मेंदूचा एक भाग कायमच कार आणि विमानं व पत्रं आणि फोन यांसारख्या वस्तूंची निर्मिती करण्यात म्हणजेच आपल्याला एकत्र आणणाऱ्या गोष्टी करण्यात गुंतलेला असतो. त्याविषयीच्या कल्पनांनी भारलेला असतो. मात्र आपल्याला जिवंत ठेवणारा आणि सुरक्षिततेला प्राधान्य देणारा मेंदूचा दुसरा भाग आपल्याला एकमेकांपासून दूर ठेवण्याचा प्रयत्न करत असतो. आपण एकमेकांच्या नको इतके खूपच जवळ आलोय, असं तो आपल्याला सतत सांगत राहतो. बाहेरचं जग खूपच गुंतागुंतीचं असतं. खूपच भयावह

असतं. तिथे खूप लोक असतात आणि प्रत्येक जण म्हणजे एक संभाव्य धोका असतो. या सगळ्या गोंधळात आपल्याला शिस्त शोधायची असते. आपल्याला समूहांमध्ये किंवा गटांमध्ये विभाजित होण्याची गरज असते. अन्यथा, आपले मेंदू भीतीनं गारठून जातील. आपण बदललेलो नाही. आपण अजूनही प्राण्यांसारखाच विचार करतो.''

सपनानं नाक खाजवलं. ''तू हे असंच सगळं बोललं पाहिजे असं तुला वाटतंय हे मला माहिती आहे शालिनी; पण तू खरोखरच इथे का आलेयस ते मला सांग.'' ती उठून उभी राहिली आणि फ्रेंच खिडकीजवळ गेली. नर्सरीच्या मार्गावर दोन रिपीटर्स टेहळणी करत गस्त घालत होते. तिनं खिडक्यांवर टकटक केल्यावर ते दोघेही वळले. ते पोर्चजवळ आले. तिच्यापासून काही फुटांवर ते उभे होते आणि तिच्याकडे त्यांचं लक्ष होतं. त्यांच्यामध्ये फक्त ती फ्रेंच खिडकी होती. ''हं, पुढे बोल. मला सांग तू खरोखर इथे का आलेयस?''

''त्या रात्रीसंदर्भात विचारायला सपना. त्या रात्री काय घडलं ते मला समजलंच पाहिजे.''

''त्याला काय अर्थ आहे? त्या सगळ्या गोष्टी आता का उकरून काढायच्या?''

''तिच्या बाबतीत काय घडलं ते मला समजलंच पाहिजे. लैला तुझ्याबरोबर होती. त्यांनी तुला काय केलं?''

''मी पळाले. आम्ही, सगळ्या मोलकरणींनी तसंच केलं होतं. आम्ही सगळ्याच जणी पळून गेलो. ते पुरुष अतिशय भयंकर होते,'' ती अजूनही फ्रेंच खिडकीजवळच होती. माझ्याकडे तिची पाठ होती. तिच्या पलीकडे रिपीटर्स होते. ''आता ते सगळे माझे मित्र आहेत. मी सांगेन ते सगळं ते करतात.''

''पण त्यांना इतर मुलं सापडली होती. फक्त त्यांना लैलाच तेवढी सापडली नव्हती. तू तिला कुठे लपवलं होतंस? ती कुठे गेली होती?''

''मी तिला कुठंही लपवलं नव्हतं. त्यांनी तिला त्याच रात्री तिथून नेलं असणार. त्या शाळांपैकी एखाद्या शाळेत त्यांनी तिला ठेवलं असेल.''

मी पटकन उडी मारल्यासारखी उभी राहिले. ''अशी बोलू नकोस!'' मी ओरडले. रिपीटर्सच्या चेहऱ्यावर एकदम तणाव दिसला. ते माझ्याकडे कुतूहलानं बघू लागले.

"मी काय बोलावं असं तुला वाटतं?" सपनानं विचारलं. तिनं पुन्हा एकदा खिडकीवर टकटक केली. ते पुरुष सैलावले. त्यानंतर तिथून निघून गेले. ती कोचापर्यंत आली आणि पुन्हा एकदा कोचावर बसली.

"तू तिच्याबरोबर खेळत होतीस. तुला ती आवडत होती. तू तिला अशी सोडून गेली नसतीस..."

"मी माझं काम करत होते; पण मी माझी मर्यादा ओलांडत आहे, अशी तुलाच सतत काळजी वाटत होती."

मी दीर्घ श्वास घेतला. आताच ते विचारायला हवं होतं. "तुझ्या मुलीचं वय काय आहे, सपना? ती कुठल्या शाळेत आहे?"

"तिचं शाळेचं शिक्षण आताच संपलंय. ती अठरा वर्षांची आहे."

"पण सोळा वर्षांपूर्वी तर तुला मुलगीच नव्हती, सपना. मला ते माहिती आहे. त्या वेळी तर तुझं लग्नही झालेलं नव्हतं."

"तुला चुकीचं आठवतंय."

"तू काय केलंस ते मला माहिती आहे. तू ते कसं केलंस तेही मला माहिती आहे. मला ती परत हवी आहे," मी म्हटलं.

"तू शांत हो. त्याचीच तुला गरज आहे. खाली बस!" ती म्हणाली.

पहिल्यांदाच माझ्या लक्षात आलं की, मी सपनाच्या अगदी जवळ, तिच्या अंगावर धावून गेले होते. माझ्या मुठीही आवळल्या गेल्या होत्या. "मला माफ कर. सॉरी," मी म्हटलं. "फक्त एकच सेकंद. प्लीज. मला माझं औषध घ्यावंच लागेल." खाली बसून माझ्या पर्समधून मी हातरुमालात गुंडाळून आणललेल्या अय्यरनं दिलेल्या गोळ्या बाहेर काढल्या. माझ्या कपात शिल्लक राहिलेल्या अगदी काही थेंब पाण्याबरोबर मी त्या गिळल्या. माझ्या तोंडात कडवटपणा पसरला. सपना आ वासून माझ्याकडे बघत होती. काही वेळ आम्ही काहीही बोललो नाही. मी पाय पसरले आणि माझ्या खुर्चीवर पूर्ण रेलून बसले. माझ्या पायांतून हळुवार लाट निर्माण झाली. सपना मला तिच्या पाठोपाठ कुठेतरी यायला सांगत होती. माझ्या चेहऱ्यावर थंडगार वाऱ्याची झुळूक आली. तीच माझ्या हातांपर्यंतही गेली. नंतर मी भानावर आले त्या वेळी आम्ही बगिचातील एका उंच, पांढऱ्या गझेबोमध्ये, कुंजात उभ्या होतो. बगिचात तो उभारलेला होता.

सपनाच्या हातात पांढऱ्या ब्रेडचा तुकडा होता. तिनं त्याचे तुकडे केले आणि एका काँक्रीटच्या तळ्यात ते फेकून दिले. भले मोठे केशरी रंगाचे मासे त्या पाण्याच्या काळसरपणातून आपली तोंडं वासून बाहेर पडले. त्यांच्यामुळे पाण्यात बुडबुडे उठू लागले. तिचे खांदे थरथरत होते. तिच्या गालांवर काळसर रेषा दिसत होते. तिच्या चेहऱ्यावरून ओघळणारे अश्रूही मला दिसले होते.

आम्ही एकट्या नव्हतो. सपनाच्या अगदी थेट पाठीमागे असलेल्या कुंजाच्या लाकडी कठड्यावर रिझ बसला होता. त्यानं मला एवढं संतप्त बनवलं की, मी ओरडू लागले. "तू असं कसं करू शकतोस रिझ? ही सगळी तुझी चूक आहे. तूच हे केलंस. त्या तुझ्या नालायक मित्रांसमोर तू एक खंबीर पुरुष म्हणून उभं राहायला हवं होतंस. प्रत्येकाबरोबर मारामारी करायला हवी होतीस. तुला तुझं तोंड बंद ठेवता आलं नाही. आता हे सगळं मला सहन करावं लागतंय. सोळा वर्षं एकटीनं तोंड देतेय मी या सगळ्याला."

"शाल हे सगळं असंच सोडून देऊ नकोस," रिझ हळुवारपणे म्हणाला. तो कठड्यावरून खाली उतरला आणि माझ्याजवळ आला. "तुला काही समजण्याच्या आतच तू तिला पाहशील. मी तुला वचन देतो."

"खोटारड्या, ज्या गोष्टीची तुला स्वतःला खात्री नाही त्यांच्याबद्दल बोलत जाऊ नकोस. आम्हाला सुरक्षित ठेवण्याची जबाबदारी तुझी होती. तुझ्या मुलीलाही सुरक्षित ठेवण्याची; पण तू तर स्वतः जिवंतही राहू शकला नाहीस रे."

"हे सगळं थांबव शालिनी!" सपना म्हणाली. तिचा आवाज तरीही हळू होता. मी तिच्याकडे वळले. "गेली पाच मिनिटं तू त्या खांबासमोर थांबून, त्याच्याबरोबर बोलत असल्यासारखी बरंचसं काही बरळतेयस ते तुला समजतंय काय?" तिनं विचारलं. ती आपले दोन्ही हात एकमेकांवर चोळत होती. एक हात दुसऱ्या हातानं पिळल्यासारखंही करत होती. तिच्या चेहऱ्यावर तीव्र वेदना दिसत होत्या. तिला मनस्ताप होत होता. आता तिच्या चेहऱ्यावरून मंद गतीनं अश्रू ओघळत होते. "त्या लोकांनी तुझं हे काय करून ठेवलंय? त्यांनी तुझ्याकडून तुझं मनच काढून घेतलंय."

त्या कुंजाच्या तिन्ही बाजूला उंच कुंपण होतं. कुंपणाच्या पलीकडे वेगवेगळ्या ठिकाणी रिपीटर्स गटा-गटानं उभे होते. मला काय बोलावं ते सुचत नव्हतं.

''त्यांनी तुला मादक द्रव्याच्या आहारी जायला लावलंय. तुला व्यसनी बनवलंय,'' ती म्हणाली. ''तुझे काय प्रश्न आहेत ते तुला आणि देवालाच माहिती! पण हे सगळं तुझ्या बाबतीत घडायला नको होतं.''

''या गोळ्या म्हणजे काहीच नाही. मी त्या घेणं केव्हाही थांबवू शकते.''

''त्यांनी तुला चुकीची कल्पना दिलेय शालिनी. तू गोंधळलेयस. तुझा वेळेबद्दल, तारखांबद्दल घोटाळा होतोय. तुझ्या मुलीबद्दलही तुझा गैरसमज होतोय. लक्ष्मीचा तुझ्याशी काहीही संबंध नाही. ती माझी स्वतःची मुलगी आहे. तुला तिच्याबद्दल माहिती नव्हतं. कारण, तू तिच्याबद्दल विचारण्याची कधीच पर्वा केली नाहीस.''

''हे खरं नाही,'' मी म्हणाले. माझं डोकं सारखं अनियंत्रितपणे दोन्ही टोकांना हलत राहिलं होतं. ''हे खरं नाही. ती तुझ्याकडेच आहे ते मला माहिती आहे.''

''तू गप्प बसशील का?'' ती खेकसली. ''तू काय करतेयस ते तुला खरोखरच समजत नाही,'' तिनं पुन्हा एकदा आजूबाजूला बघितलं. कुंपणावर आलेल्या पानांमधून तिनं हेतूपूर्वक आजूबाजूला बघितलं. तिथे काही हालचाल दिसतेय का ते अगदी रोखून बघितलं. तिथून जेमतेम २० यार्डांहूनही कमी अंतरावर रिपीटर्सचा एक गट गप्पा मारत उभा होता.

''मला माफ कर सपना. मी अशी रागावले; पण अशा प्रकारे मला ते नाकारू नकोस. प्लीज. तिच्यासाठी.''

''हे सगळं लगेच थांबव, शालिनी. अगदी आताच्या आता थांबव. कोणी ऐकलं तर काय होईल याचा तुला थोडा तरी अंदाज आहे का? ते लगेच तपास सुरू करतील. आम्ही इथे सगळ्यांच्या केंद्रस्थानी आहोत. शहराच्या सत्तेचं केंद्र. पिरॅमिडचा सर्वोच्च भाग. इथे अशुद्धतेचा प्रश्नच उद्भवू शकत नाही. माझी मुलगी ही लैलासारखी एखादी मुलगी आहे, असा थोडासा जरी संशय त्यांना आला, तर माझा नवरा काहीही करू शकणार नाही. ते तिला लगेच इथून घेऊन जातील. मी तिला पुन्हा कधीही पाहू शकणार नाही.''

''मी सोळा वर्षं तिचा शोध घेतेय. प्लीज, असं करू नकोस.''

"तू कोणा तरी दुसऱ्याच मुलीचा शोध घेत होतीस. तू वेडी झालेयस. तुझ्या लक्षात का येत नाही? माझ्या मुलीला आणि मला या सगळ्याच्या बाहेरच ठेव. आम्हाला सोडून दे. तू आम्हा दोघींनाही संकटात ढकलशील."

"मी तिच्याशी बोलू शकते का? फक्त काही शब्दच?"

"ती आता तिच्या टेनिसच्या क्लाससाठी निघण्याच्या तयारीत आहे. तू तिला काय सांगणार आहेस? ती माझी मुलगी आहे. तू तिला जे काही सांगण्याची शक्यता आहे, त्यामुळे तिच्या किंवा तुझ्या भल्याचं काय होणार आहे?"

मी तिच्या पायांवर लोळण घेतली. जुन्या चित्रपटांत एके काळी उद्दामपणानं वागणारा हिरो एखाद्या दरिद्री मुलीच्या बापाच्या पायावर लोळण घेतो, तेव्हा समेटाला सुरुवात होते. "प्लीज," मी हुंदके देत होते.

"प्लीज."

"तू तमाशा करतेयस. तू इथून निघून जा."

मी रडतच होते. माझं कपाळ मी तिच्या पावलांवर टेकवलं होतं.

"तू ही सगळी परिस्थिती आणखी वाईट बनवतेयस," सपनानं तिचा उजवा पाय अगदी एवढ्या ठामपणानं झाडला की, माझं कपाळ मला उचलावंच लागलं. "ऊठ, उभी राहा. सगळे जण बघतायत. तू कोण आहेस याचं आश्चर्य वाटल्यामुळे ते बघतायत. मी तुला आत येऊ दिलं हे माझ्या नवऱ्याला समजलं तर मी खूप मोठ्या संकटात सापडेन. ऊठ, ऊठ. लगेच उठून उभी राहा."

तिनं ओरडून आदेश दिला. त्याबरोबर त्या गझेबोत दोन रिपीटर आत आले. एकानं अलगद, अगदी वरचेवर माझ्या कोपरावर त्याची बोटं टेकवली. जणू काही तो एखादी घाणेरडी गोष्ट घेऊन चालला होता. मला शक्य होतं तितक्या हळुवार आवाजात मी तिला विचारलं, "तू पुनर्विचार करशील का? सपना प्लीज" तिनं माझ्याकडे पाठ फिरवली होती. रिपीटरनी मला त्या कुंजाच्या पायऱ्यांवरून खाली बागेत नेलं. आम्ही नर्सरीत पोहोचलो होतो. आता सगळी झाडं कोमेजली होती, म्लान होऊन त्यांनी माना टाकल्या होत्या. आम्ही हिरव्या जाळीच्या जवळ पोहोचल्यावर माझी कोपरं मी सोडवून घेतली आणि गर्रकन मागे वळले. आता गझेबो रिकामा होता.

सपना आत निघून गेली होती. मी झाडामागे लपून फक्त तिचं दुमजली घर बघू शकत होते.

काही क्षण मी तशीच एकटक बघत राहिले. सगळं जग कमालीचं स्तब्ध झालं होतं. एखादं पानंसुद्धा हलल्याचा आवाज येत नव्हता. सगळं निश्चल होतं. अचानक खिडकी उघडली गेल्यामुळे एक चंदेरी चमक निर्माण झाली. पहिल्या मजल्यावर एका परिपूर्ण चौरसात बसवलेल्या त्या खिडकीत एक मुलगी उभी होती. तिचे अस्ताव्यस्त पसरलेले काळे कुरळे केस वाऱ्यावर उडत होते. ती माझ्यापासून बहुतेक शंभर यार्डांवर होती; पण मला तिनं घातलेला पांढरा, कॉलरचा शर्ट दिसत होता. तो टेनिसचा शर्ट होता. मी रिपीटर्सच्या हातांना झटके देत होते, त्यांना मारत होते, चावण्याचा प्रयत्न करत होते; पण ते मला जाऊ देत नव्हते. ते मला फरपटत घेऊन निघाले होते. त्या मुलीला इथलं काहीही ऐकू येत नसावं किंवा दिसतही नसावं. त्याच क्षणी सूर्य ढगामागून बाहेर पडला आणि आमच्यात काहीच अंतर नसावं असं वाटू लागलं. पहाटेच्या प्रकाशासारखा तिचा चेहरा मला दिसत होता. तिचं नाक हाडाजवळ किंचित रुंद होतं. डोळे पाचूसारखे गडद हिरवे होते. तिचे पुढचे दात चौरसाकृती आणि मोठे होते आणि त्वचेवर लोण्यासारखी झाक होती. ती सुंदर होती. तिनं स्मित केल्यावर तिच्या गालाला चुण्या पडल्यासारखं झालं. तिच्या बदामी ओठांच्या दोन्ही कडा दोन बाणांच्या टोकांसारख्या दोन्ही बाजूला कंसाच्या आकारात पसरल्या. दोन खळ्या. त्या इतर कोणाहीसारख्या नव्हत्या. त्या माझ्या आईच्या गालांवरच्या आणि माझ्या गालांवरच्या खळ्यांसारख्या खळ्या होत्या. ती आता काय करत होती? ती आता खिडकीतून बाहेर बघत नव्हती. ती टेनिसच्या फटक्यांचा सराव करत होती का की ती एक लाट आली होती का? तिचा एक तपकिरी रंगाचा हात ती हलवत होती. तिच्या शर्टाच्या पांढऱ्या बाह्या तिनं दंडापर्यंत वर सरकवल्या होत्या. ती तशीच खूण करत राहिली होती. ती मलाच बोलावत होती.

ऋणपत्रिका

एम. जे. अकबर, झरिन डी'माँटे, धारिणी भास्कर, मुकुलिका अकबर, शोनान पुरी त्रेहान, राहुल बजाज, अरविंद नायर, देव कबीर मलिक, अनुषा यादव या प्रत्येकानं ज्या वेळी मला सर्वांत जास्त गरज होती, त्या वेळी अगदी मुक्त हस्ते त्यांचा वेळ आणि बुद्धी यांचा वापर करू दिला. त्यांचा हा चांगुलपणा मी कधीही विसरू शकणार नाही.

माझी आई मल्लिका ही माझ्या लेखनाची पहिली वाचक होती. ती प्रकरणांची शांतपणे विचारपूर्वक समीक्षा करत असे, त्यानुसार काही भाग पूर्णपणे काढून टाकला जात असे. तिच्या समरसतेमुळे आणि अंतर्दृष्टीमुळे माझ्या कामाला नेहमीच दिशा मिळाली. शालिनीच्या दुर्दशेच्या संदर्भात मी आणखी खोलात शिरावं, तिच्या दुःखातील सौंदर्याचा शोध घ्यावा, यासाठी ती मला सतत उत्तेजन देत राहिली. ही कथा तिच्यामुळे खूपच समृद्ध बनली आहे.

श्रुती देवी यांच्याबरोबर मला काम करण्याची संधी मिळाली, हे माझं भाग्यच आहे, असं मी समजतो. त्या एक असामान्य संपादिका आणि प्रथम दर्जाच्या मध्यस्थ आहेत. अगदी नेमकेपणानं आणि अत्यंत आकर्षक ई-मेलद्वारे मी कुठे चुका केल्या आहेत, ते त्या दाखवून देत असत. प्रत्येक पानावर मला कसं अभिव्यक्त व्हायचं आहे, त्या संदर्भातील माझं नेमकं उद्दिष्ट माझ्याहूनही त्यांच्याच अधिक चांगलं लक्षात आलं होतं. संपूर्ण पुस्तकावर अशा प्रकारे परिश्रमपूर्वक काम करण्यात त्यांनी महत्त्वाची कामगिरी बजावली.

शांता राणा अकबर माझ्यासोबत या प्रवासासाठी मी टाकलेल्या प्रत्येक पावलावर माझ्याबरोबर होती. तिनं प्रत्येक गोष्ट वाचली, अत्यंत शांतपणे बसणारा तडाखा सोसला आणि उत्तेजनाही सहन केली. तिनं माझ्या आयुष्यात मला कधी कल्पनाही करता आली नव्हती, एवढा आनंद भरला आहे.